அனந்தமூர்த்தி(1932-2014) கர்நாடகத்திலும் இங்கிலாந்திலும் படித்தவர்; மைசூர் பல்கலைக்கழகத்தில் புகழ்பெற்ற ஆங்கில ஆசிரியராக பணியாற்றினார். இவரது முதல் நாவல் சம்ஸ்காரா பிராமணர்களால் எதிர்ப்புக்குள்ளாயிற்று. ஆனால் பல ஐரோப்பியப் பல்கலைக் கழகங்களில் பாடமாக இந்த நாவல் தேர்வு செய்யப்பட்டது. உலகப் புகழ்பெற்ற உளவியலாளர் எரிக் எரிக்ஸன் அந்த நாவலைப் புகழ்ந்துள்ளார். அந்த நாவலைப் போல் எதிர்ப்பையும் புகழையும் அனந்தமூர்த்திக்குப் பெற்றுத்தந்த இன்னொரு நாவல் அவஸ்தை. சோசலிசத் தலைவரான கோபால கௌடா என்ற அரசியல்வாதியைப் பற்றிய படப்பிடிப்பே இந்த நூல் என்று கோபால கௌடாவின் மனைவி எதிர்த்தார். இந்த நாவலும் சம்ஸ்காரா போல் எதிர்ப்புக்கு இடையில் திரைப்படமாயிற்று. இந்தப் படத்தில் கோபாலகிருஷ்ண ஹெக்டே நடித்தார்.

ஐம்பது வயதைத் தாண்டியவுடன் பல பதவிகள் அனந்த மூர்த்தியை நாடிவந்தன. இ.எம்.எஸ். நம்பூதிரிபாடால் கோட்டயம் மகாத்மா காந்தி பல்கலைக்கழகத் துணைவேந்தராக்கப்பட்டார். பின்பு நேஷனல் புக் டிரஸ்ட், சாகித்ய அகாடமி ஆகிய நிறுவனங்களில் தலைவராகவும் இருந்தார். 1994இல் இந்திய அளவில் இலக்கியத் துறைக்கு வழங்கப்படும் உயரிய விருதான ஞானபீட விருதைப் பெற்றார். இந்திய அரசு 1998ஆம் ஆண்டு இவருக்கு பத்மபூசன் விருது வழங்கிச் சிறப்பித்தது.

தமிழ்மொழி மீதும் தமிழர்கள் மீதும் பற்றுகொண்டவர். கோகாக் போராட்டத்தின் போது தமிழர்கள் தாய்மொழி படிக்க கர்நாடகத்தில் உரிமை கொடுக்கப்படவேண்டும் என்றார். திருவள்ளுவர் சிலையைத் திறக்க எதிர்ப்பு எழுந்தபோது சிலைத் திறப்பை ஆதரித்தார். அனந்தமூர்த்தி புகழ்பெற்ற தமிழ் விமர்சகரான கைலாசபதியின் மிக நெருங்கிய நண்பராக இருந்தார் என்பதாகும்.

மொழிபெயர்ப்பாளர் தமிழவன் நாவலாசிரியர்; பெங்கர், போலந்து நாட்டு வார்ஸா, திராவிடப் பல்கலைக் கழகங்களில் பேராசிரியராக இருந்தார். ஜெர்மனி, பிரான்ஸ் உள்பட நாடுகளில் நடைபெற்ற அனைத்துலகக் கருத்தரங்குகளில் பங்கேற்றிருக்கிறார்.

அவஸ்தை

யு. ஆர். அனந்தமூர்த்தி

கன்னடத்திலிருந்து தமிழில்

தமிழவன்

அடையாளம்

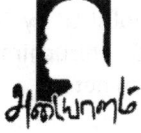

முதல் அடையாளம் புதிப்பு 2019

© தமிழ் மொழிபெயர்ப்பு: தமிழவன்

வெளியீடு: அடையாளம், 1205/1 கருப்பூர் சாலை, புத்தாநத்தம் 621310, திருச்சி மாவட்டம், தமிழ்நாடு, இந்தியா, தொலைபேசி: (+91) 04332 273444

நூல் வடிவம்: த பாபரஸ், அச்சாக்கம்: அடையாளம் பரஸ், இந்தியா

ISBN 978 81 7720 147 5

விலை: ₹ 220

Avasthai is a novel in Tamil by U. R Anandhamurthy, Translated by Tamilavan from Kannada, Published by Adaiyaalam, 1205/1 Karupur Road, Puthanatham 621310, Thiruchirappalli District, Tamilnadu, India, email: info@adaiyaalam.net

நமக்குள் ஒருவராகி இருக்க வேண்டிய அனந்தமூர்த்தி

இந்தச் சிறிய முன்னுரையை, ஒருமுறை அனந்தமூர்த்தி என்னிடம் கூறிய கூற்றுடன் தொடங்கலாம். அவர் சாகித்திய அக்காதமித் தலைவர் பொறுப்பேற்றபின், பல மொழிகளிலும் உள்ள மூத்த இலக்கிய வாதிகளுக்குக் கௌரவ உறுப்பினர் அந்தஸ்து கொடுக்கப் பெயர்கள் தேடியபோது எல்லாரும் ஏற்கும் விதமாகத் தமிழில் ஒருவர் பெயர்கூடக் கிடைக்கவில்லை என்ற செய்தி வெளியானது. அப்போது என்னைப் பார்த்தவுடன், 'எவ்வளவு பெரிய பாரம்பர்யம் கொண்ட மொழி தமிழ்' என்று வருத்தப்பட்டார். அதன்பின் அடுத்தமுறை அந்தக் கௌரவம் ஜெயகாந்தனுக்குப் போனது. எவ்வளவு வளமான மொழி என்ற ஆதங்கம் வெளியிலிருந்து தமிழகத்தைப் பார்க்கும் சிந்தனையாளர்களுக்கு இன்று ஏற்படாமல் போகாது. இந்த ஆதங்கம் பல்வேறு சிறு பத்திரிகைகளில் வடிவம் பெற்று ஒரு மாற்றுக் கலாச்சார நிறுவனத் தன்மைகூட இன்று எடுத்து வருகிறது.

இந்தப் பின்னணியில் ஓர் உண்மை தென்படுகிறது. தமிழ்ப் பண்பாட்டின் ஈர்ப்புகளோடுகூடிய வளமான நீண்ட மரபு, இருபதாம் நூற்றாண்டில் ஊனமுறாமல் தொடர்ந்திருந்தால் யு.ஆர். அனந்தமூர்த்தி போன்ற ஒரு படைப்பாளியை — சிந்தனையாளனை நம்முள் ஒருவராக நாமும் இனம் கண்டிருப்போம். ஆனால் அது நிகழவில்லை. கன்னட இலக்கிய விமரிசகரான நாகராஜ், பெரியார் கருத்துக்களால் ஈர்க்கப்பட்டிருந்த அக்கிரகார கிருஷ்ணமூர்த்தி போன்றோர் அனந்தமூர்த்தியின் முதல் நாவலான சம்ஸ்காராவின் தமிழ் மொழிபெயர்ப்பு வெளிவந்த போது கன்னடத்தில் ஏற்படுத்திய புயல் ஏன் தமிழகத்தில் ஏற்படவில்லை என்று என்னிடம் கேட்ட போது விளங்கியது.

ஆனால் தமிழகத்தில் நடந்ததென்ன?

அதற்குப் பதிலாக அறுபதுகளில் இருந்த வணிக எழுத்தும், சந்தைக்குரிய திரைப்படமும் திரைப்படக் கலாச்சாரமே தமிழ்க்

கலாச்சாரம் என்ற பாசாங்கும், இவற்றோடு சேர்ந்த போலிப் பல்கலைக்கழகத் தமிழ்க் கல்வியும் தமிழ்க் கலாச்சாரத்தின் முகங்களாய் வெளித்தெரியவந்தன. இது ஒரு நீண்ட சரித்திரம். இந்தச் சரித்திரம், தம்மை நவீனப்படுத்தும் பிற கீழை நாட்டு மொழி களின் தலைவிதியாய் அடுத்த காலகட்டங்களில் ஆகத்தான் போகிறது. இதனால் நமக்கினி கதி மோட்சம் இல்லவே இல்லை, நாம் நாசமாகித்தான் போய்விடுவோம் என்று கூச்சலிடுவோரோடு எனக்கு முழு உடன்பாடில்லை. அதனாலேயே அனந்தமூர்த்தி நமக்கு முக்கியம்.

அவர் தமிழ்ப் பண்பாட்டின் இன்றைய காத்திரமான பிரச்சினை களான பிராமணர்-பிராமணர் அல்லாதார் உறவு, மேல் சாதி, நடுச்சாதி, தலித் உறவு, மதநம்பிக்கைக்கும் நம்பிக்கை யின்மைக்கும் இடையிலுள்ள பிரச்சினைகள், மரபுக்கும் நவீனப் படுத்தலுக்கும் இடையில் ஏற்படும் நெருக்கடி இவற்றைப் பற்றி யெல்லாம் கடந்த முப்பது முப்பத்தைந்து ஆண்டுகளாகத் தொடர்ந்து சிந்திக்கிறார். படைப்புகளாய், கட்டுரைகளாய், சொற்பொழிவுகளாய், எதிர்ப்பு இயக்கங்களை வடிவப்படுத்துபவராய் இந்தச் சிந்தனையின் பின்னணியோடே இயங்குகிறார். கலைப் படைப்பு என்பது அவரது சிறுபங்கு மட்டுமே. அவரது மொத்த இயக்கத்தைப் பற்றி யாரும் இதுவரை தமிழர்களுக்கு அறிமுகப் படுத்தவில்லை.

பெரியார் இயக்கச் சிந்தனையின் தொடர்ச்சியாய் இந்தச் சிந்தனைகள் தமிழில் விவாதிக்கப்பட்டிருந்தால் சங்க இலக்கியத்தின், பக்தி இலக்கியத்தின், தற்கால பாரதி, மௌனி சார்ந்த ஓர் ஆழமான சிந்தனையோட்டத்தின் இன்றைய வளம் நமக்குக் கிட்டியிருக்கும்.

இந்த இடத்தில் நாம் கேட்க வேண்டிய கேள்வி தொன்மையான நீண்ட பண்பாடு எதையும் கறுப்பு-வெளுப்பாய் மட்டுமே எப்படிப் பார்க்க முடிகிறது? அமைப்புகளின் எதிர்ப்பு வடிவங்கள்கூட ஏன் ஏகமுகமாய்த் தம்மை இறுக்கிக்கொள்கின்றன? அப்படியானால் அமைப்பு அதன் எதிர்ப்பைத் தீர்மானிக்கிறது என்றுதானே பொருள்? ஒன்றில் கண்மூடி எதிர்ப்பது அல்லது கண்மூடி ஆதரிப்பது என்று இரு நிலைபாடுகளுக்கிடையில் நம்மை இறுக்கிக்கொள்வதை வேறு எப்படித்தான் விளக்கமுடியும்? மைசூரிலிருந்து கேரளத்திற்குச்சென்று அங்குக் கோட்டயத்தில் தொடங்கப்பட்ட மகாத்மா காந்திப் பல்கலைக்கழகத்தின் முதல் துணைவேந்தராகப் பதவிவகித்த

எழுத்தாளர் அனந்தமூர்த்தி, 'இந்துத்துவப்' பரிவாரங்கள் பாபரி மசூதியை உடைத்தபோது எதிர்ப்புத் தெரிவிக்கிறார். முற்றிலுமாக மறுப்பதோ, முற்றிலுமாக ஏற்பதோ என்ற மனநிலைக்கு அடிமையாகிப்போன நம்மால் இப்படிப்பட்ட ஒருவரின் செயலுக்குப் பின்னாலுள்ள ஆழமான காரணத்தை விளங்கிக்கொள்ள முடியுமா?

'ராம் ஜன்ம பூமி யாத்திரைக்கும் ஐயப்பன் கோயில் யாத்திரைக்கும் உள்ள வேறுபாட்டை நாம் கவனிக்க வேண்டும். ஐயப்பன்கோயில் என்னை அப்படியே தெய்வ அனுபவத்தில் மூழ்கடித்துவிட வில்லை. ஆனால் அதில் ஒன்றும் இல்லை என்றும் கூறமாட்டேன். இந்த மாதிரி 'காதல்-பிரிவு' உறவைத்தான் சிறுவயதிலிருந்தே நான் மதத்தோடு வைத்திருக்கிறேன்' என்கிற இந்தப் பிராமணர் கர்நாடகத்தில் தலித்தாகக் கருதப்படும் ஒரு கிறிஸ்துவரைத் திருமணம் புரிந்திருப்பது நம் தமிழ்ச்சூழலில் புரிந்துகொள்ள முடியாத ஒன்று. சிறுபத்திரிகைச் சூழல் தலையெடுத்து வணிகக் கலாச்சாரத்துக்கு எதிர்ப்புக் காட்டும் இன்றும்கூட இயங்கியல் சிந்தனையின் இரு முனைக்கும் சதா தாவிக்கொண்டிருக்கும் இம்மனிதரையோ, அவர் படைப்புகளையோ நாம் எங்கே அறிந்துகொள்ளப் போகிறோம்?

பெரியார் சிந்தனை, வறட்டுத்தனமான கண்மூடி சிஷ்யர்களை உருவாக்கியது. (பெரியாரே அதைத் தான் விரும்பினார் என்பது வேறுவிஷயம்.) அதாவது சனாதன இந்து மதம் தீர்மானித்த எதிர்ப்பு, பெரியாரியம் என்று கூறலாமா? அதுபோல் வணிகத் தமிழ்க் கலாச்சாரம் ஏற்படுத்திய எதிர்ப்புச் சக்தியான சிறு பத்திரிகை, வணிகக் கலாச்சாரத்தாலேயே தீர்மானிக்கப்பட்டது என்று கூறலாமா? அதாவது வணிகத் தமிழ்க் கலாச்சாரத்தின் அசிங்கம் சிறு பத்திரிகையிலும் இருக்கும். படைப்புத் தன்மையற்ற சனாதன இந்து தர்மம்போல் பெரியாரியமும் படைப்புத் தன்மையற்றதாய் அதே முறையில் ஆகிவிடும். இல்லை யென்றால் வணிகக் கலாச்சாரக் குருட்டுத்தனம் சிறுபத்திரிகைகளிலும் ஏன் தொடரவேண்டும்? 'அது' அல்லது 'இது' என்கிற இருமை எதிர்வுக்குள் மனிதர்களை மாட்டுவிக்கும் ஒரு கலாச்சாரம் எப்படித் தற்காலப் பிரச்சினைகளை அறிந்துகொள்ள முடியும்? தன்னை எப்படி புதுப்பித்துக்கொள்ளும்? தன்னை எப்படி விமரிசித்துக் கொள்ளும்? தன்னை விமரிசிக்க சக்தி இல்லாத கலாச்சாரம் உயிருடன் இருக்க முடியுமா?

இங்கேதான் அனந்தமூர்த்தி போன்ற ஒரு சிந்தனையாளர் — செயல்வீரர்—படைப்பாளி தேவைப்படுகிறார் என்று எனக்குப்

படுகிறது. அதனாலேயே நம்மைக் கண்ணாடியின் முன்நிறுத்திப் பார்ப்பதுபோல் அனந்தமூர்த்தியின் படைப்புகளின், சிந்தனைகளின் முன் நிறுத்தியும் பார்க்க வேண்டியிருக்கிறது.

'அவஸ்தை' என்ற இந்த நாவல் தமிழ்ச் சூழலில் அதிக முக்கியத்துவம் வாய்ந்ததாய் எனக்குப் படுகிறது. இது வழக்கமான எதார்த்த நாவல் வகையைச் சார்ந்ததாக இருந்தாலும் எதார்த்த பாணி என்பது ஓர் உத்தியாக மட்டுமே தெரிகிறது. அந்த உத்தி அதிக வாசகர்களைப் பெறுவதற்கு அனந்தமூர்த்திக்கு உதவுகிறது. ஆனால் நாவல் சஞ்சரிக்கும் தளம் வேறுவகைப்பட்டது. இந்த நாவல் பெரும்பாலும் 'அது' அல்லது 'இது' என்ற எதிர்நிலைகளுக்குள் இறுகும் இரட்டைச் சிந்தனைக்குள் மாட்டிக்கொள்ளாத சிந்தனை முறை வகைமைகளால் பின்னப்பட்டிருக்கிறது. அதாவது அதுவும் இதுவும் மோதியும் மோதாமலும் ஒன்றியும் ஒன்றாமலும் நிற்கிற புரியாத ஒரு லயத்தின் 'விசிஷ்டாத்துவித' தர்க்கத்தில் இந்தியச் சமூகம் இயங்குவதாய் பார்க்கிறது.

எடுத்துக்காட்டாக, 'அவஸ்தை' நாவலில் வரும் புரோகிதருக்கும் கிருஷ்ணப்பனுக்கும் உள்ள தொடர்பு. இந்தத் தொடர்பு இந்தியச் சமூகத்தின் பிராமணர் பிராமணரல்லாதார் தொடர்பைக் குறியீடாகச் சுட்டுகின்றது. பெரியார் இயக்கம் இந்த ஒருவகை அடை யாளத்தை எதிரும் புதிருமாய் வைத்துப் பார்க்கிறது. மனித வாழ்க்கையின், சமூகத்தின் முரண்பாடு வெறும் இலேசான முரண்பாடாய் இல்லாமல், பிரதான முரண்பாடும் உப முரண்பாடும் ஒன்றிடையே ஒன்று பின்னிப் பிணைந்திருப்பதாகக் காட்டப்படுகிறது.

இந்த விதத்தில் சமூக முரண்பாட்டை இலேசானதாக்காமல் ஆழமானதாக்கிப் பார்த்தவராக மாவோவைக் கூறலாம். அதே தன்மை அனந்தமூர்த்தியின் நாவலிலும் வெளிப்படுவதால் குழந்தையின் பாலை எடுத்து வீசிக் குழந்தையின் சாவுக்குக் காரணமாகும் நரசிம்மபட்டன் என்ற நிலவுடைமையைச் சார்ந்த ஒரு பிராமணனும், கிருஷ்ணப்பனை மகனாகப் பாவிக்கும் புரோகிதர் என்ற பிராமணனும் எதிரும் புதிருமாகச் சித்திரிக்கப்படுகிறார்கள். நரசிம்ம பட்டன் புரோகிதரின் நிலத்தை அபகரித்துவிட்டிருக்கிறான். இவனை மன்னிக்க 'பிராமண ஜன்மம்' என்ற உபகுறியீடு புரோகிதருக்குப் பயன்படுகிறது. அவனை ஆள்களால் அடிக்க வைத்துக் கிருஷ்ணப்பன் ஏன் பாவம் கட்டிக்கொள்ள வேண்டும் என்கிறார். சூத்திரனான கிருஷ்ணப்பனைத் தன் மகனாகப் பாவிக்கும் புரோகிதர் கவனிக்கப்பட

வேண்டிய பாத்திரம். முரண்பாடு → தீர்வு → வேறு முரண்பாடு → வேறு தீர்வு என்ற சுழல் சக்கரம் இயங்கத் தொடங்குகிறது. நம் கலாச்சாரம் நேர்கோட்டுத்தன்மையில் மேல்/கீழ் என்றோ, வலது/இடது என்றோ ஒரு போக்காக இயங்காமல் சுழல்களாய் இயங்குவது இங்குத் தென்படுகிறது. அப்படியானால் இந்த நாவலை எப்படி எதார்த்தவாத நாவலாய் அடையாளப்படுத்துவது?

இதுபோலவே இடதுசாரி தமிழ் வாசகர்களுக்குக் கோபால ரெட்டி, அண்ணாஜி ஆகிய இருவரும் மனத்தைவிட்டு நீங்காத, ஆனால் செரித்துக்கொள்ள முடியாத பாத்திரங்கள். இரு பாத்திரங் களும் கொஞ்சமும் கொச்சைப்படுத்தப் படாதவர்களாகவும் உள்ளார்கள். அண்ணாஜி ரோட்டரி சங்கத்தில் ஆங்கிலத்தில் 'பொருள் முதல் வாதம்' பற்றிப் பேசிக் கிருஷ்ணப்பனின் பரிகாசத்திற்கு ஆளாகிறான். கடைசியில் அரசாங்கத்தால் ஏவப்பட்ட போலீசால் கொல்லப் படுகிறான். அதுபோல் கிருஷ்ணப்பன் அமைப்பை மாற்றுவதில் அரசாங்கத்திற்கு எதிரியாய் இருப்பது போலவே, வீரண்ணன் என்ற முதலாளியிடம் தன் காதலிக்காகவும், தன்னுடைய நர்சுக்காகவும் தன்னை மதிக்கும் இளைஞன் நாகேஷுக்காகவும் உதவிகள் கேட்கவும் தயங்குவதில்லை. அதுபோல் தன் மனைவியை அடிப்பதையும் மறைப்பதில்லை. கோபால்ரெட்டி வேறு மாதிரியாகச் சித்திரிக்கப் பட்டிருக்கிறான். மது, மாமிசம், சங்கீதம், விமானப் பயணம் என்று எந்தவித சுகத்தையும் விட்டுவிடாத ரெட்டி தன் நிலப்பிரபுத்துவப் பிறப்பைத் துச்சமாகப் பார்ப்பவன். தன் ஐசுவரியங்களைக் கட்டிக் காக்கும் தந்தையை வெறுப்பவன்.

இப்படி அவரவர் தளங்களில் ஒவ்வொருவரும் அவரவர் நம்பிக்கைகளில், ஏற்றுக்கொண்ட கடமைகளில், வாழ்முறைகளில், பிற ரோடுள்ள உறவுகளில் முரண்பட்டும் நேரடியாகவும் வாழ்க்கையை அதன் ஆழத்தில் சந்திக்கிறார்கள். யாரும் வில்ல னாகவோ, சதா நல்லவனாய் இருப்பதாகவோ முகமூடி அணிவ தில்லை. பெண் சுகம் தேடுவதை இயல்பாக நினைக்கும் ரெட்டி அவனிடம் உதவி கேட்ட பெண்ணின் வாசலைப் போய்த் தட்டுவதே இல்லை. அண்ணாஜி உமாவுடன் தனக்கேற்பட்ட உடல் உறவை மறைப்பதில்லை.

இது இரண்டு முக்கியமான விஷயங்களை நம்முன் வைக்கின்றது. ஒன்று, தமிழகத்தில் நல்லவன் ய் வில்லன் என்ற சட்டகம், பெரியாரின் இயக்கத்தைப் போன்ற தற்காலப் பெரும்பான்மை இயக்கங்களில்

(வணிகச் சிறுபத்திரிகை இயக்கம் இன்னொன்று) செயல்பட, அவஸ்தை வேறு தர்க்கத்தை முன்வைப்பது; இரண்டாவது, அவஸ்தை நாவலில் மெல்லிய பின்திரையாய்ப் படர்ந்து செல்லும் மேற்கத்திய இருத்தலியல் என்ற எக்ஸிஸ்டென்ஷியலிச தத்துவ மரபு பற்றிய விஷயம்.

இவ்விரு விஷயங்களும் நாவலில் எப்படிச் செயல்படுகின்றன என்று பார்ப்போம்.

தமிழகத்தின் சிந்தனா சட்டகம் கடந்த நூறு ஆண்டுகளாய் ஒருவித நேர்முரண்பட்ட, இரு துருவப் பிரிவுக்குள் செயல்படுகிறது. இதனால் தான் அந்தக் கட்டத்தில் தோன்றும் சுயமரபுப் பண்புகொண்ட இயக்கங்களும் இந்தத் தர்க்கத்தைக் கொண்டிருக்கின்றன. மறைமலையடிகள் பற்றிய ஓர் ஆய்வு இந்தச் சிந்தனையை நன்கு விளக்கும். மறைமலையடிகளின் மொத்த சிந்தனையில் செயல் பட்டது 'ஒருமைநோக்கு ஒழுங்குபடுத்தல்' (Unipolar ordering) என்றுதான் படுகிறது. இது பன்முகங்களை ஒத்த மையத்தை நோக்கித் திருப்பும் முயற்சி என மேலோட்டமாக விளக்கலாம். இந்த நூற்றாண்டில் தமிழ்ச் சிந்தனையுலகில் ஏற்பட்ட 'இலேசுபடுத்தப் பட்ட நேர்முரண்' (simple contradiction) இந்த ஒழுங்குபடுத்தலின் ஓர் அங்கம் எனக் கண்டுபிடிப்பது எளிது. ஆனால் 'அவஸ்தை' என்ற நாவல் இந்த எளிய முரணைத் துச்சமாக மதிக்கக் கோருகிறது. அதாவது அண்ணாஜியையோ, கிருஷ்ணப்பனையோ, கோபால ரெட்டியையோ நல்லவன் என்கிற லேபிளையோ, கெட்டவன் என்கிற லேபிளையோ மட்டும் ஒட்டி நாம் புரிந்துகொள்ள முடியாது. நல்லவர்கள் → கெட்டவர்கள் → நல்லவர்கள் → கெட்டவர்கள் இப்படியே ஒரு சுழற்சி ஏற்படுகிறது. கறுப்பு → வெள்ளை → கறுப்பு → வெள்ளை என்ற ஒரு தொடர்ச்சி வெகுவேகமாய்ச் சுழலும்போது இறுதியில் வெள்ளையும் கறுப்பும் மாறி ஒரு சுழற்சி மட்டும் கண்களில் பிடிபட்டு நிறம் மறைந்துவிடுமே, அதுபோல் இந்நாவல் பாத்திரங்கள் செயல்படுகிறார்கள்.

இதுதான் தமிழ்க் கலாச்சார வடிவத்திற்கும், அவஸ்தை நாவலில் சித்திரிக்கப்பட்ட கலாச்சார வடிவத்திற்கும் உள்ள வேறுபாடு.

இரண்டாவது விஷயம். அதாவது அவஸ்தை நாவலின் பின்புலத்தில் லேசாகத் தெரியும் 'இருத்தல்வாதம்' பற்றி. அனந்தமூர்த்தி இருத்தல்வாதம் பற்றியும் சார்த்தர் போன்ற சிந்தனையாளர்கள்

பற்றியும் நிறையவே யோசித்துள்ளார். கட்டுரைகள் எழுதியுள்ளார். கதைகளிலும் அந்தப் பாதிப்புகள் உண்டு. ஆனால் அந்த மேற்கத்திய சிந்தனையைக் கருவியாக எடுத்துத் தன் வேலையில் ஈடுபடும் போது, அனந்தமூர்த்தி போன்ற படைப்பு சார்ந்த சுயக் கலாச்சாரப் பிடிப்புக் கொண்டவர்களுக்கு, இன்னுமொரு சுயக் கலாச்சார அம்சமாய் அது உருமாற்றம் கொள்கிறது.

நாவலில் வரும் அண்ணாஜியின் வாழ்க்கையைப் பார்ப்பவர்களுக்கு அது அவனது சுய தேர்வு (authentic choice) என்று தோன்றலாம். கௌரிக்கும் கிருஷ்ணப்பனுக்கும் ஏற்படும் இறுதிக்கட்ட உடல் உறவும் அப்படியே காட்சி தரலாம். கிருஷ்ணப்பன் — நாகராஜ் சந்திப்பில் வெளிப்படும் பல உரையாடல்கள் கிருஷ்ணப்பனை ஓர் இருத்தலியல் வாதியாகவும் நாகராஜை ஒரு ஸ்ட்ரக்சுரலி ஸ்டாகவும் காட்டும். கிருஷ்ணப்பன் தொடர்ந்து பிரச்சினைகளைத் தனிமனிதத் தேர்வு என்ற இருத்தலியல் சித்தாந்தத்தில் நின்று அலசுகிறான். வாரங்கல் காவல் நிலையத்தில் கிருஷ்ணப்பன் அடைக்கப்பட்டபோது இருத்தலியல் வாதம் பேசும் ஒருவித 'நடிப்பை' மகேஸ்வரய்யன் வெற்றிகரமாகக் கையாண்டு கிருஷ்ணப்பனை விடுவிக்கிறார். ஹனும நாயக்கன் தன் வாழ்க்கை யைப் பிறரைக் காக்கவும் (நீச்சலடிக்கையில் முழுகிய கிருஷ்ணப்பனைக் காப்பது) வெறும் ஹாஸ்யத்துக்கும் பயன்படுத்துகிறான். இப்படி வெறுமையைத் (nothingness) தொட்டுக் காட்டும் இந்நாவலில் இருத்தலியல் வாதம் இடம் பெறுவது மறுக்கமுடியாது.

இந்த மேற்கத்திய இருத்தலியல்வாதம் நாவலில் செயல்படுகையில் முழுசாய் கிழக்கத்திய கலாச்சாரச் சட்டகமாய் மாறி விடுகிறது என்பதுதான் இங்கு வியப்பு. தமிழ்ச் சூழலிலிருந்து வரும் வாசிப்பு இதைத்தான் சுட்டுகிறது.

இதைச் சற்று விளக்குகிறேன்.

தமிழ்ச்சூழலில் கறுப்பு×வெள்ளை என்று நேருக்குநேர் நிற்கும் மோதல்வகை முரண்பாடு செயல்படும்போது கிருஷ்ணப்பன் என்ற பாத்திரம் அந்த 'மாதிரி'யில் அடங்குவதில்லை. கிருஷ்ணப்பன் ஒரே நேரத்தில் புரட்சிக்காரனாகவும், புரட்சிக்காரன் அல்லாதவனாகவும் இருக்கிறான். ஊழலை எதிர்ப்பவனாகவும், ஊழல் செய்பவர்களுடன் சேர்பவனாகவும் இருக்கிறான். எதிலும் முழுமையாய் அடைபடுபவன் அல்ல அவன். இதேபோல்தான் ஒவ்வொரு

பாத்திரமும். அண்ணாஜி ஒருவிதப் புரட்சிக்காரன். இது அரசியலில். மதம் என்று எடுத்துக்கொண்டால் அம்மணச் சாமியார் ஒருவகை மதவாதி. தேவி பூஜை செய்யும் மகேஸ்வரய்யன் இன்னொரு வகை. தேவி மந்திரம் சொல்லி பித்துப் பிடிக்கும் கிருஷ்ணப்பன் மூன்றாவது வகை. எதிலும் எளிமைப்படுத்தப்பட்ட முரண்கள் இல்லை. முரண்கள் தொடர்ச்சியடைந்து ஒன்று மற்றொன்றோடு தொடர்புறுத்திச் செயல்பட்டு ஒருவித சுழல் மீண்டும் ஏற்படுகிறது. இந்தச் சுழற்சி, அரசியலில் நான்கு பாத்திரங்கள் மூலம் நான்குவிதப் பரிமாணங்களில் நடைபெறுகின்றது. மதத்தைப் பொறுத்தவரையில் மூன்றுவிதப் பாத்திரங்கள் மூலம் மூவகைப் பரிமாணத்தைக் காட்டுகிறது.

இந்தச் சுழற்சி வட்டவடிவமாகி முடிந்துவிடாத சுழற்சி. ஒரு வட்டம் முடியும்போது அதில் ஒரு முளை வெடித்து அடுத்த வட்டம் தோன்றுகிறது. அதற்குப்பின் அடுத்த வட்டம். இந்தத் தொடர் வட்டங்களின் மூல ஆற்றல்தான் நாவலுக்கு ஒரு கலாரீதியான வீச்சைக் கொடுக்கிறது. இந்த ஆற்றல்தான் நாவலின் வெற்றிக்கான அடிப்படை. ஏனென்றால் இந்த ஆற்றல்தான் நாவலின் பல்வேறு கட்டுமானங்களாய், பாத்திரங்களாய், உரையாடல்களாய், சித்தாந்தமாய் தளவிரிவு அடைகின்றது. இந்த ஆற்றலை ஒரு சௌந்தரிய உபாசனை என்று வெறும் கலை கலைக்காக என்ற தத்துவமாய்க் கூறிவிட முடியாது. அதையும் தாண்டிய கலாச்சார இயங்குமுறை இது. இந்திய நாவல்கள் அழகியல் கட்டுமானங்களாக மட்டும் நிற்க முடியாதென்ற வாதத்திற்கு இந்த நாவல் ஒரு முக்கியமான எடுத்துக்காட்டு. தமிழின் இன்றைய, திராவிடப் பள்ளியின் படைப்பு இயக்கம்கூட கலாச்சாரத்திலிருந்துதான்; அழகியலிலிருந்து அல்ல. ஆனால் திராவிடச் சிந்தனைப் பள்ளி படைப்புத்துறையில் தோற்றுப்போக அவஸ்தை வெற்றிபெறுகிறது.

அவஸ்தை தமிழ்ச் சூழலில் மொழிபெயர்க்கப்படவும் சர்ச்சிக்கப்படவும் வேண்டிய நாவல் என்பதற்கு இன்னொரு காரணம் இப்படித்தான் கிடைக்கிறது. கலாச்சாரத்தின் ஆற்றலைப் பயன்படுத்தி கலை படைக்கப்படும் போது கலாச்சாரத்தின் வீரியம் தொடப் படுகிறது. கலாச்சாரம் செத்த சவமாய்ப் படைப்பில் வந்து பிரச்சாரமாகாமல் கலாச்சாரத்தையே உயிர்ப்பிக்கிறது. வாழ்க்கை சலனமுள்ளதாய் மாறுகிறது. வாசகர்கள் அந்தச் சலனத்தில் பங்கேற்பாளர்களாகிறார்கள். இந்த வகையில் அனந்த மூர்த்தி

புதுவகை நாவலைத் தருகிறார் என்பதைவிட புதுவகைக் கலாச்சாரப் பார்வையைத் தருகிறார் எனலாம். செத்ததாகக் கருதப்பட்ட கலாச்சாரத்தில், நம்கால சரித்திரத்தில், நமக்குப் பங்கிருக்கிறதென்று காட்டுகிறார் எனலாம். நம் கலாச்சாரத்தின் பெயரில் ஏற்பட்டிருக்கிற நிறுவனங்களில், ஆட்சிகளில், நபர்களில் உள்ள அடிப்படைக் கோளாறுகள் இப்படிப் பார்க்கும்போது தெளிவு பெறுகின்றன. இந்தக் கோணத்திலான தமிழ்முறை கொண்ட வாசிப்பே 'அவஸ்தை' நாவலைக் கன்னடச் சூழலைத் தாண்டி எடுத்துக்கொண்டு போகும். அதற்கான வலு அதில் உள்ளது.

இந்தப் பின்னணியில்தான் அனந்தமூர்த்தி நமக்குள் ஒருவராகி விட்டிருக்க வேண்டும் என்று படுகிறது.

அனந்தமூர்த்தி கர்நாடகத்தின் தீர்த்தஹள்ளி தாலுக்காவில் உள்ள மெலிஹே என்ற கிராமத்தில் 1932இல் பிறந்தார். மொழி பெயர்ப்புப் பற்றி ஒரு வார்த்தை: சிலர் மூலமொழியின் சாரத்தை மட்டும் தமிழில் கொண்டு வந்தால் போதுமென்று கருதுகிறார்கள். நான் மூலமொழியின் வாக்கியப் போக்கைத் தொடர்ந்து சென்று மூல ஆசிரியனை முன்னிறுத்தி மொழிபெயர்ப்பாளன் பின்நகர்ந்து கொள்ளும் பாணியை இதில் கடைப்பிடிக்கிறேன்.

***

இந்தப் புதிய மொழிபெயர்ப்புக்கு மிகுந்த மகிழ்ச்சியுடன் எழுத்துப்பூர்வமாக அனுமதியளித்தவர் யு. ஆர். அனந்த மூர்த்தி; செம்மையாக்கத்தில் உதவியவர்கள் அசோக், ரேகா, எம். எஸ், லின்டா கிறிஸ்டி; சிறந்த முறையில் வெளியிடும் அடையாளம் பதிப்புக் குழுவினர்; அனைவருக்கும் நன்றி.

தமிழவன்

சொற்பொருள்

அவஸ்தை 1. காலக்கிரமத்தில் உடம்பில் ஏற்படும் ஒரு விசேஷமான சரீர தர்மம்; குழந்தைப் பருவத்திலும், இளைய வயதிலும், இளமையிலும் தோன்றும் குணம். 2. ஸ்திதி, இருப்பு; 3. காலப் போக்கில் வரும் பரிணாமம்.

- சம்ஸ்கிருத - கன்னட அகராதி
சாகித்ய வித்வான் சக்கரவர்த்தி ஸ்ரீனிவாச கோபாலாச்சார்யா

அவஸ்தை

பகுதி ஒன்று

சாகக் கிடக்கும் அவனுக்கு, இன்னும் ஐம்பது வயதுகூட ஆகவில்லை. சாவோடு போராடியபடியே அவன் நினைவுப்படுத்திக் கூறும் சில சம்பவங்களிலிருந்து அவனது மனோநிலையை நாம் ஊகிக்க முடியும். விளையாட்டுப் புத்தியுள்ள கிருஷ்ணப்ப கௌடா இளம் வயதில் மிக நல்ல நீச்சல்காரன். ஆறுநிறைய வெள்ளம் ஓடும்போது ஒரு கரையிலிருந்து நீரில் பாய்ந்து இன்னொரு கரைக்கு நீந்துபவன். ஒரு தடவை இப்படி நீந்தும்போது பாதிவரை போயிருப்பான். அவனுடன் நீந்திய நண்பன் கொஞ்சம் பின்னால் இருக்கிறான். கிருஷ்ணப்பனின் கையிலிருந்த வலுவெல்லாம் போய்விட்டது. மேலே நீந்தவே முடியவில்லை. 'நான் மூழ்குகிறேன்; நீ போ' என்று அவசர அவசரமாகக் கத்தியபடியே மூழ்கிவிட்டான். அவனுடைய நண்பனின் பெயர் ஹனும நாயக்கன். அவன் ஏதோ சாகசம் பண்ணி கிருஷ்ணப்பனைக் காப்பாற்றினான். செத்துப் போனேன் என்று ஒருகணம் எண்ணியதும் தான் செயலற்று நின்றதைப் பாரிசவாயு பீடித்ததால் அசையமுடியாமல் படுத்துக் கிடக்கும் கிருஷ்ணப்ப கௌடா நினைத்தபோது இரண்டு கண்களிலும் நீர் நிறைந்துவிட்டது.

கிருஷ்ணப்ப கௌடா கடுங்கோபக்காரன். உயர்நிலைப் பள்ளியில் படித்துக்கொண்டிருந்த நேரம். நண்பன் பழுதுபார்க்கக் கொடுத்திருந்த கைக்கடிகாரத்தை வாங்குவதற்குக் கடைக்குப் போனான். கடைக்காரனுக்குக் கிருஷ்ணப்பனை நன்றாகத் தெரியும். ஏழையாக இருந்தாலும் கிருஷ்ணப்பனின் நடவடிக்கைகளின் மிடுக்கைப் பார்த்துக் கடைக்காரனுக்குப் பொறாமை. 'உன்னை நம்பி எப்படிக் கைக்கடிகாரத்தைக் கொடுக்கமுடியும் அய்யா?' என்றானாம் பூதக்கண்ணாடி வைத்துப்பார்ப்பது போல கோணலாகப் பார்த்தபடி. உடனே 'ஏய், உன் கண்ணாடிப் பெட்டி தூள்தூளாகிவிடும், இன்னொரு தடவை இப்படிச் சொன்னால்' என்றான் கிருஷ்ணப்பன். கையிலிருந்த கம்பியால் வாட்ச் சாமான்களைக் கிண்டியபடியே

கிருஷ்ணப்பனின் கோபத்தைத் தூண்டும் வகையில் ஒரு பழமொழியைச் சொன்னான் கடைக்காரன். அப்படிக் கடைக்காரன் சொன்னதுதான் தாமதம். கிருஷ்ணப்பன் கடைக்காரனின் கண்ணாடிப் பெட்டியையும் வாட்ச் சாதனங்களையும் ரிப்பேர் செய்யும் கருவி களையும் அலாக்காகத் தூக்கிப் பட்டென்று வீசி எறிந்துவிட்டுப் புறப்பட்டுவிட்டான். அவனது கோபத்தைப் பார்த்தால் எப்படிப் பட்டவரும் நடுநடுங்கிப் போவார்கள்.

துர்வாச முனியைப் போன்ற கோபக்காரனான இவன் கைகால் கூட அசைக்க முடியாமல் இப்போது படுத்துக் கிடப்பதைப் பார்க்கச் சகிக்கவில்லை. கோபம் வந்தால் வேறொன்றும் செய்ய முடியாமல் உதடுகள் துடிக்க, நாசித் துவாரம் விரிய, கண்ணில் நீர் பெருகுகிறது. அவ்வளவுதான். அல்லது படுத்துக்கொண்டே கம்பைத் தூக்கி மனைவியை அடிக்கப் பிரயத்தனப்படுகிறான். நோயுற்ற கணவனைக் கவனித்துக்கொள்வது, வங்கியில் குமாஸ்தா வேலை செய்வது, இதற்கிடையில் அடம்பிடித்து மூலையில் மூக்கு ஒழுக நிற்கும் ஐந்து வயது மகளைக் கவனிப்பது, இவையெல்லாம் சேர்ந்து அவனது மனைவி பைத்தியம் பிடித்தது போலாவாள். அவள் கூந்தல் எப்போதும் கலைந்து கிடக்கும். 'தூ உன் வறட்டுக் கர்வம்...' என்று முணுமுணுத்தபடி தன் மகளின் உதடுகளில் இரத்தம் வரும்படி பிடித்துத் திருகியதுண்டு. இவ்வளவு கலவரத்திலும் கிருஷ்ணப்பன் மனசு கவலைப்படாமல் இருக்கும் என்று கூற முடியாது. அவனது வாழ்க்கை வரலாற்றை எழுதத் தினம்தினம் வந்துகொண்டிருக்கும், பயந்த சுபாவமுள்ள நாகேஷுக்குக் கிருஷ்ணப்பன் தன் பழைய கதையைச் சொல்லத் தொடங்குகிறான். தன் இன்றைய நிலைமையைத் தானே அறிந்துகொள்வதற்காகத்தான் கூறுகிறான் என்றே சொல்ல வேண்டும். இவன் கூறுவதன் ஆழ அகலங்கள் எல்லாம் சிறுவயதினனான நாகேஷுக்குப் புரியுமா இல்லையா என்று கிருஷ்ணப்பன் கவலைப்படுவதே இல்லை.

சிறுவனாக இருந்தபோது கிருஷ்ணப்பனுக்கு மாடு மேய்க்கும் வேலை. கம்பளியைச் சுற்றிக்கொண்டு, கையில் அரிவாளும் புல்லாங்குழலுமாகத் தன் ஊர் மாடுகளை மேய்த்த கதையைத் தனக்கு மாத்திரம் புரியும் அர்த்தம் நிறைந்த தொனியில் சொல்லிக் கொண்டிருக்கிறான்.

செத்துக்கொண்டிருக்கும் அவனுக்குத் தன் பழைய வாழ்வில் ஆங்காங்கே புனிதமான சில விஷயங்களும் இருந்தன என்று

இப்போது நினைத்துப் பார்ப்பது ஒரு நிதர்சனமான உண்மையோ அல்லது அந்த நம்பிக்கை இப்போதைய கஷ்டத்தைத்தான் வெற்றிகொள்ள உதவும் என நினைக்கிறானோ என்னமோ. கிருஷ்ணப்பன் கடவுள் நம்பிக்கை இல்லாதவன். கபீர், கன்னடக் கவிஞன் அல்லமன், குரு நானக், மீராபாய், பரமஹம்சர் இப்படிப்பட்ட தெய்வத்தன்மை கொண்ட 'பித்துக்குளி'களைப் பாராட்டியும், கேலிசெய்தும், அவர்களின் போதனைகளைச் சந்தேகப்பட்டும், ஏதோ அவர்கள் இவனுக்கு நெருங்கிய நண்பர்கள் என்பது போல் கிண்டல் செய்கிறான். அதனால் கடவுள் பற்றிய அவனது மொத்த நிலைப்பாடும் என்ன என்பது யாருக்கும் தெரியாது.

சின்ன வயதில் வீடுகளின் முன்சென்று பசுமாடுகளைப் பிடித்துக் கொண்டு, திட்டுகளிலும், ஓடும் நீரிலும், தரிசுநிலங்களிலும் அவற்றை மேயவிட்டு, மாலையில் மீண்டும் ஊருக்கு ஓட்டி வருவான். மரத்தின் கீழ் அமர்ந்து சோம்பேறித்தனமான கண்களுடன், மேயும் பசுமாடுகளைப் பார்த்தபடியே புல்லாங்குழலில் மனசின் லகரியைப் பாடியபடி, சிறுவயதில் என்ன யோசித்திருப்பான் என்று இன்று அவன் நினைக்கப் பிரயத்தனப்படும்போது ஒரு முக்கிய நிகழ்ச்சி கண்ணெதிரில் வந்து நிற்கும். அந்த நிகழ்ச்சியை நாகேஷுக்குச் சொல்லும்போது அவன், 'அப்பா! அப்போதெல்லாம் நான் மிகவும் சுகமாய், நிம்மதியாய் இருந்தேன் என்று நினைக்காதே. நிலத்தில் பச்சை கண்டு மாடு புகுந்தது என்றால் என்கதை முடிந்தது. பசுமாடுகள் வெறிபிடித்தது போல் வேலிகீலியைப் பிய்த்துப் புகுந்துவிடும். நான் ஒருத்தன் புத்தி பேதலித்தவன் போல அவற்றை விரட்டி கடைசியில் முடியாமல் அமர்ந்துவிடுவேன், மழையில் ஒன்றும் தோன்றாமல். விழும்பாரு அப்போ என் முதுகில்!' இப்படி நாகேஷிடம் சொல்லியபடி கிருஷ்ணப்பன் சிரிக்கிறான். கண்களில் அன்றைய திகிலையும் விழுந்த அடியின் வேதனையையும் நடித்துக் காட்டுகிறான். இதனை நினைவுபடுத்திக் கொண்டபோது மாடு மேய்ப்பதிலிருந்து தன்னைத் தப்புவித்த மகேஸ்வரய்யன் அவன் நினைவில் வந்தார்.

மகேஸ்வரய்யன் யார், எந்த ஊர்க்காரர் என்று யாருக்கும் தெரியாது. ஏதோ ஓர் ஊருக்கு வருகிறார் என்று வையுங்கள். வீடு முதலியன ஏற்பாடு செய்துவிட்டுத்தான் அங்கு வந்து தங்குவார். இருப்பது அவர் ஒருவராக இருந்தாலும் சமையல்காரனை வைத்திருப்பார். தன் ஆடையை மட்டும் அவரே துவைத்து உடுப்பார். அவர் வாயிலிருந்து காளிதாசரின் சம்ஸ்கிருதத்தையும் ஹிந்துஸ்தானி பாட்டையும்

கேட்க வேண்டும்! பெரிய கலாரசிகர். தாம்பூலம் போட்டதால் சிவப்பேறிய உதடு, முறுக்கிய மீசை, காதில் ஒளிவிடும் ஒற்றை வைரக் கம்மல்கள், மூடிய கோட்டு, பஞ்சகச்சம், வெள்ளிப் பூணிட்ட ஊன்றுகோல், கண்ணின் பிரசாந்தமான பார்வை —இவற்றை விவரிக்கும் போது அவர் எதற்கும் ஆசைப்படாதவர் என்றும் கிருஷ்ணப்பன் சொல்வான். அவர் வெளிப்படையாகச் சொல்லவில்லை. என்றாலும் கிருஷ்ணப்பனின் ஊகம், அவரது மனைவியை யாரோ வைத்துக் கொண்டிருப்பது தெரிந்து மகேஸ்வரய்யன் ஊர்விட்டு ஓடி வந்திருக்கிறார் என்பது. இவர் இலட்சாதிபதி. மனைவிக்குக் கொஞ்சம் சொத்தைக் கொடுத்துவிட்டு, மீதிப் பணத்தைப் பாங்கில் வைத்தபின் ஊர்ஊராக அலைந்து கொண்டிருக்கிறார். எப்போதும் ஏதாவது படித்தபடி காட்சி தருவார். அவர் முக்காலமும் தெரிந்தவர் என்பது கிருஷ்ணப்பனின் நம்பிக்கை. மகேஸ்வரய்யன் எங்காவது வந்தாரென்று வைத்துக்கொள்ளுங்கள். வந்து அமர்ந்தவர் இருந்தது போலவே 'ஹோ' என்று ஒரு சுரம் எழுப்புவார். அப்போது அவர் முகத்தில் ஒருவிதக் கலவரம் தோன்றும். அவரை வீட்டுக்கு அழைத்தவர், என்னதான் அவர் சுரம் எழுப்பியதன் காரணத்தைக் கேட்டாலும் சொல்லவே மாட்டார். எதிர்காலத்தில் நடக்கும் கெட்ட சம்பவம் அவருக்குத் தெரிந்திருக்கும். அதனைச் செவியில் கிருஷ்ணப்பனுக்கு மட்டும் சொல்வார். ஆட்கள் மகேஸ்வரய்யனைக் கண்டதும் எங்கே 'ஹோ' என்று சுரம் எழுப்பிவிடுவாரோ என்று பயப்பட்டார்கள். என்றாலும் சுரம் எழுப்பாமல் அவரால் இருக்க முடியாது. அதனால் யார் வீட்டுக்காவது அவரை வாருங்கள் என்று அழைத்தால் மகேஸ்வரய்யன், 'அந்த வீட்டில் என்ன காத்திருக்கிறதோ தெரியாது, அதனால் நான் வரமாட்டேன்' என்று சொல்லிவிடுவார்.

நடக்கப்போகும் கஷ்டத்தை முதலிலேயே கண்டு 'ஹோ' என்று ஒலி எழுப்பிக் கொண்டிருந்த மகேஸ்வரய்யனுக்கு நல்லதைக் காண்பதே அபூர்வமாகிவிட்டது. கிருஷ்ணப்பனைப் பற்றி மட்டும் அவர் ஒருமுறை நல்லதைக் கண்டார். அது நடந்தது இப்படி.

அழுக்கு அரைக் கால் சட்டையும் பனியனும் அணிந்து கொண்டு கால்வாய்க் கரையில் அரசமரத்தின் கீழே இருந்தான் கிருஷ்ணப்பன். அறுவடை முடிந்துவிட்டதால் அவனுக்குப் பசு மாடுகள் வயலில் புகுந்துவிடும் என்ற பயம் இல்லை. நதியின் 'சளசள' சப்தம், மாடுகளின் சலங்கையொலி, இவை காதில் விழுந்து கொண்டிருந்ததால் கிருஷ்ணப்பனுக்கு மகிழ்ச்சியாக இருந்தது; என்றுமில்லாத சந்தோஷமாக இருந்தது. புல்லாங்குழல் ஊதுவதற்குப்

பதில் அன்று பாரதப் பாடல்கள் பாடவேண்டும் என்று தோன்றியது. நான்கு ஆண்டுகள் பள்ளிக்குப்போன கிருஷ்ணப்பன் பாரதத்தைத் தானே வாசித்துப் படித்தவனல்ல. அவனது ஆசிரியரான புரோகிதர் வாசிப்பதைக் கேட்டுக் கற்றவன். உணர்ச்சி வசப்பட்டுப் பாடத் தொடங்கினான். அவனது கிராமத்தின் அருகிலுள்ள பெரிய ஊர் ஒன்றில் அப்போது தங்கியிருந்த மகேஸ்வரய்யன் தான் அணிந்திருந்த கோட்டை, ஆற்றில் துவைத்துக்கொண்டு இருந்தார். அங்கு ஏன் துவைக்க வந்தார் என்பதும்கூட வியப்புதான். அன்று காலையில் அவர் அந்த ஊரில் நடந்துகொண்டிருந்தபோது பைத்தியம் பிடித்த ஓய்வுபெற்ற பள்ளிக்கூட ஆசிரியர் ஒருவர் அவரை நிறுத்தி, அவர் அணிந்திருந்த கோட் வேண்டுமென்று கேட்டாராம். 'கொடுக்கிறேன் அய்யா, ஆனா நான் அதைப் போட்டிருந்தேனல்லவா? அதனால் துவைக்க வேணும்' என்று சொல்லி, சோப்பு வாங்கி அப்படியே நடந்து ஆற்றின் இந்தக் கரைக்கு வந்தாராம். அவர் வசிக்கும் இடத்துக்கும் ஆற்றுக்கும் இரண்டு மைல்களாவது தூரம் இருக்கும்.

மகேஸ்வரய்யன், தன்பாட்டுக்குப் பாடிக்கொண்டிருந்த சிறுவனின் எதிரில் நின்று 'ஹோ' என்றார். கிருஷ்ணப்பன் வெட்கப்பட்டுப் பாட்டை நிறுத்தினான். எங்கோ தொலைவில் வெறித்துப் பார்த்தபடி கையிலிருந்த கோட்டிலிருந்து நீர் வடிந்தபடி இருக்க, மகேஸ்வரய்யன், 'ஏ பையா, மாடுகளைச் சாயங்காலம் கட்டிவிட்டு இங்குவந்து எனக்காகக் காத்திரு' என்று கூறிவிட்டு, கோட்டைப் பிழிந்தபடி அங்கிருந்து போய்விட்டார். தான் அமர்ந்திருந்தது ஒரு அரசமரத்தின் அடியில் என்றும், அதன் எதிரில் நின்ற நாவல்மரத்தில் இரண்டு பஞ்சவர்ணக் கிளிகள் இருந்தன என்றும் கிருஷ்ணப்பன் நினைவுபடுத்திக்கொள்கிறான். அந்த மரத்தில் ஓர் அபூர்வமான வர்ணக்கிளியைத் தான் கண்டதுண்டு என்று கூறிக்கொண்டான்.

மாலையில் மாடுமேய்க்கும் சிறுவனான கிருஷ்ணப்பன் காத்துக் கொண்டிருந்தான். கோலைக் கையில் வைத்துச் சுழற்றிக் கொண்டு வந்த மகேஸ்வரய்யன், 'ஐயோ, மடப்பயலே, நீ யாரென்று உனக்கு இவ்வளவு நாளும் தெரியாமல் போயிற்றா? வா என் பின்னால்' என்றுக் கூறி இருவரும் கிருஷ்ணப்பனின் வீட்டுக்குப் போனார்கள். கிருஷ்ணப்பனுக்குத் தந்தை கிடையாது. தாய் தன் அண்ணன் வீட்டில் அண்ணனின் மனைவியின் எரிச்சலுக்கு ஆளாகியபடியே, தினம்தினம் கையேந்தி, மாடுகளுக்குத் தீவனம் வேகவைத்தும், இலைதழைகளைப் போட்டு உரமாக்கியும் நாட்களைக் கழித்துக்

கொண்டிருந்தான் இவன்.

கையில் மோதிரம், காதில் பவளக் கம்மல், வெள்ளிப் பூண் கட்டிய கோல் முதலியவற்றுடன் காட்சி தந்த மகேஸ்வரய்யனைக் கண்டு கிருஷ்ணப்பனின் மாமன் அதிசயப்பட்டான். மகேஸ்வரய்யன் கடிந்துகொண்டார். ‘எப்படிப்பட்ட மடையர் நீங்கள்? வீட்டில் இருக்கிற மாணிக்கம் உங்கள் கண்களில் படவில்லையே!’ என்று சொல்லி, மாமனுக்குக் கொஞ்சம் பணம் கொடுத்துக் கிருஷ்ணப்பனைப் பத்துமைல் தொலைவிலிருந்த பள்ளிக்கூடத்தில் சேர்த்து விடுதியில் விட்டுப் படிக்க வைத்தார். வேண்டிய பணத்திற்கு ஏற்பாடு செய்துவிட்டுப் போய்விட்டார்; பின்பு அவர் கண்ணில் விழவில்லை. வருஷத்திற்கு ஒருமுறை வந்து பார்த்துவிட்டுப் போவார். இப்படித்தான் கிருஷ்ணப்பன் பி.ஏ. வரை படித்தது. தனக்கு மிகவும் நெருங்கியவராக இருந்தார் என்று பழையதை நினைத்துக்கொண்டான் கிருஷ்ணப்பன். எனக்குக் கஷ்டம் வரும் போதெல்லாம் வந்துவிடுவார். நான் ஜெயிலுக்குப் போனபோதும் அவர் வந்தார். அப்படித்தான் காய்ச்சல் ஏதும் வந்து படுத்தாலும். முதன் முதலில் தேர்தலுக்கு நின்றபோது செலவுக்கு ஆயிரம் ரூபாய் கொடுத்துவிட்டுப் போனார். அவர் எப்படி வந்து ஓர் ஊரில் வசிப்பாரோ அப்படித்தான் அந்த ஊரைவிட்டுப் போவதும். வீட்டில் இருக்கும் பாத்திரம். கீத்திரம் எல்லாம் கண்டவர்களுக்குக் கொடுத்துவிட்டுப் போகும் விசித்திரமான மனிதர். அவர் எந்த ஜாதி, எந்தப் பிரிவு என்பது எனக்கு இன்னும் தெரியாது. பிராமணராகவோ, லிங்காயத்து சாதியினராகவோ இருந்திருக்கலாம். நான் மாமிசம் சாப்பிடுவதை நிறுத்திவிட்ட போது சந்தோஷப் பட்டார் என்று யூகம். அவருக்குக் குடும்பப் பெண்களைக் கண்டால் அப்படி ஒரு மரியாதை! ஆனால் வேசியரைக் கண்டால் சபலம் வந்துவிடும். சம்ஸ்கிருதத்தில் அவருக்குத் தெரியாத ஆபாசமான கவிதைகளே இல்லை. மகானுபாவர். அரசியலில் கொஞ்சம்கூட ஈடுபாடு இருக்கவில்லை.

‘நீ எல்லா கஷ்டங்களையும் வேதனைகளையும் அனுபவித்து உன் ஊரிலேயே வளரவேண்டும்’ என்று அவர் சொன்னார்.

கிருஷ்ணப்பன் தன் ஊரின் பக்கத்து நகரத்திலேயே வளர்ந்தான். அவனுக்கு ஏற்பட்ட அவமானம் ஏதும் மகேஸ்வரய்யன் அனுப்பிய பணத்தால் நீங்கவில்லை. ஏழைவீட்டுப் பையன் அல்லவா! அவன் உயர்நிலைப் பள்ளியில் படிக்கும்போது விடுதியில் வார்டனாக

இருந்தவர் ஒரு பண்ணையார். கிருஷ்ணப்பனை மிகவும் கேவலமாகப் பார்த்தார். ஏழை யானாலும் கிருஷ்ணப்பனிடம் இருந்த திமிர் எல்லார் கண்ணையும் உறுத்தியது. நம் இப்போதைய நிலைக்கும், நாம் விரும்பும் நிலைக்கும் இடைவெளி இருக்கும் போது எப்படிப்பட்ட வேஷமணிந்து கொள்ளவேண்டும், அதனால் எவ்வளவு கஷ்டப்படவேண்டும் என்பதைக் கிருஷ்ணப்பன் சில நிகழ்ச்சிகள் மூலம் விளக்கினான். இப்போது சாகும் நிலையிலும் அந்தச் சங்கடங்களிலிருந்து அவனுக்கு விடுதலை கிடைக்க வில்லை. அவனது ஏழை மனைவி அவனிடம் அடிவாங்கி, தலைவிரி கோலமாய், 'இவர் ஒரு பெரிய மனிதராம், புரட்சி பண்ணுகிறாராம். கட்டிய பெண்டாட்டியை அடிப்பதை முதலில் நிறுத்தட்டும்' என்று புலம்பும்போது கிருஷ்ணப்பன் துக்கமடைகிறான். தன் அகங்காரத்தைக் கட்டுப்பாட்டில் வைக்க, மகேஸ்வரய்யன் கற்பித்த நகைச்சுவை இந்த நோய் பிடித்த உடலிலிருந்து போய்விட்டதே என்று கொந்தளிப்படைகிறான்.

ஏதோ ஒரு சிறு பிழைக்காக விடுதி வார்டனுக்கு ஒருமுறை கிருஷ்ணப்பனை அடிக்கும் தைரியம் வந்ததாம். கொன்று விடுவது போல் பல்லைக் கடித்துக்கொண்டு, பிரம்பு ஒன்றை எடுத்துப் பிற மாணவர்கள் முன் ருத்திர அவதாரம் எடுத்து நின்றான் வார்டன். நீண்ட தாடையும், குழி விழுந்த கண்ணும், அம்மைத் தழும்புள்ள முகமும் கொண்ட குள்ளமான வார்டன் சுபாவத்தில் பயந்தாங் கொள்ளி. அவன் கீச்சுக் குரலுடன் செய்யும் ஆர்ப்பாட்டத்தைப் பார்த்துக் கிருஷ்ணப்பனுக்கு அசிங்கம்தான் தோன்றியது. அவனது தலைமையை ஏற்றுக்கொண்ட மாணவர்கள் வியப்பால் வாய் பிளந்து அடுத்து என்ன நடக்கப் போகிறதோ என்று எதிர்பார்த்தபடி நின்றார்கள். கிருஷ்ணப்பன் வார்டனுக்கு முதுகைக் காட்டி நின்று நிக்கரை அவிழ்த்தான். தனது பிருஷ்டத்தில் சிவப்பு நிறத்தில் இருந்த கட்டியை விரலால் சுட்டி, கழுத்தைத் திருப்பி, 'ஐயா, இந்தக் கட்டி இருக்கும் இடத்தைத் தவிர வேறு எங்கு வேண்டுமென்றாலும் அடிக்கலாம்' என்று குனிந்து நின்றான். சிறுவர்கள் 'கொல்' என்று சிரித்தனர். அவமானத்தாலும் கோபத்தாலும் நடுங்கியபடி நின்ற வார்டன் தன்னைச் சுற்றி நின்றவர்களின் வெறுப்பின் உக்கிரத்தைக் கண்டு பயந்து அங்கிருந்து போய்விட்டான். ஒருவனின் பதவியாலும் பணத்தாலும் வந்த திமிரை இப்படிப் பலதடவை வென்றிருக்கிறான் கிருஷ்ணப்பன்.

'உனக்குள் ஒரு புலி இருக்கிறதப்பா' என்று மகேஸ் வரய்யன்

சொன்னாராம். மகேஸ்வரய்யன் துர்க்கையின் இரகசிய பக்தர். எப்போதாவது யாரும் அறியாத ஓரிடத்தில் அமர்ந்து துர்க்கை ஆராதனை தொடங்கிவிடுவார். இரவு பகலாக நடக்கும் அந்த ஆராதனை சிலவேளை சில மாதங்கள்கூட தொடர்ந்து அவரை ஒரே இடத்தில் கட்டிப் போட்டதுண்டு. இந்தமாதிரி கிருஷ்ணப்பனின் முன்னிலையிலும் ஒரு பூஜை நடந்தது. அப்போது, 'புலி சவாரி செய்ய வேண்டுமப்பா!' என்று மகேஸ்வரய்யன் கிருஷ்ணப்பனிடம் நட்புடன் கூறினார். சிவப்புத் துணியை உடலில் சுற்றி, நெற்றியில் பெரிய குங்குமம் வைத்து, ஈரமான நீண்டமுடி தோள்மீது விழுந்து கிடக்கும்படி காட்சிதரும் துர்க்கை ஆராதகனின் ஒளிவிடும் கண்களைக் கிருஷ்ணப்பன் சந்தேகத்தோடு பார்த்தான். கிருஷ்ணப்பனுக்கு எந்த பூஜையும் சாத்தியமில்லை. தன் வாழ்வின் முகமூடியை நிஜமானதாய் மாற்றவல்ல மகேஸ்வரய்யனின் அன்பு கிருஷ்ணப்பனுக்கு வேண்டியிருந்தது அல்லவா? அதனால் புனிதமான ஒன்று தன்னையும் வந்தடைய வேண்டுமென்று அவர் மீது ஏற்பட்ட சந்தேகத்தையும் மீறி ஏகசிரத்தையுடன் அமர்ந்து அவருடைய பேச்சைக் கேட்டுக்கொண்டிருந்தான். கிருஷ்ணப்பன் ஒரு மனிதனாய் மாறி வளரவேண்டுமென்று மகேஸ்வரய்யன் அவனைக் கேலியும் செய்தார். சதா கண்ணாடியின் எதிரில் நின்று தலைசீவியபடியோ முகத்தைப் பார்த்தபடியோ இருந்த கிருஷ்ணப்பனின் சுயரசனையை இப்படியே கண்டித்து அவர் மாற்றினார்.

கிருஷ்ணப்பனின் உள்ளிருக்கும் புலி உறுமிக்கொண்டு எழுந்து தாண்டவமாடியது. கெட்டவர்கள் தங்களைப் புழு என்று நினைக்கும் படி செய்யும் சக்தியை மெதுமெதுவாகக் கிருஷ்ணப்பன் பெற்றுக் கொண்டிருந்தான். அவன் இன்று மாநிலத்தின் மிகவும் புகழ்பெற்ற எதிர்க்கட்சித் தலைவன் அல்லவா? அவன் வாயை அடைக்க கள்ளர்களும் அயோக்கியர்களும் முயன்றனர். அதனால் கிருஷ்ணப்பன் எப்போதும் பல்லைக் கடித்தபடி பொறுத்துக்கொண்டிருக்க வேண்டியிருந்தது.

அதனாலோ என்னவோ சமூகத்தோடு ஒத்துப்போகாத மகேஸ்வரய்யன் போன்ற ஒருவர் தனக்கு விருப்பமானவராய் எஞ்சினார். கெட்டுப் போவதே இயல்பென்கிற தினசரி வாழ்க்கையில் முழுமையான தூய்மையைத் தேடுவது பொருந்தாதது அல்லவா என்ற கேள்வி அவனைப் பாதித்தது உண்டு. பட்ஜெட், மராமத்து, லஞ்சம், பதவி உயர்வு, இடமாற்றம், உத்தியோகம் முதலியவற்றோடு

பின்னிப் பிணைந்து இருக்கும் அரசியலிலிருந்து விடுபட்டு மேல் எழுந்து நிற்க கிருஷ்ணப்பன் சதா முயல்கிறான். புரட்சிக்கான கனவு காண்கிறான். ஆனால் அவன் புரட்சி, சமூகத்தின் ஓட்டைகளை அடைக்கும் வேலை ஆகிவிட்டிருக்கிறது. தன்னை இவற்றிலிருந்து காப்பாற்றும் மகேஸ்வரய்யனும் இப்போதெல்லாம் வருவதில்லை. ஒன்று, பயங்கர சண்டைக்காரனும் அகங்காரியும் ஆகவேண்டும். அல்லது, சமூகத்திலிருந்து ஒதுங்கிப் போய், முகத்தைத் திருப்பிக் கொண்டு, தனக்குச் சரியென்கிற காரியங்களைச் செய்பவனாக இருக்கவேண்டும். பேராசைக்காரர்களைப் பார்த்துத் துச்சமாய்ப் பேசி ஆனந்தப்படுகிறான். இப்படி ஆனந்தப் படுவதே தன் பழக்கமாகிப் போயிற்றல்லவா என்று பயப்படுகிறான். தன் கோபத்தால் சுற்றியுள்ள சூழலில் கொஞ்சமும் மாற்றம் ஏற்படாமல் இருக்கும்போது கோபப்படுவதைவிட வேறு வழியுள்ளதா என்று சிந்தித்துச் சமாதானமாகிறான். இப்படிப்பட்ட கோபம், தாபம், காதல் போன்ற தீவிர உணர்வுகளுக்குக் கபீர், கன்னடக் கவிஞர் அல்லம பிரபு போன்ற 'பித்துக்குளி'களின் கவிதைகள் அரசியலைவிட மிக உயர்ந்தவை என்று நினைக்கிறான்.

ஆனால் கிருஷ்ணப்பன் இலக்கியவாதி ஆக முயன்று தோற்றவன். ஒருதடவை வெள்ளைத்தாளில் குண்டு எழுத்தில் ஒரு வாக்கியத்தைத் தொடங்கி, பின் அதை முடிக்க முடியாமல் ஆயிற்று. 'அறுவடை முடிந்த அந்தக் காலைநேரத்தில் கரியன் தன் தலையில் மலம் அள்ளிக் கொண்டு போனதுபோது...' என்று வாக்கியம் நின்றது. இப்படி அவன் போகும்போது உலகத்தின் அழுக்கையெல்லாம் சுடவல்ல நெருப்புப் போன்ற கோபம் அவனிடம் பிறந்தது என்று எழுதுவது சாத்தியமா? அது சாத்தியமாக வேண்டுமென்றால் ஒன்று, நிஜ வாழ்வில் அப்படி ஒரு கோபம் வந்திருக்க வேண்டும், அல்லது அந்தக் கோபம் வந்தது நிஜம் என்று விளக்கும்படியான மொழியாற்றல் தனக்கு வேண்டும். செயல்புரிய முடியாத வர்கள் தங்கள் பேச்சின் மூலம் இயலாமைகளைத் தீர்த்துக்கொள்கிறார்கள் என்று கவிஞர்களை வைதுகொண்டே இருந்தான். இப்படிப் பேசியதால் கோபம்கொண்ட மகேஸ்வரய்யன் 'சுட முடிந்தால் சுடப்பா, மொழியை வையாதே' என்றார். எங்கெங்கோ கோபத்தைத் தீர்த்துக்கொள்வதற்குப் பதில் அந்தக் கோபத்தையே நெருப்புச் சொற்களாக்கி உலகின் கேடுகளை எரிப்பதே உன்னதமானது என்பது மகேஸ்வரய்யனின் கருத்து. ஆனால் கிருஷ்ணப்பனுக்குத் தெரியும், தனது வார்த்தைகளைத் தன்னோடு பிறந்துள்ள கர்வத்தி

லிருந்து பிரிக்க முடியாதென்று. தன் உடல் முழுவதும் இருக்கும் பித்தத்தைப் போல் நிறைந்து வெளிப் படுகின்றது அது.

குழந்தை பருவம் மாறி இளைஞன் ஆனபோது கிருஷ்ணப் பனுக்குப் பைத்தியம் போல் வந்ததும் உண்டு. அப்போது இண்டர்மீடியட் படித்துக்கொண்டிருந்தான். அவனது சாதி காரணமாக விடுதியில் அவனுக்குச் சாப்பாட்டுக்கும் பிற வசதிகளுக்கும் கட்டணமில்லை. வயது ஏறத்தாழ இருபத்தைந்து இருக்கும். அவன் பிறந்த தேதி யாருக்குத்தான் சரியாகத் தெரியும்? படிப்பறிவில்லாத தாயைக் கேட்டால், ஆற்றில் வெள்ளப்பெருக்கு வந்ததல்லவா அந்த வருஷம் என்கிறாள். கிருஷ்ணப்பன், கட்டணமில்லாமல் படித்தாலும் பணக்கார மாணவர்களுக்கும் அவன்தான் தலைவன். அவனுக்கு மட்டும் தனி அறை. மாணவர்கள் எல்லாம் சேர்ந்துவிட்டுக் கொடுத்தது. ஒருமுறை கிருஷ்ணப்பனுக்குக் காய்ச்சல் வந்தது. அவனுக்குக் குரப்பன் என்ற பணக்காரத் தொண்டன் ஒருவன் இருந்தான். அவன் கிருஷ்ணப்பனைக் காய்ச்சல் நேரத்தில் கவனித்துக் கொண்டு இருந்தபோது காய்ச்சல் அதிகமாக ஏற, ‘எனக்கு ஒரு புதிய படுக்கை செய்துகொடு’ என்றான்.

குரப்பன் கொஞ்சம் கஞ்சன் என்பது கிருஷ்ணப்பனுக்குத் தெரியும். படுக்கை எப்படி இருக்க வேண்டும் என்று விவரித்தான்.

‘ஏய், குரப்பா, கஞ்சத்தனம் பண்ணாதே. மெத்தையின் ஓரத்தில் வேறு துணி பயன்படுத்தித் தைக்க வேண்டும். படுக்கை ஒரு பெட்டி போல் இருக்க வேண்டும், புரிந்ததா?’

குரப்பன், ஒப்புக்கொண்டு மெத்தை தைத்துக் கொடுத்தான். கிருஷ்ணப்பனுக்குக் காய்ச்சல் அதிகமானது. ஏதேதோ புலம்பியவன் புதிய மெத்தையின் ஓரத்தைத் தொட்டுப் பார்த்தான்.

‘பாம்பின் வாய் போல் கூர்மையாக இருக்கிறதே? பெட்டிபோல் இருக்கவேண்டும். பெட்டிபோல்’ என்று கண்களைத் திறக்க முடியாமலிருந்தாலும் குரப்பனின் முகத்தைத் தேடிக் கூறிக்கொண்டு எழ முயன்றான்.

அவன் சொன்னபடியே படுக்கையை தைத்துள்ளதாய்க் கூறிய குரப்பனின் பேச்சுகேட்டு அவனுக்குக் கோபம்வந்தது. படுக்கை

வேண்டாம் என்று தலையில் படுத்துக்கொண்டான். குளிர் வரும் என்று குரப்பன் சொன்னாலும் எழவில்லை. சில மாதங்களில் குரப்பனுக்குக் காய்ச்சல் வந்தது. அப்போது கிருஷ்ணப்பன் அவன் பக்கத்தில் சதா அமர்ந்து நெற்றியில் ஈரத்துணி வைத்தபடியிருந்தான்.

அவன் வாந்தியெடுத்த போது அதை வழித்துச் சுத்தம் செய்தான். குரப்பனுக்குக் கிருஷ்ணப்பனைத் தொழும் பக்தி உணர்வு ஏற்பட்டது. ஆனாலும் கஞ்சனான குரப்பனுக்கு நல்ல மெத்தை தைப்பது தேவையில்லாத செலவு என்று தோன்றியிருக்க வேண்டும். ஜன்னியில் இருந்தவன் பேச்சுக்கு ஏன் மதிப்பு கொடுக்கவேண்டும் என்ற கபடமும் இருந்திருக்க வேண்டும். அதனால் தான் சொன்னபடி தைக்கவில்லை. இந்தச் சின்னத்தனம் கிருஷ்ணப்பனை மிகவும் பாதித்தது. குரப்பன் சிலநாளில் வேறு மெத்தை தைத்துக்கொண்டு வந்து எவ்வளவோ வேண்டிக்கொண்டபோதும் கிருஷ்ணப்பன் அதில் படுக்கவில்லை. தன் பழைய படுக்கையிலும் படுக்கவில்லை. பாயில்தான் படுத்தான். குரப்பன் சோர்ந்த முகத்தோடு பக்கத்தில் அமர்ந்திருந்தாலும் அவனுடன் பேசவேயில்லை.

காய்ச்சல் இறங்கிய பின் தன் மாமனின் பெரிய மகனிருந்த ஊரில் சிகிச்சை பெறக் கிளம்பினான். அந்த ஊருக்கு முப்பது மைல் தூரம் ரயிலில் போய் பிறகு பஸ் ஏறவேண்டும். இருக்கும் ஒரே பஸ்ஸிற்கு நேரம் காலம் கிடையாது. ஸ்டேஷனில் இறங்கிய கிருஷ்ணப்பன் பஸ்ஸுக்குக் காத்து ஒரு ஹோட்டல் பெஞ்சில் படுத்தான்.

இன்னும் காய்ச்சல் இருந்தது. பெஞ்சில் படுத்திருந்த கிருஷ்ணப்பனை ஹோட்டல் சொந்தக்காரர் வந்து, புகையிலையின் சாறு வாய் நிறைய வழிய, தாடியைச் சொறிந்தபடி 'எழுந்திரு' என்று சைகை காட்டினான். கிருஷ்ணப்பன் அவனை நேரே நிமிர்ந்து பார்த்தான். ஹோட்டல்காரனுக்குக் கோபம் வந்தது. புகையிலையைத் துப்பிவிட்டு வந்து, 'எழுந்திரய்யா, இல்லாவிட்டால் எழ வைப்பேன்' என்றான். கிருஷ்ணப்பன் அவனை நேரே பார்த்துச் சாந்தமாகச் சொன்னான்: 'எனக்குக் காய்ச்சல், வெளியில் வெயிலில் படுக்க முடியாது. பஸ் வரும்வரை படுக்க நீங்கள் அனுமதி கொடுக்க வேண்டும்.' வார்த்தையில் இருந்த சாந்தம் அவன் கண்களில் இருக்கவில்லை. 'இவனை இழுத்துப்போடு! திக்கில்லாத தயோளி களுக்குப் படுக்க அல்ல இந்த ஹோட்டல்' என்றான். வேலைக்காரன் ஒருவன் வந்து தலைக்கடியில் இருந்த டிரங்கை இழுத்தான். கடை சொந்தக்காரன்

அதை வெளியே வீசிய போது அதிலிருந்த பொருள்கள் மதிய வெயிலில் விழுந்தன. கிருஷ்ணப்பனை இழுக்கப் போனபோது 'என் உடம்பைத் தொட்டால், ஜாக்கிரதை' என்று தள்ளாடியபடி வெளியில் நடந்தான். கம்பீரமாகத் தன் ஜிப்பா கையைச் சரிசெய்தபடி வெளியில் கிடந்த பொருள்களை டிரங்கில் நிறைத்தான். எரிக்கும் வெயிலில் டிரங்கின் மீது அமர்ந்து உக்ரமுனி போல் ஹோட்டலின் கட்டிடத்தைப் பார்த்த படி, 'இது, நெருப்பு விழுந்து எரிந்துபோகும், ஒரு மாதத்திற்குள்' என்றான் சாந்தமாக. எஜமானன் 'தூ' என்று துப்பியபோது கிருஷ்ணப்பன் கருணையுடன் சிரித்தான்.

இப்படிப்பட்ட சக்திவாய்ந்த வார்த்தைகளைச் சொல்லும் ஆற்றல் அவனுக்கு இன்னும் இருக்கிறது. நடமாட முடியாவிட்டாலும் நாற்காலியில் வைத்துத் தூக்கிப் போனபோது அசெம்பிளியில், யாரையும் பார்க்காமல் நேரே பார்த்தபடிச் சொன்னான், 'நான் இப்போது தீர்க்கதரிசி போல் சொல்கிறேன். கேளுங்கள், அல்லது விடுங்கள். எனக்கது பொருட்டல்ல. ஏழைகள் கோபத்தில் எழுவார்கள். உங்கள் வீடுகளுக்குத் தீ வைப்பார்கள்' என்று கூறினான். நாளிதழ்களில், ஹாஸ்யச் செய்தி தேடும் அதன் ஆசிரியர்கள் இதை ஆச்சரியக்குறிகள் இட்டுப் பெட்டிகட்டி பிரசுரித்தார்கள். அவன் முகம், அவன் தொனி, அவன் கம்பீர தோரணைகளுடன் இந்தப் பேச்சைக் கேட்டவர்களுக்கு அது நகைச்சுவை யாகத் தோன்றாது. ஆனால் தினசரி வாழ்வின் தொல்லைகளுக்கு நடுவில் இலட்சியத்துடன் பேசும் வார்த்தைகளை அச்சில் காண்கையில் வேடிக்கையாகத் தோன்றும். அகங்காரி ஒருவனின் புலம்பல் என்று படும். அது கிருஷ்ணப்பனுக்குத் தெரியுமாகையால் ஏழைகள் கோபத்தில் எழும்வரை தனது அகங்காரம், கோபங்களைக் கூர்மையாகவே பாதுகாக்க வேண்டுமென்று உடல் பலவீனமான இப்போதும் பிரயத்தனப்படுகிறான்.

கிருஷ்ணப்பனின் மாமன் மகன் ரங்கப்பன். சிறிது லஞ்சத்துக்குக் கைகட்டி வாழும் ஒரு பரம ஏழை குமாஸ்தா. வீட்டில் எட்டு குழந்தைகள். இரண்டு அறைகளுடன் ஓடு வேய்ந்த வீட்டின் எசமானி சாவித்திரியம்மாள். ஜலதோஷம் பிடித்த மூக்கைத் தன் கையால் பிடித்துச் சுவரில் தேய்த்தபடி எப்போதும் குறம்பாடியபடி இருக்கும் அவள் தன் கணவனுக்கும் கிருஷ்ணப்பனுக்கும் உணவு பரிமாறும்போது கணவனுக்கு நல்ல மோரும் கிருஷ்ணப்பனுக்குத் தண்ணீர் ஊற்றிய மோரும் எந்த வெட்கமும் இல்லாமல் கொடுக்கும் பெண்மணி. இவளைத் தன் கோபம்

தெறிக்கும் கண்களால் பார்த்து வெட்கமடையச் செய்ய முடியாதவனாய்ப் போனான் கிருஷ்ணப்பன். இந்த ஊருக்குச் சிகிச்சைக்காக வந்தவன். இல்லாவிட்டால் தாயின் ஊருக்குப் போயிருக்கலாம். குழந்தைகள் படுக்கும் அறையில் சதா தன் கண் காணும்படிப் படுத்திருக்கும் கிருஷ்ணப்பனின் நிலையையும் எல்லாரையும் போல கேழ்வரகு தின்னாமல் சோறுமட்டும் தின்ன முடியும்படியான அவன் நோயையும் தன் ஏழ்மையையும் பற்றித் தன் பாட்டுக்குப் பேசிக்கொண்டு சமையலறைப் பித்தளைப் பாத்திரத்தைத் தூக்கிப் போடுவாள். இது கிருஷ்ணப்பனின் வன்மத்தை இன்னும் தூண்டும்.

தன் சூழலின் சிறுமைத்தனத்தை வெல்ல வேறு வழியில்லாமல் கிருஷ்ணப்பன் ஆழ்ந்த மௌனம் மேற்கொண்டான். குழந்தை களின் மூத்திரம், மலம், கணவனின் பெரும் தீனி, எப்போதும் விழும் அழுக்குத் துணிகள் இவற்றுடன் தினம்தினம் போராடும் சாதாரண சூத்திரப் பெண்களைப் போல இவளும் ஒருத்தி என்று முதலில் செய்ததுபோல் முறைத்துப்பார்ப்பதையும் பதில் சொல்வதையும் நிறுத்தினான். அவள் சிறுமை தன் சக்தியில்லாத தேகத்தையும் மனத்தையும் ஆக்கிரமிக்காதிருக்கட்டும் என்று நினைத்துக் கொண்டான். இப்படியிருக்கும்போது இரண்டு சம்பவங்கள் ஒரே நாளில் நடைபெற்று ஏற்படுத்தி கிருஷ்ணப்பனிடம் ஓர் ஆச்சரியமான மாற்றத்தை ஏற்படுத்தின.

கிருஷ்ணப்பன் டைரி எழுதுவதுண்டு. தான் முனகும்போது எல்லாம் சந்தோஷமான முகத்தோடு இந்தப் புஸ்தகத்தை எடுத்து குண்டு எழுத்தில் ஏதேதோ எழுதும் கிருஷ்ணப்பனைப் பார்த்து கோபத்துடன் முறைத்துப் பார்த்தபடி நின்றுவிடுவாள். எழுத்தறிவு இல்லாத சாவித்திரியம்மாவுக்கு, கிருஷ்ணப்பனை மௌன மாக்கும் இந்த எழுத்து வேலை ஏதோ ஒரு மாயமந்திரம் என்றே தோன்றும். ஒருநாள் காலையில் அவன் இன்னும் தூக்கத்தில் இருந்த போது அந்தப் புஸ்தகத்தை எடுத்துக்கொண்டுபோய் வெந்நீர் அடுப்பில் போட்டுவிட்டாள். அவன் வந்து கேட்டால் நெருப்பு மூட்ட விறகு இல்லை என்ற சொல்ல வேண்டுமென்று நினைத்துக்கொண்டாள்.

கிருஷ்ணப்பன் எழுந்து மாவிலையால் பல்விளக்கியபடி நடு வீட்டில் வந்து 'எங்கே என் புஸ்தகம்' என்றான். சந்தேகம் ஏற்பட்டதால் சமையல் கட்டுக்குப் போய்ப் பார்த்தான். புஸ்தகத்தின் கருகிய அட்டைப் பகுதி ஒன்று கிடைத்தது. சாவித்திரியம்மாளின் எதிர்

13

நின்று, பேசாமல் முறைத்துப் பார்த்தான். சாவித்திரியம்மாள் நிஷ்களங்கமாய் விறகு இல்லை என்றாள். கிருஷ்ணப்பன் அசையாமல் நின்றான். இந்தப் பெண்ணைக் கொல்ல வேண்டும் என்று தோன்றியது. கூடவே கண்களில் நீர் நிறைந்தது. இந்தக் கண்ணீரைப் பார்த்துச் சாவித்திரியம்மாள் தன்னைப் பற்றிப் பச்சாதாபப்பட்டாள் என்று எண்ணிப் படுக்கையில் போய்ப்,படுத்தான். கண்களை மூடினான். அவனுக்குப் புரியாத உணர்வுகள் மனத்தில் தோன்றின. தன் சூழலின் சிறுமை தன்னைச் சீரழிக்காமல் விடாது என்று எண்ணியபோது தான் ஒரு பலவீனன் என்று உணர்ந்தான். தன் விரலை வெட்டி எறிய வேண்டும் என்று பெட்டியில் இருந்து பிளேடை எடுத்தான். இப்போது பயமின்றி விரலை வெட்டிக்கொள்ள முடியுமானால் எல்லாவற்றையும்விட தான் மிகவும் திடமானவன் என்று அர்த்தம் என்று விரலை வெட்டத் தயாரான போது உள்ளே புகுந்த பக்கத்து வீட்டுப் பெண் ஒருத்தி, 'கேட்டீங்களா சாவித்திரியம்மா? அரசாள் ஊரில் ஹோட்டல் வைத்திருந்தாரல்லவா உடுப்பிக்காரர்... அவர் ஹோட்டலில் தீப்பிடித்துவிட்டதாம். அவர் உடம்பெல்லாம் சூடுபட்டு ஆஸ்பத்திரியில் சேர்த்திருக்கிறார்களாம்' என்றாள்.

கிருஷ்ணப்பனுக்கு இதைக் கேட்டவுடன் தனது சாபம் நினைவுக்குவர, தான் தெய்வத்தன்மை கொண்டவன் என்ற எண்ணம் வந்தது. தன் சாபத்தின்படி ஒரு மாதம் ஆகவேண்டும். இப்போது ஒரு மாதமும் பத்து நாள்களும் ஆகிவிட்டன. கிருஷ்ணப்பனின் உணர்வின் உத்வேகத்தில் இது அவனைப் பாதிக்க வில்லை. தான் தெய்வப்பிறவி, இந்தத் தன்மை வளர்ந்துதான் தெய்வமே ஆகிவிட வேண்டும் என்று நினைத்து 'ஹோ'வென்று சிரித்தான். பக்கத்து வீட்டுப் பெண், சாவித்திரியம்மாள் இருவரும் பார்க்கும் போதே காலின் சிறுவிரலைப் பிளேடால் பென்சிலைச் சீவுவது போல் சீவி, அதிலிருந்து வரும் இரத்தத்தைப் பார்த்துச் சிரித்தான்.

அதிலிருந்து உருவாயிற்று கிருஷ்ணப்பனின் பைத்தியம். மகேஸ்வரய்யன் செய்வதுபோலவே நடுவீட்டில் அமர்ந்து கோலப் பொடியால் பெரிய மண்டலம் வரைந்து அதை மஞ்சள் குங்குமத்தால் நிறைத்தான். நடுவில் ஒரு செம்பை வைத்துத் தேவியைப் பிரதிஷ்டை செய்தான். கோவணத்துடன் அமர்ந்து மகேஸ்வரய்யன் கொடுத்த சௌந்தர்ய லகரியை வாசிக்க ஆரம்பித்தான். சூத்திரர் மந்திரம் சொல்வதா என்று சாவித்திரியம்மாள் கோபித்தாள், பயந்தாள். ஆனால் அவன் தெளிவாக மந்திரத்தை உச்சரித்தான். அவன் பக்கத்தில்

போகமுடியாமல் பயத்தால் தூரநின்றாள். பள்ளிக் கூடத்திலிருந்து வந்த குழந்தைகளைப் பின்பக்கம் வழியாகச் சமையலறைக்கு அழைத்து கிருஷ்ணப்பன் பக்கத்தில் போக வேண்டாம் என்றாள். சிவகணங்களில் ஒன்று போல அமர்ந்திருந்த கிருஷ்ணப்பனைக் கண்டு அவள் கணவன் ரங்கப்பனும் ஆச்சரியப் பட்டான். 'தோரணம் கட்டுங்கள்' என்று கிருஷ்ணப்பன் நடுவில் சொன்ன போது ரங்கப்பன் தானே எழுந்து போய் மாவிலைத் தோரணம் கட்டினான்.

யாரும் நடுவீட்டில் நடமாடவில்லை. இவ்வாறு மூன்று நாள் பூஜைக்கு சாவித்திரியம்மாள், வாயை அடைத்துக்கொண்டு 'மடி' பார்த்துப் பாயசமும் பச்சைப் பயறும் நறுக்கிய வெள்ளரிக்காயும் வைத்து நைவேத்தியம் தயார் பண்ணினாள். எதிர்பார்க்காத இந்த சம்பவத்தை எப்படி எதிர்கொள்வது என்பது அக்கம் பக்கத்தாருக்குப் புரியவில்லை. அலுவலகத்தில் பிற பிராமண குமாஸ்தாக்கள் இதனால் உனக்குக் கேடுவரும் என்று பயமுறுத்தினார்கள். வேறு சிலர், பிராமணரல்லாத ஒருவர் இப்படிச் செய்து தேவியைத் தன்னுள் வரவைப்பது சாத்தியமில்லை என்றனர். இந்தத் தீட்சையைக் கிருஷ்ணப்பனுக்குக் கொடுத்திருக்கக் கூடிய மகேஸ்வரய்யன் எந்தச் சாதி என்ற ஊகங்களுக்குப் பதில் கிடைக்கவில்லை. கிருஷ்ணப்பன் செய்தது வங்காளத்திலுள்ள சக்தி உபாசனையாக இருந்தால் கிருஷ்ணப்பனுக்கும் பிறருக்கும் கண்டிப்பாக கேடு வரும் என்றான், மந்திரங்களில் கொஞ்சம் பரிச்சயமிருந்த குமாஸ்தா ஒருத்தன். ரங்கப்பனின் கூடவந்து வெளியில் நின்று மந்திரம் கேட்டு அர்த்தத்தைப் புரிந்தவன் போல் தலையாட்டிக்கொண்டு இது தாந்திரிகச் சடங்கு என்று சொன்னான். இதன் நிவாரணைக்கு வழி ஏது என்று ரங்கப்பன் அவனைக் கைகூப்பிக் கேட்டான். 'இதோ பார்த்துச் சொல்கிறேன். தெய்வத்தை வரவைத்தபின் சரியாக வெளியே அனுப்ப வழி தெரிந்திருக்க வேண்டும். இந்த மந்திர வாதங்கள் கைவைத்தவர்களை விழுங்கிவிடும், பாரும்' என்றான். அவன் நிஜமாகவே பயந்ததைக் கண்டு இவனுக்குக் கலக்கம் உண்டாயிற்று.

கிருஷ்ணப்பனுக்குத் தூக்கம் இல்லை. தினம் மூன்று முறை கிணற்றிலிருந்து நீர் எடுத்துத் தலையில் ஊற்றிவிட்டு அமர்ந்து விடுவான். மந்திரங்களைப் பகலும் இரவும் உரக்கச் சொல்லிக் கொண்டேயிருந்தான். தேவிக்கு நைவேத்தியம் பண்ணிய பாயசத்தைக் கொஞ்சம் சாப்பிட்டான். அவ்வளவே. ரங்கப்பன் தினமும் வெளியில் போய் ஒரு பெட்டி நிறைய செம்பருத்திப்பூ கொண்டு வருவான். தேவிக்கு இஷ்டமான பூவுக்காக நான்கு மைல் போய்

வந்துகொண்டிருந்தான். வீட்டில் உள்ள எல்லாரும் கிருஷ்ணப்பன் சொல்வதுபோல் நடந்துகொண்டனர்.

தேவி பூஜையைப் பற்றி அறிவுப் பூர்வமாய் நிராகரித் திருந்த கிருஷ்ணப்பனுக்கு அப்போது தான் விரும்பும் எதையும் செய்யும் மனச் சுதந்திரம் எப்படிக் கிடைத்தது என்ற இரகசியம் புரியவில்லை. மூன்று நாள் இப்படித் தேவி பூஜை பண்ணிய பின்பு தனது உடலிலிருந்து தான் பிரிந்து வேறு மனிதனாய் இருப்பதாக நினைத்தானாம். அப்படி நினைத்தபோதே பூஜையைவிட்டு எழுந்து உடுத்தியிருந்த கோவணத்தைக் கிழித்து வீசிவிட்டு வெளியே வந்தானாம். அம்மணமாய் வீதியில் நடந்தானாம். அப்போது பாதி பயமும் பாதி கௌரவமும் கலந்து மக்கள் தன்னைப் பார்த்ததைக் கண்டு அவனது உன்மத்தம் அதிகமாகி ஊர் மத்தியிலிருக்கும் விநாயகர் கோயில் சுற்றுச்சுவரில் ஏறி அமர்ந்துவிட்டானாம்.

அடுத்து நடந்தது கிருஷ்ணப்பனுக்கு நினைவில்லை. மகேஸ் வரய்யன் எங்கிருந்து வந்தாரோ, தன்னைத் தூக்கிக் கொண்டுபோய் என்ன சிகிச்சை செய்தாரோ இவனுக்குத் தெரியாது. ஆனால் கிருஷ்ணப்பன் சரியாகிவிட்டான்.

இது பைத்தியமானால் தன் இறுதிக்காலத்தை எதிர்பார்த்தபடி படுத்திருக்கும் கிருஷ்ணப்பனுக்கு இத்தகைய உன்மத்தம் இப்போதும்கூட சாத்தியம்தான் என்றே கூறவேண்டும். அவனை ஒரு பொருட்டல்ல என்று பார்ப்பது யாருக்கும் சாத்தியம் இல்லை. அவனது பெயரும்கூட குணத்தைக் காட்டும்படி இருந்தது அல்லவா? ரிஜிஸ்டரில் அவன் பெயர் கிருஷ்ணப்ப கௌடா. 'கிருஷ்ணப்ப கௌடா' என்றால் மிகவும் அந்நியோன்யமாகவும் அவன் சூத்திரன் என்பதைச் சுட்டும்படியும் இருந்தது. அதனால் அவனை எப்படி அழைக்கவேண்டும் என்பதே அவனது ஆசிரியர்களுக்குப் பிரச்சினையாக இருந்தது. கிருஷ்ணப்பன் என்றால் அதில் ஒரு மதிப்பு இல்லை. எனவே அவனுக்கு ஒரு பெயரே இல்லாதது போல் எல்லோரும் 'கௌடரே' என்று அழைத்தார்கள்.

அவன் சாதாரணத்துவத்தை எதிர்பாராதவிதமாய் மீறி எல்லாருக்கும் திக்பிரமை வரவைத்தான். ஒரு தடவை சட்ட மன்றத்தில் ஆளுநர் உரையின்போது அதில் தேசத்தின் வறட்சியைப் பற்றிய எந்த அக்கறையும் இல்லாதிருந்ததைக் கண்டு கோபம் கொண்டவனாய், உரையின் ஒரு பிரதியைத் தரையில் போட்டுக் காலால் மிதித்து தனது உக்ர வடிவத்தைக் காட்ட, மக்கள் பிரதி நிதிகள்

ஒரு நிமிடம் எதுவும் புரியாமல் விழித்தனர். பின்பு சபையை அவமதித்துவிட்டான், அது இது என்றெல்லாம் சப்தமிட்டு அவனைச் சட்டமன்றத்திலிருந்து வெளியேற்றினார்கள். கெட்டவர்கள் மாத்திரம் பிறரிடம் அனுதாபம் கேட்டு நிற்பார்கள் என்பது கிருஷ்ணப்பனின் நிலைப்பாடு. ஆனால் தனக்குப் பழக்கமானவன் ஒருவன் எதிரியாக இருக்கட்டும். அவன் காய்ச்சலில் படுத்திருக்கிறான் என்றால் பழம் வாங்கிக்கொண்டுபோய் அவனைப் பார்த்து வருவான். இப்படிக் கிருஷ்ணப்பன் வந்து பார்த்தால் நோயாளிகள் சந்தோஷப்படுவார்கள்.

ஒருநாள் காலையில் கிருஷ்ணப்பனுக்குச் சிறுநீர்க் கழிக்கும் அவசரம். ஆனால் எழமுடியவில்லை. சீதா சீதா என்று ‘பான்’ கொண்டுவந்து வைக்க மனைவியை அழைத்தான். அவள் குளித்துக் கொண்டிருந்தாள். பலவீனமான உடல் அல்லவா? அடக்கமுடியாமல் படுத்த இடத்திலேயே சிறுநீர்க் கழித்துவிட்டான். அவள் குளித்து முடித்து வந்து கவலையுடன் இருந்த அவன் முகத்தைக் கண்டு ‘என்ன?’ என்றாள். கிருஷ்ணப்பன் சொல்லவில்லை என்றாலும் நாற்றத்தினால் என்னவாயிற்று என்று அவளுக்குப் புரிந்துவிட்டது. இதனால் அவளுக்குச் சந்தோஷம் ஏற்பட்டிருக்க வேண்டும் என்று யூகித்துக் கிருஷ்ணப்பனுக்குக் கோபம் வந்தது. மனைவி ஆத்திரத்துடன் அடுத்த படுக்கைக்கு அவனை மாற்றும்போது ‘என்னைப் பார்த்தால் சிடுசிடுக்கிறீர்கள். வேறு யார் உங்கள் மூத்திரத்தையும் மலத்தையும் சுத்தம் செய்வார்கள்? சொல்லுங்கள். உங்களுக்காகக் காத்துக் கொண்டிருந்தாள் என்று சொன்னீர்களே அவள், இந்த வேலையைச் செய்திருப்பாளா? அல்லது லூசியோ பூசியோ இருந்தாளாமே! அவள் செய்திருப்பாளா?’ என்றாள். மனைவி அவனைச் சந்தோஷப்படுத்தத்தான் இப்படிப் பேசினாள் என்று கருதி உள்ளேயே இன்னமும் வெந்துகொண்டிருந்தான். இந்தப் பெண் இப்படி எனக்குச் சேவை செய்வதன் மூலம் இறுதியிலும்கூட என்னை வெல்லப் போகிறாள் என்று எண்ணினான். கௌரி தேஷ் பாண்டேயைப் பற்றியும் லூசினாவைப் பற்றியும் மனைவிக்குச் சொன்னவனும் கிருஷ்ணப்பனேதான். அந்தச் சங்கதிகளைச் சொல்லி அவளை உயர்ந்த குணமுள்ளவளாய் மாற்றப் பிரயத்தனப்பட்டான். அவன் பேசும்போது அவள் ‘ஆ’, ‘ஊ’ என்று கத்துபவள் அல்ல. ‘என்னவோ எனக்கதெல்லாம் தெரியாது. உங்கள் மத்தியான மருந்தைச் சாப்பிட்டீர்களா?’ என்பாள். அல்லது, ‘பக்கத்து வீட்டுப் பெண் மாட்டினிக்கு அழைத்திருக்கிறாள். போய் வருகிறேன்’

என்பாள். வீட்டுவேலைகளின் அன்றாடப் பிரச்சினைகளிலும், அதிகமென்றால் வங்கியின் பிற உத்தியோகஸ்தர்களின் வீட்டுத் திருமணம், பூணூல் சடங்கு, குழந்தைப் பேறு போன்ற காரியங் களிலும் ஈடுபடுவாள். இதுதான் அவன் மனைவியின் உலகம். இவளைக் கிருஷ்ணப்பன் திருமணம் செய்த வருடமே ஒரு மகளைப் பெற்றாள். அவ்வளவே. அதன்பின் மெதுமெதுவாய் அவன் அவளுடன் உடலுறவு வைக்காமல் போய்விட்டான். ஆனால் இப்போது அவனது உடலைக் குளிப்பாட்டுவது முதல் மலம், மூத்திரம் மாற்றுபவளும் அவளே. அவள் தன்னை வெல்கிறாள் என்பது கிருஷ்ணப்பனுக்குப் புரிந்தது. தான் குரூரமாக நடந்து கொள்ளும் போதெல்லாம், அண்மைக்காலமாக, அவள் சாந்தமாக நடந்துகொள்வதைக் காண்கையில் அவனுக்குத் தனது ஆளுமையே போலியாகி விடுமோ என்கிற சந்தேகம் வர ஆரம்பிக்கிறது.

ஆரம்பத்திலிருந்தே அவள்தான் வெற்றி பெற்றாள். இல்லா திருந்தால் லூசினா மற்றும் கௌரியின் கதைகளைத் தன் மனைவிக்குச் சொல்லி அவளிடம் கௌரவத்தைப் பெற முயன்றிருக்கத் தேவை யில்லை. மனைவியைச் சம்போகிக்கப் போகும்முன் தன்னை அவள் பெரியவனாய்க் கருத வேண்டும்; தன் உடலைக் கிடைக்காத பொருளாய் அவள் நினைக்க வேண்டுமென்றுதான் செய்யும் தந்திரோபாயங்களைப் புரியாத முட்டாள் சீதா, அவனை ஒரு நகைப்புக்குரிய மனிதனாய்ச் செய்துவிடுவாள். சாவித்திரியம்மாள் தான் எழுதிய டைரியை எரித்ததைச் சொன்னபோது 'டைரியில் அப்படி என்ன இருக்க முடியும்?' என்று அவள் ஆச்சரியப்பட்ட துண்டு. நிதான மாகக் கச்சம் கட்டிய வேட்டியையும் சட்டையையும் நீக்கியபடி பேசும் அவன் பேச்சுகளைக் கேட்டுப் 'போர்' அடித்துப் போன சீதா, 'சீக்கிரம் வாருங்கள். அதிக நேரம் தொந்தரவு பண்ணா தீர்கள். காலையில் ஒன்பது மணிக்கே பேங்குக்குப் போகவேண்டும்' என்று அவனைக் கவரச் சிரிக்கும்போது கிருஷ்ணப்பனுக்கு அவள் உடல் மீதிருக்கும் ஆசையே போய்விடும். 'உண்மையில், அவளின் தரத்திலேயே நானும் இருக்கிறவன்தான். இல்லாவிடில் இவளைத் திருமணம் செய்வேனா? என் சரியான குணத்தை அறிந்தவளைத் தான் அடைந்தேன்' என்று வருத்தத்தோடு படுப்பான். அல்லது அவளை அடைய விரும்பியபோது அதிகம் குடித்துவிடுவான்.

கிருஷ்ணப்பன் பி.ஏ. படிக்கும்போது கல்லூரியின் இறுதி ஆண்டில் அவன் வகுப்பில் இருந்த கௌரி தேஷ்பாண்டேயுடன் அவனுக்கு நட்பு உருவாயிற்று. ஸ்கூலுக்குப் பிந்தி சேர்ந்ததால் கிருஷ்ணப்பன் அவளைவிட ஏழு எட்டு வருஷமாவது பெரியவன். சுதந்திரப் போராட்டக் காலத் திலும் நாற்பத்திரண்டு மற்றும் நாற்பத்தேழு இயக்கங்களில் கிருஷ்ணப்பன் மாணவர் தலைவனாக இருந்ததால் மாணவிகளுக்கு அவன் ஒரு பெரிய 'லெஜண்ட்'. அவன் கோபம், அவனது கர்வம், அவனுக்கு ஏற்பட்ட பித்தநிலை போன்றவற்றை அறிந்த பெண்களில் நுட்பமான மனமுள்ளவர்கள் தங்கள் ஆசிரியர்களைவிட அவனையே அதிகம் மதித்தார்கள். அவன் வகுப்புக்கு வருவதே கம்மி. அவன் வரும்போது ஆசிரியர்கள் தங்கள் சில்லறை நகைச்சுவைகளைச் சொல்லாமல் ஒழுங்காகப் பாடங்களை நடத்தினார்கள். பரீட்சை, கிரீட்சை என்று தலையைக் கெடுக்காத கிருஷ்ணப்பன் மிகவும் திறமைசாலி, சுதந்திரமாக யோசிப்பவன், வயசானவன் என்கிற காரணங்களால் ஆசிரியர்கள் அவனைக் கண்டு எரிச்சலுற்றார்கள்.

கிருஷ்ணப்பன் கரிய நிறம் கொண்டவன். பலசாலி. சுத்தமான கதர்வேட்டியை அணிந்து கல்லூரிக்கு வருவான். இந்த வெள்ளை ஆடையுடன் ஒல்லியான ஒரு சிலையைப்போல் காணப்படுவான். அவனது பிரகாசமான முகம் முறைத்துப் பார்க்கும் போது மட்டும் குரூரமாய் பயம் ஏற்படுத்தும்படியிருக்கும். பேச்சு மென்மையாக இருக்கும். முரட்டுத்தனமான பாடகனின் குரல். 'ஆப்பிரிக்க பிரின்ஸ்' என்று மாணவிகள் அழைப்பார்கள். அவன் அவ்வப்போது வரும்போது 'பிரின்ஸ்' வந்திருக்கிறான் இன்று என சந்தோசமாய் பேசிக்கொள்வார்கள்.

கௌரி தேஷ்பாண்டே கல்லூரியில் பெயர்பெற்ற நடனக் காரி; சங்கீதம் தெரிந்தவள்; வகுப்பில் முதல் மாணவி. அவளுக்குக் கிருஷ்ணப்பன் என்றால் இஷ்டம் என்பதையறிந்த பிற பெண்கள் அவளை ராதை என்று கேலி செய்தனர். எதிரில் அல்ல, பின்னால். ஏனென்றால் கௌரி யாரிடமும் பேசாது தனியாக இருந்து வந்தாள்.

பிற மாணவிகள் அவளைப்பற்றி ஆச்சரியப்பட காரணம் உண்டு. கௌரியின் தாய் கணவனை விட்டு ஓடிவந்து பாக்கு மண்டி சொந்தக்காரன் நஞ்சப்பனின் ஆசைநாயகியாக இருப்பது தெரிந்தும்

19

கௌரியை யாரும் அப்படிப்பட்ட ஒருத்தியின் மகள் என்று துச்சமாகப் பேசமுடியாது. கௌரி அவ்வளவு உயர்ந்த குணம் கொண்டவள். நஞ்சப்பன் கௌரியின் தாய் அனுசூயா பாய்க்கென்று ஒரு பங்களா கட்டிக் கொடுத்து வாழவைத்திருந்தான். அவள் வெளியே செல்லத் தனியாக ஒரு காரும் ஒரு டிரைவரும் வைத்திருந்தான். அவள் வீட்டில் ஊட்டி ரோஜாக்கள் வளர்த்தாள். விசாலமான காம்பவுண்ட் உள்ள அவள் வீடு ஊர் முழுவதும் பிரசித்தி பெற்றது. அனுசூயாபாயை வெளியில் பார்த்தவர்கள் அதிகம் இல்லை. அவளைப் பார்க்காதவர்களும் அவளது அழகை மெச்சினார்கள். கௌரியே இவ்வளவு அழகியாக இருக்க வேண்டுமானால் அவள் தாய் எப்படியிருக்க வேண்டுமென்று யூகித்தனர்.

அனுசூயா பாய் ஊருக்குள்ளே காரில் வருவதில்லை. ஊரின் வெளியிலிருந்த பங்களாவிலிருந்து செம்மண்குண்டு என்ற இடத்துக்கோ, மங்களூருக்கோ போவதற்கு மட்டும் காரைப் பயன் படுத்துவாள். கௌரி தேஷ்பாண்டே இந்தக் காரில் தினமும் கல்லூரிக்கு வந்து போனாள். இதனால் பிற பெண்களுக்கு அவள் மீது பொறாமை. 'தேஷ்பாண்டே' என்ற அவளது பெயரின் இறுதிப் பகுதியைப் பார்த்து அவளுக்கு அந்தப் பெயர்கொண்ட அப்பா இருக்க வேண்டுமென்று நினைத்தனர். அந்தத் தந்தையுடன் வாழாது எவனோ ஒரு கள்ள புருஷன்கூட இருக்கும் தாயோடு வாழும் கௌரி வேறு வழியில்லாதவள் என்றும் ஆனாலும் இப்படி ஆடிக் கொண்டும் பாடிக்கொண்டும் இருக்கிறாளே என்றும் கூறினர். கூடவே கௌரியின் நடத்தையைப் பார்த்து ஏதும் புரியாது வியப்பும் அடைந்தனர்.

இந்தப் பெண்களின் உலகத்திற்கும் தனக்கும் எந்தச் சம்பந்தமும் இல்லை என்பதுபோல் கௌரி இருப்பாள். எந்த ஆபரணமும் தரிக்காமல் வெள்ளைச் சேலை உடுத்தி, வெள்ளை ரவிக்கை அணிந்து, தன் நீண்ட கறுப்பு ஜடைக்கு ஒரு வெள்ளை ரோஜாவை வைத்துக் கொண்டு அவள் கம்பீரமாக வகுப்பில் அமர்ந்திருப்பாள். லேடீஸ் ரூமில் இருக்கும்போது ஏதாவதொரு புஸ்தகத்தைப் படித்துக் கொண்டேயிருப்பாள். சாமான்யமாக பெண்கள் தங்களுக்குள் அவளே இவளே என்று ஏகவசனத்தில் பேசிக்கொண்டாலும், தன்னிடத்தில் ஏகவசனத்தில் பேச வருபவர்களிடமும் மென்மையாகப் பன்மையில் பேசி அவர்களுக்கும் தனக்குமுள்ள தூரத்தைப் பாதுகாத்துக் கொள்வாள். கிருஷ்ணப்பன் இவளுடன் ஒருநாளும் பேசியதில்லை, என்றாலும் அவளைத் தனக்குச் சரிசமமாய்க் கருதினான்.

ஒருநாள் மாலை கிருஷ்ணப்பன் தனியாய் கல்லூரிப் பக்கம் 'வாக்கிங்' வந்தான். கால்பந்துக் குழு ஒன்று ஆட்டம் முடித்து வீட்டுப் பக்கம் வந்தது. குழுவின் தலைவனாக இருந்த தடியன் ஒருத்தன் தன் ஆட்களைப் பின்பக்கம் நிறுத்திவிட்டு சுவர்மீது ஏதோ எழுதிக் கொண்டிருந்தான். எல்லோரும் சிரிப்பதைக் கண்டு கிருஷ்ணப்பன் அந்தப் பக்கம் வந்து பார்த்தான். தடியனின் பெயர் ராமு. கல்லூரியின் ரௌடி என்று பெயர் பெற்றவன். அவனுக்கும் ஓரளவு கிருஷ்ணப்பன் அளவே வயதாகியிருந்ததாலும் அவன் தந்தை ஊரின் பெரிய ரைஸ்மில் முதலாளியாக இருந்ததாலும் கிருஷ்ணப்பனுக்குக் கிடைக்கும் பெயரைப் பார்த்து அவனுக்குப் பொறாமை. கிருஷ்ணப்பன் இந்த மாணவ ரௌடிகளுடன் சேருவ தில்லை. அவர்களைத் தலை நிமிர்ந்து பார்ப்பதும் இல்லை. தனக்குப் பொருத்தமானவர்கள் யாருமில்லை என்பதுபோல் கல்லூரியில் நடந்துகொண்டான். யாரிடமும் போட்டிக்கு வராமலிருக்கும் கிருஷ்ணப்பனிடம் எப்படி நடந்துகொள்வதென்று இந்த மாணவர்களுக்குத் தெரியவில்லை.

ராமு பெரிய எழுத்தில் சுவரில் எழுதியவற்றைப் படித்த கிருஷ்ணப்பனுக்குக் கோபத்தால் உடல் சூடேறியது. 'கௌரி ஒரு தேவடியாள் மகள். ஏ கௌரி! உன் முத்தத்துக்கு என்ன விலை?' என்ற தன் வாசகங்களைப் பார்த்து மகிழ்ந்தபடியிருந்த ராமுவின் பக்கம்போய் கிருஷ்ணப்பன், 'யோவ், எழுதியதை அழி' என்றான், கம்பீரமான குரலில்.

ராமுவுக்கு ஒரு நிமிடம் என்ன சொல்வதென்று தெரியவில்லை. 'இது யார் எழுதியதென்று உனக்குத் தெரியுமா?' என்றான் பலவீன மான குரலில். தான் புத்திசாதுரியத்துடன் பேசியதைத் தன் கூட்டாளிகள் தெரிந்து கொள்ளட்டும் என்று எண்ணியபடியே சிரித்தான்.

கிருஷ்ணப்பன் தன் கோபத்தைக் கட்டுப்படுத்தியபடி கம்பீரமாகச் சொன்னான்:

'நீயே எழுதியதை நான் பார்த்தேன்.'

ராமு பயில்வான். பெரிய மீசை வைத்திருந்தான். உள்ளுக்குள்ளே கிருஷ்ணப்பனுடன் தான் நெருக்கமானவனாக வேண்டுமென்று ஆசையும் இருந்திருக்க வேண்டும். இன்னொரு பிரபலமானவ னுடன் சண்டை போட்டால் பின்பு சமமான நட்பு உருவாகும் என்பதை அறிந்த அனுபவஸ்தன் அவன். ஆனால் கிருஷ்ணப்பன் அவனைக் கேவலமாய்க் கண்டானே ஒழிய ஓர் அடி கொடுத்து பின் தானும் ஒன்று

21

வாங்கி ஆப்த நண்பனாகும் நிலையில் இருந்ததாய்த் தெரியவில்லை. ராமு கிருஷ்ணப்பனைக் கிளறும் நோக்கத்தில் கேட்டான்:

'அவள் என்ன உன் ராதையா?'

இப்போதாவது தன்னைக் கிருஷ்ணப்பன் அடிக்கக்கூடும். அப்போது அவன்மேல் விழுந்து தாக்கித் தன் மரியாதையைக் காப்பாற்றிக் கொள்ளலாம் என்று ராமு எண்ணியது வீணாயிற்று. கிருஷ்ணப்பன் அங்கிருந்த குழாயில் கர்சீப்பை நனைத்துக்கொண்டு வந்து சுவரில் எழுதியிருந்தை அழிக்க ஆரம்பித்தான். ராமு காத்து நின்றான் — இன்னும் கொஞ்சம் உசுப்பிவிட விரும்பி.

'உனக்குச் சும்மா கொடுக்கிறாள்னு தெரியுது' என்றான். அவன் பேச்சுக்கு அவன் கூட்டாளிகள் விசில் அடித்தார்கள். ஆனால் அவர்கள் யாரும் அந்த இடத்தில் இல்லவே இல்லை என்பது போல் கிருஷ்ணப்பன் அவர்கள் யாரையும் பார்க்காமல் நடந்தான். இன்னொரு தடவை அவர்கள் எழுதலாம் என்று சற்று தூரம் போன பிறகு அவனுக்குச் சந்தேகம் வந்தது. திரும்பிப் பார்க்கவேண்டும் என்ற ஆசையைக் கட்டுப்படுத்திக்கொண்டான். என்னைச் சுற்றி யிருப்பவர்களின் சிறுமையை நான் வெல்லவில்லையா, அதுபோல் கௌரியும் வெல்லட்டும் என்று நினைத்தான்.

மறுநாள் சுவரில் எதுவும் எழுதப்படவில்லை. அதனால் தான் சரியாக நடந்து அவர்களை வென்றுவிட்டதாகக் கிருஷ்ணப்பன் நினைத்தான். ஆனால் அதற்கு மறுதினம், 'கௌரி கிருஷ்ணப்ப னுக்குச் சும்மா கொடுக்கிறாள். கிருஷ்ணப்பன் கௌரிக்கு மாமா வேலை செய்கிறவன்' போன்று சுவரில் தாரில் எழுதப்பட்டிருந்தன. கல்லூரி முழுவதிலும் இதுபற்றிக் கிசுகிசு எழுந்தது. வகுப்புகள் எல்லாம் ஆரம்பமான பின்பு தாரினால் எழுதியதைச் சுரண்டி அழிப்பதன் மூலம் வேலைக்காரர்கள் இன்னும் அதிகமாய் அந்த எழுத்தைப் பதித்திருந்தார்கள். கிருஷ்ணப்பன் தனக்கும் இதற்கும் சம்பந்தமில்லை என்பது போல் அங்கு இருந்த கௌரியின் முகத்தைப் பார்த்தான். அவள் இவற்றைக் கண்டு வேதனைப் பட்டிருப்பாளோ என்ற சந்தேக மெழுந்தது. ஆனால் அவளை இவை பாதித்தாற்போல் தோன்றவில்லை. அன்று அவள் வீட்டிற்குப் போய் 'பெல்'லை அழுத்தினான்.

பாடிக் கொண்டிருந்த கௌரி வெளியில் வந்து கிருஷ்ணப்பனைப் பார்த்துத் தன் சந்தோஷத்தைக் காட்டிக் கொள்ளாமல் உள்ளே அழைத்துக்கொண்டு போய் அமரச் சொன்னாள். வெளிப்படை யாய்க்

காட்டாமல் இருந்தாலும் அவள் மனத்திலிருந்த உணர்வை அறிந்து கொண்ட கிருஷ்ணப்பன் உற்சாகமடைந்து 'கார்ப்பெட்'டைப் பார்த்தபடி நிதானமாய்ச் சொன்னான்.

'எனக்குச் சமமானவர் இந்தக் கல்லூரியில் நீங்கள் ஒருவர் தான் என்பது இன்று உறுதியாயிற்று.'

கிருஷ்ணப்பன் கௌரியின் முகத்தைப் பார்க்காமல் கண்ணாடி, மேசை, சுவரில் தொங்கும் கடவுளர்களின் படங்கள், தம்பூரா இவற்றைக் கவனிக்க எத்தனித்தான். பெரிய கண்ணாடி ஜன்னலுக்கு வெளியில் பூத்த ரோஜா மலர்கள் காணப்பட்டன. தான் இவ்வாறு வந்து பேசி சிறுமைப்பட்டுவிட்டேனோ என்று அவனுக்கு வெட்கமாயிற்று.

'நான் சொன்னதை மனசில் வைக்கவேண்டாம். ஏதோ பேசி நானும் 'சீப்'பா போனேன். உங்களையும் 'சீப்'பாக்கினேன்' என்று கூறிவிட்டு எழுந்தான்.

'இல்லை, உட்காருங்கள்' என்று குழம்பியபடி சொன்னாள் கௌரி.

'நிஜம்தான். நான் குழந்தையாக இருந்தபோது என் தாய் என் தந்தையைப் பிரிந்து வந்தாள். நஞ்சப்பா அவளை வைத்திருக்கிறான் பாருங்கள், இதெல்லாம் அவரது பொருள்கள்' என்று எழுந்து நின்றாள். 'என்னைப்பற்றி இவ்வளவு தெரிந்த பிறகும் உங்களுக்கு என்ன தோன்றுதோ எனக்குத் தெரியவில்லை.' கௌரியின் முகத்தில் வெளிப்பட்ட உணர்வுகளை அவள் மறைக்க முயன்றது போல் இருந்தது.

'உங்களுக்குச் சமாதானம் சொல்ல நான் வரவில்லை. நீங்கள் நல்ல பெண். ரொம்ப நல்லவர்' என்று கூறிய கிருஷ்ணப்பன் எழுந்து செல்ல ஓர் அடி எடுத்து வைத்தான்.

'எனக்குத் தந்தையாக இருந்தவரின் பெயர் தேஷ் பாண்டே. அவரும் என் தாயை வைத்திருந்தார். பாங்கில் பணம் திருடி ஜெயிலுக்குப் போனார். கணவன் இல்லாமல் என் அம்மாவால் வாழ முடியவில்லை... அதனால்...'

இப்போது கௌரியை முறைத்துப் பார்த்தபடி கிருஷ்ணப்பன் சொன்னான்:

'என்னை நீங்கள் சோதிக்கிறீர்கள், இல்லையா? இப்படிச் செய்வது மட்டமான காரியம்.'

கௌரி மனத்தின் பாரம் நீங்கினாற்போல் சிரித்துவிட்டாள்.

23

இப்படிச் சிரித்தபோது அவள் குறும்புப் பெண்ணோ என்று கிருஷ்ணப்பனுக்குக் குழப்பம் ஏற்பட்டது. ஒன்றில் நீ உன்னைச் சுற்றியுள்ள சிறுமைத்தனத்தை வெற்றி கொள்வாய் அல்லது அந்தச் சிறுமைக்குப் பலி ஆவாய். இது வாழ்வின் நியமம் என்கிற விஷயத்தை இந்தப் பெண்ணுக்குச் சொல்லி, தன் மனத்தை முழுதும் திறந்து காட்டவேண்டுமென்று விரும்பிய கிருஷ்ணப்பனுக்கு அவளது குறும்புத்தனத்தைப் பார்த்து அது இயலாதென்று நிராசையாயிற்று. கிருஷ்ணப்பனின் முகத்தில் காணப்பட்ட உணர்வு, 'நான் உன்னைப் புரிந்துகொள்ள முடியாதவன்' என்று கூறுவதுபோல் இருந்தது.

'நீங்கள் ரொம்ப அகங்காரமானவர் அல்லவா?' என்றாள்.

கிருஷ்ணப்பன் எரிச்சலாய் முகம் திரும்பினான். அவன் அங்கே வரும் முன்பு, நெற்றியில் குங்குமத்துக்குப் பதில் விபூதியை இட்டு, அவள் பாடிக்கொண்டிருந்தாள். இப்போது இடுப்பின் மீது கை வைத்துக் கால்களை அகற்றி நாட்டியம் ஆடுவதுபோல் நின்றிருந்தாள். அவள் தன்னை வெற்றி கொள்ளப் பிரயத்தனப்படுகிறாள். தன்னை மகிழவைப்பதற்காகச் சும்மா சீண்டுகிறாளோ அல்லது அவள் கேட்டது உண்மையான கேள்வியோ? அவள் குறும்பாகக் கேட்டால் தன் பதில் ஒரு ஜம்பமாகிவிடும் என்று கிருஷ்ணப்பன் எங்கோ பார்த்துக்கொண்டு நிற்பதைக் கண்டு,

'தமாஷுக்கல்ல நான் சொன்னது. என் தாய் நல்லவள். நஞ்சப்பன் நல்லவர். ஆனால் நான் யாருக்கும் எட்டாமல் இருந்துவிடுகிறேன். நான் அழுது பல ஆண்டுகளாயிற்று. அதனால் நானும் உங்களைப் போல் ஒரு அகங்காரி என்றுதான் படுகிறது' என்றாள்.

கிருஷ்ணப்பனின் முகம் இறுகிற்று; அவனது கண்கள் சிறிதாயின.

'என் தாயைச் சந்திக்கிறீர்களா? மேலே இருக்கிறார்கள். அழைக்கிறேன்.'

கௌரி, விருந்து உபசரிக்கும் ஒருவரின் தோரணையில் பேசினாள். ஜிப்பா பாக்கெட்டில் கைவைத்து எந்த உணர்வுமில்லாமல் கௌரியைப் பார்த்தபடி, 'வேண்டாம். எனக்கு என்ன பேசணும்னு தெரியாது. பெரிய இம்சையாகப் போய்விடும்' என்று கூறி, கிருஷ்ணப்பன் புறப்பட்டான்.

நேரே அறைக்குப் போய் ஒரு கடிதம் எழுதினான்.

அன்புக்குரிய செல்வி கௌரி தேஷ்பாண்டே அவர்களுக்கு,

நீங்கள் நான் பாதிப்படைய வேண்டுமென்று எண்ணி பேசுகிறீர்களோ என்ற அனுமானம் வந்ததால் நான் பதில் சொல்லாமல் வந்தேன். நாம் தனியாக இருக்கும்போது நம்மோடு பேசிக் கொள்ளாத பேச்சுகளை இன்னொருவருக்கு ஏன் சொல்ல வேண்டும்? எதிரில் ஒருவர் இருக்கிறார் என்னும் உணர்வோடு பிறக்கும் பேச்சு நல்ல விதமாகவே இருக்கும். அத்தகைய நன்னடத்தைக்கு நான் விரோதி. பணம் பண்ணுகிறவர்களுக்கும், மக்களின் நன்மதிப்பை விரும்புகிறவர்களுக்கும் நன்னடத்தை தேவை. ஆழமான உறவுகளுக்கு நன்னடத்தை இடைஞ்சல் தரும். நான் உங்களைத் தேடிவந்து பேசியதன் உத்தேசம் வெறுமனே ஒருவரை ஒருவர் இனம் கண்டுகொள்ள வேண்டுமென்பதற்காகத் தான். ஆனால் ஒருவேளை உங்கள் அனுதாபத்தை விரும்பும் பலவீனம் என் செயலிலும் இருந்திருக்கலாம்.

நான் அகங்காரம் பிடித்தவன் அல்ல. நீங்களும் இல்லை. சிறுமைக் குணம்கொண்டவர்களுக்கு நாம் அப்படிக் காட்சி தரலாம். ஒரு மரம், ஒரு பறவை, ஒரு மிருகம், ஒரு பிச்சைக்காரன் யாரைப் பார்த்தாலும் நான் எல்லோருக்கும் அந்நியன் என்று படுகிறதேயொழிய, அவர்களைவிடப் பெரியவன் என்று படுவதில்லை. பிறர் தன்னை ஆக்கிரமிக்க வந்தால் மட்டும் பாம்பு தன் விஷத்தைப் பயன்படுத்துவதுபோல் நானும் என் கர்வத்தைக் காட்டுகிறேன். நான் பிறந்து வளர்ந்த சூழ்நிலையில் பிறரின் சிறுமைத்தனத்தை வெற்றிகொள்ள இது எனக்குத் தேவையா யிருக்கிறது. இதற்கு நானே முற்றிலும் காரணம் அல்ல. உங்கள் பின்னணியை அறியும் போது உங்களைப் பற்றியும் இது நிஜம் என்று தோன்றுகிறது. இப்படி நம்மைச் சூழ்ந்துள்ள சிறுமை, வெளியில் மாத்திரமல்ல, நம்முள்ளேயும் இருக்கிறது. நம் மனசின் தீவிரத் தன்மையை அழிப்பதற்கான இந்த உபாயம் உள்ளும் புறமும் எப்போதும் விழிப்புடன் ஒரு நிலைப்பாட்டில் இருந்து எதையும் பார்ப்பவர்களுக்குக் கர்வமாகப்படலாம். இது தவிர்க்க முடியாதது, மோகங்களுக்கு வசப்படாதது நிஷ்டூரமானது. இதுவும் நம்மைச் சுற்றிப் பிறந்துகொண்டும் செத்துக்கொண்டும்

இருப்பவையெல்லாம் நம்மைப் பாதிக்கட்டும் என நம்மைத் திறந்து வைத்துக்கொண்டிருப்பதும் தான் யோகநிலை. உற்சாகம் சடத்துவம் இரண்டும் ஜோடிகள் என்பதை மறக்க வேண்டாம்.

- கிருஷ்ணப்பா

கடிதம் எழுதி, அஞ்சலில் போட்டுவிட்டுக் கிருஷ்ணப்பன் மைசூரின் அருகிலுள்ள கும்பார கொப்பல் என்ற ஊருக்குப் புறப்பட்டான். அங்கே ஆள் நடக்க முடியாத வீதியில் நடந்து அரிசி, பருப்பு முதலியன விற்கும் ஒரு கடையின் மேல்மாடியில் விளக்கு எரிவதைக் கண்டு சகதி படிந்த சாக்கடை வழிசென்று உடைந்த படிகளில் ஏறினான். ஏறிப் போகும்போது மூத்திர நாற்றம் தடுக்க முடியாதபடியிருந்தது. மாடிக் கதவைத் தட்டினான்.

வேட்டியைத் தூக்கிக் கட்டி ஜிப்பா தரித்த அண்ணாஜி 'யார்?' என்று கேட்டுவிட்டுக் கிருஷ்ணப்பன் என்று அறிந்ததும் கதவைத் திறந்தான். அண்ணாஜியின் அறையிலிருந்த ஊதுபத்தி வாசனை இதமாக இருந்தது. அண்ணாஜி இங்கிலீஷில் 'வா, அமர்ந்துகொள்' என்று கூறி, அவனை அமரச்சொல்லி இன்னொரு மூலையில் கிடந்த படுக்கையின் ஒரு மூலையில் அமர்ந்தான்.

நடுவயதினனான அண்ணாஜி கவர்ச்சிகரமான மனிதன். நேராக எழுந்து நிற்பதுபோல் தோற்றம் தரும் தாடை. மண்டிக் கிடக்கும் புருவம். ஒடிசலாக உயரத்துடன் இருந்தான். முடியை நீளமாகப் பின்பக்கம் சீவியிருந்தான். அவன் தாடி வளர்ப்பவன் என்பது ஒருமாதம் வளர்ந்த முகத்தின் ரோமத்திலிருந்து தெரிந்தது. சார்மினார் சிகரெட்டைப் பற்ற வைத்துவிட்டு அண்ணாஜி, கிருஷ்ணப்பன் பேசட்டும் என்று இருந்தான்.

அண்ணாஜி படித்துக்கொண்டிருந்த டிராட்ஸ்கியின் புஸ்தகம் ஒன்றைப் படுக்கையின்மேல் கண்டான் கிருஷ்ணப்பன். நாட்டு ஓடுகளால் வேயப்பட்டு, இறங்கியிருந்த கூரையுள்ள சிறு அறையில் படுக்கை, ஒரு டிரங்க், சில புஸ்தகங்களைத் தவிர வேறு ஏதும் இருக்கவில்லை.

கிருஷ்ணப்பன் தன் ஜேபியிலிருந்து 200 ரூபாய்களை எடுத்துக் கொடுத்தான். கிருஷ்ணப்பனின் சுபாவம் புரிந்த அண்ணாஜி 'தாங்க்ஸ்' என்று சொல்லாமல் ஜேபியில் வைத்தான். வாங்குவதற்கு எந்தத் தயக்கமும் இருப்பதாகக் காட்டிக்கொள்ளாமல்

இங்கிலீஷில் சொன்னான்:

'நான் இந்த ரூமையும் மாற்ற வேண்டி வந்துவிட்டது.'

அண்ணாஜி எழுந்து வீதிநோக்கித் திறக்கும் சிறிய ஜன்னலின் அழுக்குத் திரையை நீக்கிக் காட்டினான்.

'மஃப்டியில் இருக்கும் போலீஸ்—நேற்றிலிருந்து இந்த அறைக்கு யார் வருகிறார்கள், போகிறார்கள் என்று கவனிக்கிறது இந்தப் பன்றி'.

'என் ஹாஸ்டல் அறைக்கு வந்திரு.'

கிருஷ்ணப்பனின் சொல்லுக்கு அண்ணாஜி அது சரியில்லை என்பதுபோல் தலையை ஆட்டினான். அவனை அண்ணாஜி என்று கிருஷ்ணப்பன் அழைப்பதில்லை. ஏனென்றால் அவனது நிஜமான பெயரைக் கிருஷ்ணப்பன் கேட்கவில்லை. போலீஸிட மிருந்துத் தப்பிக்க தலைமறைவாகியிருந்த அண்ணாஜி, ஒவ்வொரு ஊரிலும் ஒரு பெயர் வைத்துக்கொண்டு அலைந்துகொண்டிருந்தான். கோவாவில் போர்த்துகீசியரின் ஜெயிலிலிருந்து தப்பித்த அண்ணாஜி மகாராஷ்டிராக்காரன். கோவாவிலிருந்து தெலுங்கானா போய் அங்குக் கிராமம் ஒன்றில் விவசாய சங்கம் ஒன்று கட்டும்போது ஜமீன்தார் ஒருவனை இவனது கூட்டாளிகள் கொல்ல முயன்றனர். ஜமீன்தார் காலை உடைத்துக்கொண்டு தப்பினான். அண்ணாஜியின் ஆலோசனையை மீறிச் சில விவசாயிகள் அப்படி நடந்துகொண்டு விட்டனர். அகப்பட்ட விவசாயிகள் மீது கொலை முயற்சி என்ற வழக்கு விசாரணை நடந்தது. ஒரு விவசாயியை அப்ரூவராக்கிக் கொண்டு அண்ணாஜியைப் பற்றி போலீசார் தகவல் திரட்டினார்கள். அண்ணாஜி ஊர்விட்டு ஊர்தப்பித் திரிந்து இந்த ஊருக்கு வந்திருந்தான். இங்கிலீஷ் பாடம் சொல்லித்தருவதாய் சில வீடு களில் டியூஷன் வைத்திருந்தான். ஆந்திரப் போலீசார் ஆர்.எல். நாயக் என்ற பெயரில் இவனைத் தேடினார்கள். கோவாவின் போர்ச்சுகீசியர்கள், பி.டி. தேஷ்பாண்டே என்ற பெயருடைய இவனைத் தூக்கிலிடத் தேடினார்கள். அண்ணாஜி சொல்லிக் கொண்டதற்கும் அதிகம் கிருஷ்ணப்பன் அவனாக ஏதும் கேட்க வில்லை. தன் வாழ்வுக்குக் குறிக்கோள் தேடிய கிருஷ்ணப்பனுக்கு நூற்றுக்கணக்காய்ப் புரட்சி பற்றிய புஸ்தகங்களைப் படித்த அண்ணாஜி மகேஸ்வரய்யனைப் போலவே குருவாகத் தோன்றினான்.

அண்ணாஜிக்கு அவன் விட்டுவந்த ஊரிலெல்லாம் ஓரொரு காதலி. ஒவ்வொரு மாதமும் அவர்களுக்கெல்லாம் பணம் அனுப்பவேண்டும்.

புலிக்குப் புண் வந்தால் எப்படி அது பெரிதாகிக்கொண்டே போகுமோ அதுபோல் பெரிதாகிக் கொண்டு போகும், அவன் வாங்கிய கடன்கள். கிருஷ்ணப்பனே அதற்குப் பணம் தபாலில் அனுப்ப வேண்டும். கோலாப்பூரில் டெய்லரின் மகள் ஒருத்திக்கு பி.டி. படிக்க மாதம் இருபத்தைந்து. கோவாவில் இவனோடிருந்து பிள்ளை பெற்றுக்கொண்ட பெண் குமாஸ்தாவுக்கு இருபத்தைந்து. சிறிய வயதிலேயே இவனைத் திருமணம் செய்து ஓர் ஆண்குழந்தை பெற்று, நாக்பூரில் தன் தாயின் வீட்டிற்குப் போய் இருக்கும் சொந்த மனைவிக்கு இருபத்தைந்து. பதினைந்து வருஷங்களாக இவனுக்குக் கடன் தந்த இவனது ஏழைக் கூட்டாளிகளுக்கு அப்போதைக்கப் போது கடன் தீர்க்க இன்னும் கொஞ்சம். இப்படி அண்ணாஜிக்கு உடம்பு பூரா கடன். வெறும் டீ, சிகரெட்டில் வாழ்ந்து, கோரைப் பாயில் படுத்துத் தூங்க முடிந்த அண்ணாஜிக்கோ வேறு எந்தக் கெட்ட நடத்தையும் இருக்கவில்லை.

தினம் தினம் அண்ணாஜி பணத்துக்காக 'அடுத்தவாரம் கொடுத்துடுவேன்' போன்ற பொய்களைச் சொல்லி ஆட்களை வஞ்சிக்கத் தனது கவர்ச்சிகளையெல்லாம் பயன்படுத்துவது கண்டு, கிருஷ்ணப்பனுக்கு எரிச்சலாயிருக்கும். ஆனால் தனது பெயர், புகழ் பற்றிய சுயபற்றைக்கூட களைந்தவன் அவன். பரிச்சயமான ஆரம்பத்தில் அண்ணாஜி கேட்கும் பணத்தை வேறு ஆள்களிடம் பெற்று கிருஷ்ணப்பன் கொடுக்க, அதைப் பெறும்போது அண்ணாஜி சொல்லும் பொய்களைக் கிருஷ்ணப்பன் கேட்டுக் கோபப்பட்டு, 'உன்மேல் எனக்கு மதிப்பு உண்டு. என்னிடம் பொய் சொல்லாதே' என்பான். அந்த நேரத்தில் சோர்வுடன் அமர்ந்து அண்ணாஜி தன் கதையைச் சொல்லத் தொடங்கியபோது 'போதும் விடு. நான் ஒவ்வொரு மாதமும் உனக்குக் கொஞ்சம் பணம் கொடுக்கிறேன்' என்றான். இத்துடன் இங்கிலீஷ் டியூஷன் சொல்லிக் கொடுப்பதன் மூலமும் அண்ணாஜிக்கு ரூபாய் நூற்றைம்பது வந்துகொண்டிருந்தது.

'ஏதோ ஒரு தத்துவத்திற்காக எல்லாவற்றையும் மறந்து இருக்கும் நீ இந்தச் சிறிய விஷயங்களில் சிக்கிக்கொண்டிருக்கிறாய்' என்று பதில் எதிர்பார்க்காமல் தனக்கே சொல்வது போல் கிருஷ்ணப்பன் சொன்னான்.

அண்ணாஜி சார்மினார் பற்றவைத்துக் கொண்டே, 'உன்னி லேயே நீ பூர்ணமாகிவிட்டாய் என்ற கர்வம் உனக்கு. நீ அடிப்படையில் ஃபாஸிஸ்ட் மனோபாவம் கொண்டவன்' என்றான்.

முஸ்லிம் ஹோட்டலில் பாம்பே டீ குடித்தபடி இருவரும் பேசிக் கொண்டிருந்தார்கள். ரேடியோ கத்திக்கொண்டிருந்ததால் குரல் உயர்த்திப் பேசவேண்டியதாயிற்று. கிருஷ்ணப்பன் முழுமனதுடன் இப்படிச் சொன்னான் என்று கூறமுடியாது என்றாலும் சொன்னான்:

'புரட்சிக்காக வாழ்பவன் பேராசைப்படக் கூடாது. பணத்தோடு தொடர்பு வைத்துப் பூர்ஷ்வா ஆகக்கூடாது.' இந்த 'பூர்ஷ்வா' என்ற புது சொல்லை அண்ணாஜி மூலம்தான் கிருஷ்ணப்பன் தெரிந்து கொண்டான்.

'நிஜம், நீ சொல்வது. நான் சும்மாயிருந்தாலும் பெண்கள் என்னை மொய்க்கிறார்களப்பா.'

தனக்கேகூட அது இரகசியம் என்பதுபோல் கூறிவிட்டு அண்ணாஜி எழுந்து நின்றான். நடை உடையிலும் பேச்சிலும் அண்ணாஜி கெட்டிக்காரன். கிருஷ்ணப்பன் நிதானமானவன்.

இவை கிருஷ்ணப்பனின் வாழ்க்கையிலும் மிக முக்கியமான நாட்கள் என்று சொல்ல வேண்டும். 'பார்க்'கில் அமர்ந்து வேர்க் கடலை உடைத்துத் தின்றபடியே கிருஷ்ணப்பனும் அண்ணாஜியும் ஆழமாக விவாதித்தார்கள். அண்ணாஜி தனது பாடத்தை மார்க்ஸின் ஒரு கூற்றிலிருந்து ஆரம்பித்தான். 'தத்துவவாதிகள் இதுவரை உலகைப் பற்றி விளக்கியிருக் கிறார்கள்; ஆனால் நம் வேலை இந்த உலகை மாற்றுவது.' இப்படிப்பட்ட பல வாசகங்கள் கிருஷ்ணப் பனை ஆழமாகச் சிந்திக்க வைத்தன. 'நம் பிரக்ஞை சுதந்திரமான தல்ல. உற்பத்திக்காக நாம் தொடங்கும் பல உறவுகளால் அது உருவானது' என்று அண்ணாஜி கூறியபோது நம்மைச் சூழ்ந்துள்ள உலகத்தினாலும் மற்றும் தினசரி பிரச்சினைகளாலும் நாம் தோற்கக் கூடாதென்று நினைத்திருந்த கிருஷ்ணப்பனுக்கு அதனை ஒத்துக்கொள்ள முடியவில்லை. பாரிசவாயுவினால் எழ முடியாமல் படுத்திருக்கும் போது இதுபற்றி அவனுக்குச் சந்தேகம் வரத்தான் செய்தது. இப்படி விவாதித்தான்:

'ஒரு மனுஷன் தன் சூழ்நிலையை மீறுகிறான்—இதை நான் ஒரு விவாதத்திற்கு உட்படுத்தமாட்டேன். ஏனெனில் இது என் அனுபவத்திலிருந்து வரும் பேச்சு. அந்த விஷயத்தை விடு. கூலிக் காரரையும் விவசாயிகளையும் சேர்த்து நீ போராட்டம் நடத்துவது எதற்கு? அவர்களின் கூலி இன்னும் அதிகமாகி, வீட்டிற்கு ஒரு ரேடியோவோ, ஒரு ஸ்டெய்ன்லெஸ் பாத்திரமோ வாங்குவதாக இருந்தால் அவர்களின் வாழ்வும் இந்த உலகமும் மாறிவிட்ட

தாகுமா? தினம் தினம் வாழ்வின் அதே வேலைகள், அதே தொல்லைகள், அதே பிரச்சினைகள் போய்விடுமா? அவர்கள் உங்களைப் போன்ற ஆட்களால் இன்னும் அதிகம் ஆசைப்படத் தொடங்கிவிடுவார்கள்.'

'அப்படியல்ல. நீ தனிநபரைப்போல பேசுகிறாய்.'

'தனிநபர்வாதம்' என்பது போன்ற சொற்களால் தனது சந்தேகத்தைப் போக்க முயலும் அண்ணாஜியின் வாதத்தினால் கிருஷ்ணப்பனுக்குச் சலிப்பாயிற்று. அண்ணாஜி சமாதானமாய் விவரித்தான்.

'தம் வாழ்வின் முன்னேற்றத்திற்காகப் போராட ஏழைகளைத் தயார்படுத்துகிறோம் என்கிறாய். இந்தப் போராட்டம் அத்தோடு நிற்காது. வர்க்கங்களின் வாழ்க்கை முறையை மேம்படுத்த வேண்டும் என்ற நம் ஆசைக்கும் அந்த மக்களின் ஆசைக்கும் அடிப்படையில் வேறுபாடு உண்டு. அவர்களின் ஆசை தொடர்ந்துகொண்டிருக்கும். அப்படித் தொடர்ந்து கூடிக்கொண்டே போனால் இந்த உலகின் முழுவடிவமும் ஒரு காலத்தில் மாறவேண்டி வந்துவிடும். அவர் களின் உழைப்பே இந்தச் சமூகத்தின் நல்லதுக்கும் கெட்டதுக்கும் மூலம் என்பதை ஒப்புக் கொண்டிருக்கிறாய்தானே! நம் காரியங்களுக்கெல்லாம் மூலம் இந்த உழைப்பு. ஆனால் இந்த உழைப்பின் லாபத்தை முதலாளிகள் பறித்தெடுக்கிறார்கள். சுரண்டலே இந்தக் காரியத்துக்கு ஆதாரம். ஏழைகள் சுரண்டலுக்கு உட்படுகிறார்கள். போகப்போகத் தம் கையினால் விளைய வைத்ததற்கும் தமக்கும் தொடர்பு இல்லை என்று அறிவார்கள். ஒரு மனிதனால் இன்னொரு மனிதனுக்கு இதெல்லாம் ஆகிறதென்பதை அறிந்து கொள்வதுபோல் தம் வாழ்க்கையையும் இன்றிருக்கும் அர்த்தமற்ற நிலையிலிருந்து மாற்றவேண்டும் என்பதை அறிய வேண்டும். வெறும் சீர்திருத்தங்களால் இது சாத்தியமாகாது என்று அறிகிறார்கள். மேல் வர்க்கத்தைச் சார்ந்த சிலருக்கு இது அறிவுப் பூர்வமாக விளங்கினால் விவசாயிகளிடமிருந்து பிறந்து வளர்ந்த உன்னைப் போன்ற நுட்பமான மனமுடையவர்களுக்கு இது அனுபவத்திலிருந்து புரியும். உன்னைப் போன்றவர்கள் அதனை மற்றவர்களுக்கு எடுத்து விளக்குவீர்கள். அப்படித்தான் புரட்சி வருகிறது. நாம் வரவேண்டுமென்று ஆசைப்படுவதன் மூலம் மட்டும் புரட்சி வரும் என்பது தனிமனிதவாதமாகி விடுகிறது. தனது கோழி கூவியதனால் விடிந்துவிட்டது என்று புரிந்து கொள்கிற கிழவியின்

கதையாகிவிடும் அது. புரட்சி வரும் என்பது சமூக இயக்கத்தின் நியமம். அதன் வேகத்தைக் கூட்டுபவர்கள் அல்லது அதன் பிறப்புக்குப் பேறு பார்ப்பவர்கள் நாம்.'

அண்ணாஜியின் கண்களில் மின்னல் தெறித்தது. பார்க்கில் கடலைக்காயையும் வெல்லத்தையும் விற்கும் சிறுவர்களைப் பார்த்த கிருஷ்ணப்பன், 'இந்தச் சிறுவர்கள் கோபத்துடன் எழுந்து புரட்சி செய்வார்களா என்று சொல்' என்று பாதி சந்தேகத்துடன் கேட்டான்.

'கண்டிப்பாக. பிரான்சின் சிறைவாசலை உடைத்தது தெரியுமில்ல?'

'என்றோ ஒரு நாள் ஆவேசத்துடன் ஆடும் பிரபஞ்சம், மீண்டும் பொருளற்ற தினசரி காரியங்களில் சிக்கிக் கொள்கிறதல்லவா?'

'இல்லை, புரட்சியின் மூலம் நம் அன்றாடக் காரியங்கள் படைப்புச் சிந்தனையாய் மாறும்.' தன் தர்க்கம் எல்லா சந்தேகங் களுக்கும் 'ப்ரூஃப்' என்கிற அண்ணாஜியின் சிந்தனை முறையினால் கிருஷ்ணப்பனுக்கு எரிச்சல் வந்தது.

'பிறப்பது, சாவது, சாப்பிடுவது, உழுவது, புணர்வது எல்லா வற்றையும் விழாவாக மாற்றியிருக்கிறதல்லவா நம் இந்து தர்மம்? நம் மக்கள் இரவில் கொண்டாடும் பூமி-பௌர்ணமி விழாவின் அர்த்தம் தெரியுமா உனக்கு?'

சலிப்புடன் கிருஷ்ணப்பன் கேட்டான். அதற்கு ஆழமாக அண்ணாஜி விளக்கம் தர ஆரம்பித்தான்.

'வெறுமை நிரம்பிய தினங்களைப் பிரமையின் மூலம் வெல்வ தற்கும், நிஜத்தில், அதை வெற்றிகொள்வதற்கும் வேறு பாடுண்டு. உற்பத்தி உறவுகள் மாறினால் உழைப்புகூட ஒரு ரசிக்கத்தக்க கலையாக மாறும். அகங்காரத்தால் விறைத்துக்கொண்டு ஒரு பெரிய தலைவனைப்போல் நடமாடிக்கொண்டிருக்கையிலேயே, சிறுமையிலிருந்து ஒதுங்கி வெளியில் நின்றிருக்கிறேன் என்று நீ நினைப்பது பிரமை. போய், விவசாயிகளின் மத்தியில் வேலை செய். அவர்களைப் போராட்டத்திற்கு ஒன்றுபடுத்து. நீ ஒரு மகப்பேறு மருத்துவச்சி என்று நினை. தாங்கள் உழும் நிலத்திற்கு அவர்கள் சொந்தக் காரர்கள் ஆவதே நிஜமான பூமி-பௌர்ணமி விழா.'

கிருஷ்ணப்பன் தன் அனுபவ சத்தியம் வேறு என்று அறிந்தாலும் அண்ணாஜியின் வாதமும் சரியென்று அறிந்து குழம்பினான்.

'அப்படியென்றால் ரஷியாவில் உழைப்பு எல்லாம் கலையாக மாறிவிட்டதா?'

கிருஷ்ணப்பன் அண்ணாஜியைக் கேலி செய்வதுபோல் கேட்டான்.

'பாரு, கிருஷ்ணப்பா, ஆக வேண்டியதெல்லாம் ரஷ்யாவில் ஆகவில்லை என்பது சரி. புரட்சிக்கு மக்களைத் தயார் செய்த கட்சி தானே எஜமானனாகிவிட்டது அங்கே. புரட்சி ஒருநாள் வேலையல்ல. நடந்துவிட்ட தவறைத் தொடர்ந்து திருத்திக்கொண்டே போக வேண்டும். இப்போது சீனாவில் பாரு...'

தொல்லை கொடுத்த வேர்க்கடலை விற்கும் சிறுவனை 'கெட் அவே' என்று விரட்டிய அண்ணாஜி, சிகரெட் பற்ற வைத்தான். வாயில் சிகரெட்டை வைத்து, தன் ஜிப்பாவின் தொளதொள கையை மடித்து ஜேபியிலிருந்து பென்சிலும் காகிதமும் எடுத்தான். சைனாவின் படத்தை வரைந்து 'லாங் மார்ச்சை' விவரித்துக் கொண்டிருந்தபோது கிருஷ்ணப்பன் கோபத்தில் சொன்னான்:

'நம் நாட்டு கம்யூனிஸ்டுகள் தேசத்துரோகிகள். 1942இல் நடந்த இயக்கத்தில் ஏன் பிரிட்டீஷாருக்காக வேலை செய்தார்கள், சொல்லுங்க? எனக்கு என்னவோ ரஷ்யாவுக்கோ சீனாவுக்கோ மாமா வேலை செய்ய முடியாது.'

அண்ணாஜி விடாமல் சமாதானம் சொன்னான்:

'நம் கம்யூனிஸ்டுகள் மலட்டுத்தன்மைகொண்டவர்கள் - ஒப்புக் கொள்கிறேன். இரண்டாம் உலக மகாயுத்தத்தில் ஜெர்மனியைத் தோற்கடிப்பது முக்கியம் என்பதை நானும் ஒப்புக்கொள்கிறேன். ஆனாலும் நான் அப்போது கட்சியைவிட்டுக் காந்தியின் இயக்கத்தில் சேர்ந்தேன். இதெல்லாம் 'கான்ட்ரடிக்ஷன்ஸ்' பாரு, கிருஷ்ணப்பா. எனது உத்தேசம் இது. பேராசையுள்ளவர்கள் மீதான நிராகரிப்பை உன்னிடம் நான் கண்டிருக்கிறேன். இந்த நிராகரிப்பும் கர்வமும் தலித்துகளின் புரட்சிக்கு உந்து சக்தி. என்னைவிட நீயே உறுதியாக இருக்கப்போகிறாய் என்று நினைப்பதால் இந்தப் புரட்சியின் விதையை நடுவதற்காகத்தான் உனக்கு இதெல்லாம் நான் சொல் கிறேன். என் வாழ்க்கை இப்போது பல்வேறு தொல்லைகளுக்குள் மாட்டிக்கொண்டு கிடக்கிறது. நானாக இவற்றையெல்லாம் உடைத்துக்கொண்டு வரமுடியாது. தேசத்தில் மக்கள் புரட்சிக்குத் தயாராகும் போது நான் எல்லாவற்றையும் உடைத்துக்கொண்டு அவர்களோடு இருப்பேன் என்பது எனக்குத் தெரியும். கோவாவில் போலீசார் ஓரடி முன்வைத்தால் சுடுவோம் என்றபோது என் பின்னால் சத்தியாக்கிரகம் செய்ய வந்தவர்கள் பின்வாங்கினார்கள். அப்போது நான் என் கோழைத்தனத்தை மீறி, போலீசாரை நோக்கி

ஓர் அடி முன்வைத்தேன். குண்டு வெடிக்கும் என்று காத்திருந்தேன். அப்போது பின்வாங்கிய என் பின்னால் இருந்தவர்கள் எல்லாரும் எழுந்து முன்னே வந்தார்கள். போலீசார் சுடாமல் அப்படியே நின்றார்கள். என் கோழைக் குணத்தை நான் இந்த மாதிரி கணங்களில் மட்டும் மீற முடியும்; நீ ஒவ்வொரு கணமும் மீறிக்கொண்டே இருக்கிறாய். விவசாயியாகையால் நூற்றுக்கணக்கான மக்களை நீ உன்கூட அழைத்துக்கொண்டு போக முடிந்தவன் என்று எனக்குத் தெரியும். உனக்குப் போகமுடியும் என்றல்ல; போய்த்தான் தீர வேண்டும் நீ. இது விஞ்ஞான உண்மை. தனி மனிதவாதியானால் உன் குணம் ஃபாஸிஸ்டாகத்தான் போகும். எனவே நீ 'மாஸ்-மான்' ஆக வேண்டும். வர்க்கப் போராட்டத்தின் முன்னணியில் உன்னைப் போன்றவன் நிற்கவேண்டும். கம்யூனிஸ்டுகளை மறந்துவிடு. இந்த நிலத்தின் சாரத்தைத் தன்னுள் உறிஞ்சிய, இந்தச் சரித்திரத்தின் சிறுமையை, அழகை, அர்த்தப் படுத்திக் கொண்ட ஒரு புதுப் புரட்சிகர கட்சியை நாம் இந்தத் தேசத்தில் கட்ட வேண்டும்.'

அண்ணாஜி உத்வேகத்தில் பேசிப் பரவசமானான். கிருஷ்ணப் பனை அது கவர்ந்ததென்றாலும் தன் ஆழமான சந்தேகத்தைச் சொல்லாமலிருக்க அவனால் முடியவில்லை.

'மக்கள் இன்னும் கொஞ்சம் நன்றாக உண்பதற்கும் தூங்கு வதற்கும் சாவதற்கும் இந்தத் தொந்தரவுகள் எதற்கு? சொல்.'

அண்ணாஜிக்குக் கோபம் வந்தது.

'வாயை மூடு. கர்வத்தோடு பேசாதே. வாழ்க்கையைவிட நீ பெரியவன் என்று கூற நீ யார், கடவுளா? சிறுமைப்பட்ட அன்றாட வாழ்க்கை என்று புலம்புகிறாய் அல்லவா? அதைத் தவிர வேறு என்ன இருக்கு மனிதனுக்கு? இந்த வாழ்க்கையை அழகுபடுத்துவதைவிட வேறென்ன செய்யவேண்டும்? சமாதியிலோ, பக்திப் பரவசத்திலோ, எல்லாவற்றையும் விட்டுவிட்டு மேலே போகிறேன் என்று வறட்டுத்தனமாய்ப் பேசும் 'இடியட்'களைப் போல் பேச வேண்டாம்.'

இதுவரை இப்படிக் கிருஷ்ணப்பனைத் திட்டியதில்லை. இப்படிக் கூறியபோது அண்ணாஜி அவனது வாழ்வின் எல்லைகளைத் தாண்டி நின்றதைக் கண்டு, கிருஷ்ணப்பன் தான் சொல்வது பொருத்த மில்லாதது என்று நினைத்தாலும் அதனைக் கௌரவத்தோடு சொன்னான்:

'பாரு, எனக்கு இரண்டு பேர் நெருக்கமாக இருக்கிறார்கள். புத்தன்

மற்றும் கிறிஸ்து. தாய்க்குக் கிறிஸ்து சொன்னாரல்லவா 'ஏ பெண்ணே, நீ யார்?' என்று. இது எனக்கு விருப்பமான நிலைப்பாடு. அப்படியே நம் கன்னடக் கவிஞன் அல்லமன், குரு நானக், கபீர் போன்ற 'பித்துக் குளிகள்' ஏதோ ஒரு சத்தியத்தைத் தம் பேச்சில் எப்போதும் வைத்திருக்கவே செய்கிறார்கள் என்று எனக்குத் தோன்றுகிறது. அதனால் மக்கள் வயிறு, ஆடை போன்ற தொந்தரவு களில் மூழ்குவது என்றால்...'

கிருஷ்ணப்பன் பேச்சை முடிக்காமல் தன் மனத்தில் நிஜமாக இருக்கும் கொந்தளிப்பை எளிமைப்படுத்தி விடுவதாக நினைத்து, நிறுத்தினான்.

அண்ணாஜி பேசாமாலிருந்தான். கிருஷ்ணப்பனும் சும்மா அமர்ந்திருந்தான். 'பார்க்'கில் காற்று இதமாய் வீசியது. புதிதாய் திருமணமான தம்பதியர்கள், சிறுவர்களைச் சமாதானப்படுத்திய படியிருக்கும் பெண்கள், அவர்களின் தொந்திபோட்ட கணவன்மார், ரிட்டையரான பின் தம் வளர்ந்த மக்களோடு சண்டையிடும் பெரியவர்கள், இப்படிப்பட்ட மக்களின் வாழ்க்கை இன்னும் சிறக்கப்போகிறது என்று அண்ணாஜி சொல்கிறான் அல்லவா, இது எப்படி என்று ஆச்சரியப்பட்டபடி கிருஷ்ணப்பன் அமர்ந்தான். அண்ணாஜி மெதுவாகக் கேட்டான்.

'நீ சொன்னாயே அவர்கள் யாரும் சமூகத்தைவிட்டு வெளியே போய் நிற்கவில்லை கிருஷ்ணப்பா. அவர்களுக்கும் நமக்கும் இருக்கும் வித்தியாசம் அவர்கள் பிரமையில் வெல்ல நினைத்தார்கள். நாம் தொழிற்சாலையில், வயலில் நிஜமாக வெல்ல முயல்கிறோம். நீ இப்படி உண்மையானவனாக இருந்தால் என்னைப் போலவே யோசிப்பாய்—இன்று அல்லது நாளை.'

அண்ணாஜி பாடம் சொல்லிக் கொடுத்துக்கொண்டிருக்கும் சென்ன வீரய்யனின் வீட்டிற்குப் போய் வசிப்பது என்ற தன் முடிவைக் கிருஷ்ணப்பனுக்குச் சொன்னான். மப்டியில் இருப்பவன் போலீஸ் சிஐடி இல்லாமலும் இருக்கலாம் என்பது கிருஷ்ணப்பனின் அனுமானம். தன்னைச் சுற்றிலும் இரகசிய சூழலை விரும்பும் அண்ணாஜியின் பிரமையாகக்கூட அது இருக்கலாம். அப்படி

ஒரு பிரமை இல்லை என்றால் அன்றாட காரியங்கள் அண்ணாஜிக்குச் சப்பென்று போய்விடும். ஆனால் நிஜமாய் பயந்தாற்போலவும் அவன் காணப்பட்டான்.

‘நான் விளக்கை அணைத்துவிட்டு வெளியே புறப்படுகிறேன். சற்றுநேரம் கழித்து நீ என் ‘பெட்டிங்’ மற்றும் புஸ்தகங்களைச் சென்ன வீரய்யன் வீட்டுக்கு அனுப்பிவிடு. அந்த ‘பன்றிப்பயல் தெரியாமல்’ என்று கிசுகிசுத்து விளக்கை அணைத்துவிட்டு அண்ணாஜி புறப்பட்டான். கிருஷ்ணப்பன் ஜன்னல் வழி மப்டியில் இருந்தவனைக் கவனித்தபடியிருந்தான். அண்ணாஜி, விளக்கை அணைத்ததை அவன் கவனித்திருக்க வேண்டும் என்று சந்தேகம் வந்தது. மப்டியில் இருந்தவனும் புறப்பட்டான். அண்ணாஜியைப் பின் தொடர்ந்திருக்க வேண்டும். அண்ணாஜி இதனை முதலிலேயே ஊகித்துத்தான் நேரே சென்ன வீரய்யன் வீட்டிற்குப் போகாமல் காக்கா ஹோட்டலில் ஏதாவது தின்று டியூஷன் எடுக்கும் வீடுகளுக்குப் போய்விட்டுப் பின் போவதாகவும், தான் இனி ஒரு மாதம் வருவதில்லை என்றும் அவர்களிடம் கூறிவிட்டு வழக்கமாய் பயன்படுத்தும் பாதையிலேயே சென்னவீரய்யன் வீட்டுக்குப் போவதாய் தன் ‘கொரில்லா’ உபாயங்களைக் கிருஷ்ணப்பனிடம் கூறினான்.

சற்று நேரம் போனபின் மப்டியிலிருந்தவன் இன்னும் அருகில் காட்சி தந்தான். வழுக்கைத் தலை, பருத்த கழுத்துடன் கோட்டு அணிந்து வேட்டி கட்டி, சிகரெட் பிடித்தபடி, அறையின் எதிர் வசத்துத் தெருப்பக்கத்தில் நின்றான். கிருஷ்ணப்பன், அவனை அடையாளம் காண சூட்சுமமாய்ப் பார்த்தான். அவன் வேட்டி சுத்தமாக இருந்தது. பாக்குத் தோட்டத்து முதலாளிபோல் காட்சி தந்தான். கிராமத்திலிருந்து பாக்கு விற்க வந்திருக்கலாம். இந்த வீதியின் சுற்றும் முற்றும் இருக்கும் ஏதோ ஒரு வேசி வீட்டிற்குப் போக, தக்க சந்தர்ப்பத்திற்குக் காத்திருக்கலாம். இந்தவித சிஐடிக்களுக்குப் பயந்து நானும் நிற்க வேண்டியதாயிற்றே என்று கிருஷ்ணப்பனுக்குக் கோபம் வந்தது. இதுவரை பங்கு வகித்த எல்லா இயக்கங்களிலும் காந்தியவாதியாக இருந்த கிருஷ்ணப்பனுக்கு, பயமில்லாமல் செயல்புரிய முடியாத அண்ணாஜியின் அரசியலில் ஏதோ தவறு இருக்கிறதென்றுபட்டது. தான் இருந்த கட்சிகளையெல்லாம் உடைத்து, அதற்கு ‘டாக்டிக்ஸ்’ என்று பெயர் கொடுத்து, இந்த அண்ணாஜி பண்ணிக் கொண்டிருக்கும் அரசியல் கிருஷ்ணப்பனின் இயல்புக்கு ஒத்துப்போகவில்லை. ஆனால் அண்ணாஜி ஒரு தீர்க்கதரிசியாகவும்

கிருஷ்ணப்பனுக்குத் தோன்றினான். தன்னிடம் அவன் எதுவும் மூடி மறைக்கவில்லை.

கோட்டு அணிந்து வேட்டி கட்டிய அந்த மனிதன் தன் பாக்கெட்டில் இருந்து கறுப்புத் தொப்பியை எடுத்துத் தலைக்கு வைத்து ஒரு ஜட்காவில் ஏறியதைக் கிருஷ்ணப்பன் கண்டான். அவன் மறைந்த பின்பு ஒரு ஜட்கா கொணர்ந்து அண்ணாஜிக்கு எல்லாமாக இருந்த ஹோல்டாலில் தனது பொருள்களை நிரப்பிக்கொண்டு வழக்கமான வழியில் சென்ன வீரய்யனின் வீட்டிற்குப் போனான்.

சென்ன வீரய்யன் சுமார் முப்பது வயதுள்ள ஒரு செல்வந்தன். காண்ட்ராக்ட் வேலையில் இருந்தான். ஊர் முனிசிபாலிட்டி உறுப்பினன். பிரசிடெண்ட் ஆகும் முயற்சியில் இருந்தான். ரோட்டரி கிளப் உறுப்பினனுமான அவனுக்குத் தான் ரோட்டரி கவர்னராகி அமெரிக்கா போகும் ஆசையும் இருந்தது. சுதந்திரம் வந்த பின்பு காங்கிரசில் சேர்ந்து சில்க் குளோஸ் காலர் கோட் பாண்ட் அணிந்து காரில் நடமாடி, பேப்பரில் அவ்வப்போது செய்திவரும் கௌரவஸ்தனாக இருந்தான்.

தன் ஆசைகளை நிறைவேற்றுவதில் அவனுக்கு இருந்த ஒரு குறை என்னவெனில் அவனுக்குச் சரியாக ஆங்கிலம் பேச வராதது. ரோட்டரி பிரசிடெண்ட் ஆவது இந்தப் பலவீனத்தால் சாத்திய மாகாமல் போயிற்று. கல்லூரியில் இருந்தபோது ரௌடித்தனம் பண்ணிக்கொண்டு காலம் கழித்ததற்காக இப்போது வருந்தினான். எவ்வளவு பணம் இருந்தாலும் அவன் மதிப்பு ஊருக்கு வெளியில் பரவவில்லை.

பல போலீஸ் அதிகாரிகளையும் 'கிளப்'களில் பார்த்து அவர்களின் நண்பனாக விளங்கிய சென்ன வீரய்யனின் நட்பைப் பெறுவதற்காக அந்த மாவட்டத்திற்கு வந்த முதல் வாரத்தில் அவனிடம் போய் இங்கிலீஷில் பேசினான், அண்ணாஜி. தான் ஸ்டேட்ஸ்மன் பத்திரிகையில் வேலை செய்தவன் என்றும், இப்போது வேலையை விட்டுவிட்டு ஒரு புஸ்தகம் எழுதுவதாகவும், தன் பெயர் அண்ணாஜி எஸ். கத்ரே எனவும் பரிச்சயம் செய்துகொண்டான். பின்பு ஊரின் கௌரவஸ்தரும் காங்கிரஸ் தலைவருமான சென்னவீரய்யனிடம் இந்தப் புத்தகத்துக்காக இந்த ஊரின் சுதந்திரப் போராட்ட வீரர்கள்

பற்றிக் கூறமுடியுமா என்று கேட்டான்.

பளிங்குக்கல் போடப்பட்ட வராண்டாவின் பிரம்பு நாற்காலியில் நிறைய தெரிந்தவன்போல தலையை ஆட்டியபடி சென்னவீரய்யன் கேட்டுக்கொண்டிருந்தான். ரேடியோவில் வரும் இங்கிலீஷ் போல சரளமாகப் பாய்ந்து வந்த அண்ணாஜியின் இங்கிலீஷைக் கேட்டுப் பயந்து, ஏதோ தெரிந்தவன் போல 'ஐ ஸீ, ஆல் ரைட்' என்று சமாளித்துக் கொண்டு தர்மசங்கடத்துடன் இந்தச் சந்திப்புக்கு முடிவு வராதா என்று காத்திருந்தான் வீரய்யன். தேநீர் தருவதற்காக உள்ளே போன மாஜிஸ்திரேட் மகளும் கான்வெண்டில் படித்தவளுமான மனைவியைப் பார்த்து, 'அவன் என்ன சொல்கிறான்? ரயில் போவது போல் பேசுகிறான். புரியவில்லை' என்று ஜபர்தஸ்தாய் நகைத்தபடி கேட்டான். தன் ரோட்டரி சங்கத்தின் தேவைகளில் ஒன்றான இங்கிலீஷ் பேசக்கூடிய மனைவியும் வேண்டுமென்பதால் பண பலத்தில் உமாவை அடைந்திருந்தான். ஆடையில் ஊசியினால் டிசைன் போட்டபடி உள்ளேயிருந்து கொண்டே அண்ணாஜியின் பேச்சைக் கேட்ட உமா டைனிங் டேபிள் மேல் டீயும் பிஸ்கட்டும் வைத்தபடி அவன் பேசியதன் அர்த்தத்தைத் தெரிவித்துவிட்டு அவனை உள்ளே அழைக்கக் கணவனிடம் கூறினாள். சென்னவீரய்யன் 'கம் இன்' என்ற பிறகு உள்ளே போன அண்ணாஜி உமாவுக்கு வணக்கம் தெரிவிக்கத் தலையைக் குனிந்து, தான் கோலாப்பூரில் இருந்தபோது ஓரளவு கன்னடம் வந்தது எனக் கூறி, இந்த ஊரில் நேரம் கிடைக்கும் போது சில மாணவர்களுக்கு இங்கிலீஷ் சொல்லிக் கொடுப்பதாகவும் தன் அரைகுறை கன்னடத்தில் சொன்னான்.

'சுதந்திரம் வந்த பிறகும் நம் மக்களுக்கு இங்கிலீஷ் மோகம் போகவில்லை. நீங்கள் கன்னடத்தில் நல்ல பேச்சாளர் என்று கேள்விப்பட்டிருக்கிறேன்' என்று சென்னவீரய்யனைப் புகழ்ந்து 'டீ'யை ருசிபார்த்துவிட்டு உமாவைப் பாராட்டினான்.

இவ்வாறு ஒரு புத்திஜீவியின் பரிச்சயம் திடீரென்று கிடைத்ததற் காகச் சென்ன வீரய்யன் மகிழ்ந்தான். தன் ரோட்டரி நண்பர்களுக்கு இப்படிச் சரளமாக இங்கிலீஷ் பேசுபவனைப் பரிச்சயம் செய்து வைத்து அவர்களின் தற்பெருமையைக் குறைக்க வேண்டுமென்று நினைத்தான். தானும் இரகசியமாக அவனிடமிருந்து இங்கிலீஷ் கற்க வேண்டுமென்று தீர்மானித்தான்.

அண்ணாஜியின் திட்டம் அவன் நினைத்ததைவிட வேகமாக ஈடேறியது. தினம் காலையில் அண்ணாஜியைச் சென்ன வீரய்யன்

கார் அனுப்பி அழைத்துக்கொண்டான். சுப்ரபாதம் கேட்டுக்கொண்டு 'லான்' மேல் நடந்தபடியிருக்கும் சென்ன வீரய்யன் அண்ணாஜியிட மிருந்து கற்றிருந்த 'உரையாடல் ஆங்கிலத்தை'ப் பயன்படுத்தி அவனை வாசலிலிருந்து அழைத்து உள்ளே சென்றான். 'பிரேக்ஃ பாஸ்ட்' முடியும் வரை இந்த இங்கிலீஷ் உரையாடல் தொடர்ந்தது. 'இது நல்லாயிருக்கு', 'வந்தனம்', 'சர்க்கரை வேணுமா?', 'எத்தனை கரண்டி?', 'இன்றைய காலநிலை நன்றாகயிருக்கிறது', போன்ற வாசகங்களைச் சொல்வதற்கும் கேட்பதற்கும் கற்ற சென்னவீரய்யன் கல்லூரியில் தவறாகக் கற்ற ஆங்கிலத்தை அண்ணாஜி மூலம் திருத்தியபடியே காலை உணவை முடித்தான். இதைவிட அதிக ஆங்கிலத்தை முதலிலேயே அறிந்திருந்த உமா படித்தவனான அண்ணாஜியின் கற்றறிந்த பழக்கவழக்கங்களால் மகிழ்ந்து சந்தோஷ மாக உணவு பரிமாறினாள். அவனளவு கற்றிருந்த யாரும் அவள் வீட்டிற்கு வந்ததில்லை. வருகிறவர்கள் எல்லோரும் சூதாடிகள், கள்ளச் சந்தைக்காரர்கள், வறட்டுத்தனமாகப் பேசிக் கொண்டுதான் ஒருத்தி உள்ளே இருப்பதைக் கவனிக்காமல் கொடுப்பதைத் தின்றுவிட்டுப் போகையில் கால்செருப்பின் அழுக்கையும் சாணியையும் கார்ப்பெட்டில் தேய்த்துவிட்டு போகும் போது போகிறவர்கள். தன் வீட்டின் இந்தச் செல்வந்த நிலையை அண்ணாஜி மிக நாசூக்காக நிராகரித்ததை அவள் கவனிக்கத் தவறவில்லை. இந்த இங்கிலீஷ் பாடம் முதலியவற்றை ஏதோ ஒரு இரகசியத்திற்காக இவன் செய்கிறான், இவன் ரகசியமான ஒரு நபர் என்ற சந்தேகம் அவளுக்கு வந்தது. அழகிய மூக்கு, உதடுகளுடன், மாநிறமான முகத்துடன், சின்ன கூர்மையான கண்களும், சிறுத்தை போன்ற உடல்வாகுமுள்ள உமாவை அண்ணாஜி தன் செயல் நடவடிக்கையால் சந்தோஷப்படுத்தினான். அவளின் இருப்பை ஏக உத்தேசத்துடன் தன் முழு ஆளுமையும் கவனித்துக்கொண்டிருப்பதை எந்தப் பேச்சும் பேசாமல் அவளுக்குத் தெரியும்படிச் செய்தான். பணக்காரர்கள் பற்றி இருந்த அவனது வெறுப்பு அவன் மௌனமாக யிருந்த போதுகூட வெளிப்பட்டதைக் கவனித்த உமா தன்னைப் பற்றிய அவனது கௌரவ உணர்விற்கு நன்றியுள்ளவளாக இருந்தாள்.

அவன் நேராகச் சொல்லாவிட்டாலும் அவன் விரும்புவான் என்றறிந்து தளுக்குக் காட்டும் தன் ரேயான் சேலைகளை விட்டு விட்டுக் கஞ்சி போட்டு இஸ்திரி போட்ட பருத்தி ஆடைகளை உடுத்தியிருப்பாள். அவள் அங்குப் போகும்போது சிறப்பாக ஏதாவது செய்திருந்தால் 'அவருக்குக் கொடுங்கள்' என்று கணவனிடம்

கூறி டிபன் பாக்ஸில் கொடுப்பாள். அவன், கணவனுக்குக் கொடுக்கும் சாக்கில் தனக்கே கொடுத்த கார்க்கி, செக்காவ் கதைகளை எல்லாம் படித்து தான் மெச்சுவதைக் காட்டிக்கொண்டாள். 'எனக்குப் படிக்க நேரமே கிடைப்பதில்லை. அவள் தினமும் படித்துச் சொல்வாள்' என்று சிரித்தபடி சென்ன வீரய்யன் இங்கிலீஷில் சொல்லும்போது அண்ணாஜி முகத்தில் எந்த உணர்வும் இல்லாமல் அவனைத் திருத்துவான்.

'ஷி வில் ரீட் இட் எவ்ரிடே அல்ல. ஷி ரீட்ஸ் இட் எவ்ரிடே டு மி.'

'யெஸ் யெஸ். ஷீ ரீட்ஸ் இட் எவ்ரிடே டு மி. என் நண்பர்கள் டபுள் கிராஜுவேட்டுகளாக இருந்தாலும் இந்தத் தப்பைப் பண்ணு கிறார்கள், பாருங்கள். அப்படி எனக்கும் அதே பழக்கமாகிவிட்டது.' சென்னவீரய்யன் சிரித்தபடி சிகரெட் பற்ற வைத்து அண்ணாஜிக்கும் ஒன்று கொடுப்பான்.

'யூ மஸ்ட் ஃபஸ்ட் ஆஃபர் இட் டு மி' என்று அண்ணாஜி சிரிப்பான். சென்னவீரய்யன் 'எக்ஸ்க்யூஸ் மி' என்பான். தானும் கவனித்திருக்கிற ஒன்றை அண்ணாஜியும் கவனிக்கிறான் என்றறிந்த போது உமாவுக்கு வியப்பாயிற்று.

தன் அறையில் இருப்பது தனக்கு அபாயம் என்றறிந்த அண்ணாஜி வீரய்யனுக்கு காலைச் சிற்றுண்டி சமயத்தில் ஆங்கிலத்தில் இவ்வாறு சொன்னான்.

'என் அறை 'பிக் ஸ்டை' (பன்றித் தொழுவம்) போல் இருக்கிறது. வெளியே 'கேட்ஸ்' (பூனைகள்) மற்றும் 'டாக்ஸ்' போல மழை வரும்போது மழை 'ட்ரிப்' ஆகத் தொடங்கிவிடுகிறது. சிலவேளை கம்பளிப் புழு 'மூவிங் ராக்ஸ்' போல் சுவரில் ஓடிக்கொண்டிருக்கும்.'

தனக்கு இங்கிலீஷ் 'இடியம்' பற்றிய இன்னொரு பாடமோ அல்லது அண்ணாஜி ஏதாவது சொல்கிறானோ, அல்லது இரண்டும் சேர்ந்ததோ என்று உடனே அறிய முடியாதபடி ஒன்றோடொன்று சரளமாக வரும் சொல்வரிசைகளைப் பார்த்து ஆச்சரியப்பட்டு, அவற்றை நினைவில் வைக்கப் பிரயத்தனப்பட்டபடி சென்ன வீரய்யன் நின்றான்.

கணவன் முட்டாளாக நின்று இதைக் கேட்டுக்கொண்டிருப்பதைப் பார்த்து உமாவுக்குச் சிரிப்பு வந்தது.

'எனக்கு ஒரு ரூம் வேணும். முனிசிபாலிட்டி உறுப்பினர் அல்லவா நீங்கள், மிஸ்டர் சென்ன வீரய்யன்? எங்கேயாவது 'ரெக்கமண்ட்' செய்து எனக்குக் கொடுக்க வைக்கிறீங்களா?'

சென்னவீரய்யன் இன்னும் சுதாரித்துக் கொள்ளவில்லை. இங்கிலீஷ் மூலம் அவன் மீது புரிந்த தாக்குதலால் ஏற்பட்ட தாழ்வுணர்ச்சியை, 'முனிசிபாலிட்டி உறுப்பினன்' என்ற புரிந்து கொள்ளத்தக்க சொல்மூலம் ஏற்பட்ட கௌரவ உணர்வு வந்து குறைத்தது. அதனால் சமாதானம் அடைந்தான். அவனது புன்னகையின் பொருத்தமின்மையைப் பார்த்து ரசித்தபடி அண்ணாஜி சும்மா இருந்தான். உமா கன்னடத்தில் சொன்னாள்:

'அவ்வளவு மோசமான அறையில் நீங்கள் ஏனிருக்கணும்? கராஜ் மேல் நம் கெஸ்ட் ரூமிருக்குதில்லையா? வேறு ரூம் கிடைக்கும் வரை இங்கே வந்திருங்கள்.'

சென்னவீரய்யன் சுதாரித்துக்கொண்டு 'எஸ்எஸ்' என்றான். தான் 'கராஜ்' என்பதை மீண்டும் மீண்டும் 'காரேஜ்' என்று சொல்லி அண்ணாஜியிடமிருந்து திருத்திக்கொண்டாலும் தன் மனைவி உமா எவ்வளவு வேகமாக சரியான உச்சரிப்பைப் பிடித்துவிடுகிறாள் என்று அவனுக்குக் கோபமும் பொறாமையும் சேர்ந்து ஏற்பட்டது. மேலும் இப்படிப்பட்டவள் தன் உடைமை என்ற அபிமானமும் உடனே அவனிடம் தோன்றியது.

கிருஷ்ணப்பன் தந்த டிரங்கு, பெட்டிங் போன்றவற்றை உமா வேலைக்காரன் மூலம் கெஸ்ட் ரூமிற்குக் கொண்டுவந்தாள். அண்ணாஜியின் அதிர்ஷ்டத்தைக் கிருஷ்ணப்பன் ஆச்சரியத்தோடு கவனித்தான். இங்கு அண்ணாஜியின் 'குயில்ட்'டின் தேவை இருக்கவில்லை. பீரோவில் அதை உமா வைத்தாள். புக் ஷெல்பில் தானே புத்தகங்களை அடுக்கினாள். தேக்கு மரக் கட்டிலில் 'டன்லப்' படுக்கை இருந்தது. அதன்மேல் சுத்தமான வெள்ளை 'ஷீட்' மடித்துச் செருகப்பட்டிருந்தது. அதற்கும் மேலே பறவைகளின் படம் உள்ள ஒரு துணி கிடந்தது. மேசையில் பிளாஸ்க் காணப்பட்டது. ரூமுடன் 'பாத்'தும், கக்கூஸும் இணைக்கப்பட்டிருந்தன. நிலத்தில் ரத்தினக் கம்பள விரிப்பு இருந்தது. ஜன்னலில் ஆரஞ்சுவண்ணத் திரை. இந்த ரூமில் அண்ணாஜியின் வர்ணம் போன அடி விழுந்த டிரங்க் பொருத்தமில்லாத ஒரு பொருள்போல் இருந்ததை உமா சிரித்தபடி பார்த்தாள். தானே அதை எடுக்கப்போய் பாரமாக இருப்பதைக் கண்டு வேலைக் காரன் மூலம் எடுத்து பீரோவில் வைத்தாள்.

'உணவு முடித்து அண்ணாஜி வருவார்' என்றான் கிருஷ்ணப்பன்.

உமாவின் முகம் இதனால் சுருங்கியதைக் கண்டான் கிருஷ்ணப்பன். 'நான் போகிறேன்' என்றபோது 'இருங்கள்' என்று வேலைக்காரன்

மூலம் போர்ன்விடா கொடுத்து, 'இவர் கிளப்'புக்குப் போயிருக்கிறார். வர லேட்டாகும். பார்க் கணும்னா காத்திருங்க' என்றாள். 'இல்லை' என்று கிருஷ்ணப்பன் அவளுக்கு மௌனமாக வணக்கம் தெரிவித்து விட்டுப் புறப்பட்டான். அண்ணாஜியைப் பார்க்க வந்த காரணம் படியில் இறங்கும் போது நினைவில் வந்தது. தான் காலேஜை விட்டுவிடுவதாக எடுத்த தீர்மானத்தை நாளை சொன்னால் போகிறது என்று எண்ணி ஹாஸ்டலுக்குப் போய் உணவு உண்ணாமல் படுத்தான். காலை வரை தூக்கம் வரவில்லை. இதுவரை அவனுக்கு ஏற்படாத திகில்—பூரணமாய் பொருள் விளங்காத திகில்—இரவெல்லாம் அவனைத் தொடர்ந்தது. காலையில் ஹாஸ்டலின் முன் நின்ற லாரிகளை ஸ்டார்ட் பண்ணும் போது ஏற்படும் தொந்தரவு என்றும்போல் இவனுக்கு அன்று எரிச்சலைத் தரவில்லை. பதிலாக இந்தப் பழக்கப்பட்ட சப்தத்தால் மனம் அமைதியடைந்தது.

மறுநாள் காலையில் எழுந்தபோது கிருஷ்ணப்பனின் கண்கள் தூக்கமில்லாமல் சிவப்பாக இருந்தன. ஹாஸ்டலில் இலவச உணவுக்கு வசதியிருந்தும், யாராவது ஒரு ஹைஸ்கூல் சிறுவன் அவனுக்குக் காப்பி கொண்டு வந்து கொடுப்பான். ஹாஸ்டலில் அவனுக்குச் சேவை புரிய போட்டி நடக்கும். தன் மனம் ஏன் இப்படிக் கலங்குகிறது என்று புரியாமல் முகம் அலம்பி மீண்டும் அதே திகிலால் கிருஷ்ணப்பன் அமர்ந்திருந்தபோது கிஷோர்குமார் என்ற பணக்கார வீட்டுப் பையன் காப்பி கொண்டுவந்து, 'கௌடரே, காபி' என்று ஜன்னலைப் பார்த்து அமர்ந்திருந்த அவனை அழைத்துச் சொன்னான். கிருஷ்ணப்பன் நன்றியுடன் காப்பியை எடுத்துக் கொண்டு, 'உனது ஆயிற்றா? உட்கார்' என்றான்.

'கௌடரே, உம்மேலே ஏதோ அசிங்கமாய் விடுதி சுவரில் அந்த பன்றிகள் எழுதியிருக்கிறார்கள். விடுதியில் அதனால் எல்லோருக்கும் கோபம்' என்றான்.

'எழுதட்டும், விடு' என்றான் கிருஷ்ணப்பன். தனக்கு இரவு தூக்கம் வந்திருக்கவில்லை; எப்போது இந்தப் போக்கிரிகள் வந்து எழுதியிருக்க முடியும் என்று கிருஷ்ணப்பனுக்கு ஆச்சரியம் உண்டாயிற்று.

'ஏதேதோ அசிங்கம் அசிங்கமாக எழுதியிருக்கிறார்கள்; படிக்க முடியாது. நீங்க அதைப் படிக்கக் கூடாதென்று அழித்துக்கொண்டு இருக்கிறார்கள்.'

கிருஷ்ணப்பன் புன்னகைத்து காப்பி குடித்த கப்பை எடுத்துக் கொண்டு கீழே சென்றான். கிஷோர் கப்பைக் கேட்ட போது கொடுக்கவில்லை.

பிரஷை சுண்ணத்தில் பூசி சுவரில் அடித்தபடி நின்ற ஹாஸ்டல் சக தோழர்களுக்குக் கிருஷ்ணப்பன், 'போகட்டும், விடுங்க. ஏன் தொந்தரவு?' என்றான்.

இது வாலிபால் டீம் போக்கிரிகளின் வேலை என்று ஊகித்த ஹாஸ்டல் தோழர்கள் கோபப்பட்டார்கள். தன் சாதி மாணவனுக்கு ஆன அவமானம் என்பதால் இந்த மாணவர்கள் கோபப் படுகிறார்கள் என்று கிருஷ்ணப்பனுக்குப் புரிந்தது.

'தாயளிகளா இருக்கட்டும்... சாப்பிட்டதை வெளியில் வாந்தி எடுக்க வைக்கிறோம்.'

பழைய மோட்டார் சைக்கிள் வைத்து ஜபர்தஸ்தாய் நடமாடிக் கொண்டிருந்த சாமண்ணா சொன்னான். பெரிய ஜமீன்தாரின் மகனாக இருந்தாலும் சாமண்ணாவுக்குத் தன் சாதியினைச் சேர்ந்த புத்திஜீவி என்று கிருஷ்ணப்பன் மீது பற்று.

'நான் காலேஜை விடவேணும்னு இருக்கிறேன்' என்று அவர் களைச் சமாதானப்படுத்துவதுபோல் சொன்னான் கிருஷ்ணப்பன்.

'கௌரி ஸிஸ்டரின் காலில் விழவைக்கிறோமா இல்லையா, பாருங்கள். நீங்கள் ஏன் காலேஜ் விடவேண்டும்?' என்றான் சாமண்ணா. அவனும் பெண்களைக் கிண்டல் செய்தாலும் கிருஷ்ணப்பனிடம் கௌரி தேஷ் பாண்டேக்கு மதிப்பு என்று அறிந்து கௌரியை மட்டும் ஸிஸ்டர் என்று சேர்த்தே அழைத்தான். கிருஷ்ணப்பன் அதிகம் பேசாமல் ரூமிற்குப் போய் படிப்பதற்காக அமர்ந்தான். ஆனால் அவன் மனசு நிலைகொள்ளாமல் அவனுக்கே புரியாத ஒரு திகிலுக்காட்பட்டுத் தடுமாறியது. தனக்கு மீறியது ஏதோ தனக்கு எதிராக வேலை செய்கிறது என்பதை இந்தத் திகில் காட்டுகிறது என்று நினைத்தான். காலை உணவை முடிக்காமல் அண்ணாஜியைப் பார்க்க நிதானமாக நடந்து போனான்.

தன் திகிலுக்குக் காரணம் என்ன என்று வெளிப்படையாக அவனுக்குப் புரியாமல் இருந்தாலும் கௌரி தேஷ்பாண்டேயின்

மௌனமான தோற்றம் அவன் மனத்தில் தோன்றி, அவள் அவனுக்கு மிகவும் தேவையானவள் என்ற எண்ணம் வந்தது. பார்க்கில் நடந்து கொண்டிருந்த கிருஷ்ணப்பனுக்கு அவளைப் போய்ப் பார்க்க வேண்டுமென்று தோன்றியது. பார்த்து என்ன சொல்வது? உன்னைக் காதலிக்கிறேன் என்று சொல்வதா? அது சாத்தியமில்லை. அப்படிச் சாத்தியமில்லாதபடி என்னை வைத்திருப்பது என் கர்வமா? தெரியவில்லை. ஆனாலும் தன்னிடம் ஏதோ குறையுள்ளது. அவள் மூலமல்லாது அது தீராது என்பதும் புரிந்தது. ஒரு பலவீனனைப் போல் அவள் வீட்டிற்குப் போய்விடுவேனோ என்று பயந்தான். சுவரில் காணப்பட்ட வாசகங்கள் தனது கம்பீரத்தின் மீதும் தன் அந்தரங்கங்களின் மீதும் சுற்றியுள்ள சிறுமைகளாய் வந்து தாக்குதல் தொடுத்ததைக் கண்டு அது தன்னைப் பாதிக்காது என்று கிருஷ்ணப்பன் நினைத்தான். இவற்றைக் கவனிப்பதுகூட, தனக்குக் கீழானது என்று நினைத்தான். அதனால் அவனுக்கு ஏற்படும் திகில் ஏதோ ஒரு இரகசியம் என்று எண்ணினான்.

அண்ணாஜி மெதுவாக சோபா மேல் அமர்ந்து கால் சாய்த்து சார்மினார் புகைத்தபடி உமாவுடன் பேசிக்கொண்டிருந்தான். உமா அவன் எதிரில் ஒரு ஸ்டூலில் அமர்ந்து கையைத் தன் வயபட்டவளாய் முகத்தில் வைத்துத் பெரிய கண்களால் அவனைப் பார்த்து மெச்சிய படி கேட்டுக் கொண்டிருந்தாள். அண்ணாஜி பிரஞ்சுப் புரட்சியின் கதையை ரம்மியமாய் சினிமாவில் வரும் கண்ணீர்க் காட்சிபோல் விவரித்துக் கொண்டிருந்தான். கிருஷ்ணப்பன் மௌனமாய் உள்ளே வந்து இன்னொரு சோபாவில் அமர்ந்து அண்ணாஜிக்குத் திடீரென்று வந்த அதிர்ஷ்டத்தைச் சுற்றிலும் கண்களை ஓட்டிப் பார்த்தான். மேஜைமீது பூவின் ஜாடி வேறு. உமாவின் கண்கள் ஜொலித்தன. அண்ணாஜி தனது ஒரு மாத தாடியைச் சவரம் செய்து குளித்து சுத்தமான வேட்டியுடன் ஜிப்பாவும் அணிந்து அமர்ந்திருந்தான்.

‘மிஸ்டர் சென்னவீரய்யன் ரோட்டரியில் பேச இன்றைக்கு மாலை என்னை அழைத்திருக்கிறார். நீயும் உடன் வா’ என்று அண்ணாஜி கிருஷ்ணப்பனை அழைத்தான்.

கிருஷ்ணப்பனுக்குக் காபி எடுத்துவர உமா கீழே இறங்கிப் போனாள்.

கிருஷ்ணப்பன் பதில் சொல்லாததைப் பார்த்து அண்ணாஜி, ‘மார்க்சிய சரித்திர சித்தாந்தத்தைப் பற்றிப் பேசுகிறேன்’ என்றான்.

‘ரோட்டரியில்?’

கிருஷ்ணப்பன் கேலியாகக் கேட்டான்.

'ஒய் நாட் ?' அண்ணாஜியும் கேலியாகச் சொன்னான்.

'விதைப்பது என் போன்றோர் வேலை. உதாரணத்திற்கு, உமாவைப் பார். பீரோக்கிராட் பின்னணியிலிருந்து வந்து 'காம்பரடார்' காப்பிட்டலிஸ்ட் வர்க்கத்தைச் சார்ந்திருக்கிறாள். ஆனால் அவள் பொட்டன்ஷியலி ஒரு புரட்சிக்காரி. பணக்காரவர்க்கம் அவளைக் கூட தனது சொத்தாக மாற்ற முயல்கிறது. ஆனால்...'

'இப்போ நீயும் அதன் சொத்தாக இருக்கிறாய் அல்லவா?' கிருஷ்ணப்பன் ரூமின் ஆடம்பரத்தின் மீது கண்ணோட்டியபடி கேட்டான்.

அண்ணாஜி, கேலியாகச் சிரித்துக் கிருஷ்ணப்பனின் விமர்சனத்தை நிராகரித்தான்.

தான் அதிக நேரம் அமர்ந்திருப்பது உமாவுக்கு விருப்பமில்லை என்பதை ஒருவிதமாய்ப் புரிந்து கிருஷ்ணப்பன் காப்பியைக் குடித்து விட்டு எழுந்தான்.

'இன்னும் கொஞ்சநேரம் உட்கார்' என்று அண்ணாஜி சொன்னாலும் கிருஷ்ணப்பன் கேட்காமல், 'மாலையில் மீட்டிங் குக்கு வருவேன்' என்று கூறிவிட்டு ஊருக்கு வெளியில் இருந்த அந்தச் சிறிய குன்றை நோக்கிப் புறப்பட்டான். அவனுக்கு இப்போது தனியாக இருப்பது தேவையாக இருந்தது. கௌரியின் வீட்டிலிருந்து தூரத்தில் இருப்பதும் தேவையென்று பட்டது.

ஊரின் பக்கத்திலுள்ள அந்தக் குன்றில் ஒரு குகை இருந்தது. இந்தக் குகையில் கோவணதாரியாக, முழுத்தாடியுடன் வயதான பைராகி சாமி ஒருவர் இருந்தார். அவர் பெயர் ஏதும் யாருக்கும் தெரியாது. யாருடனும் அவர் பேசமாட்டார். தினமும் காலையில், மலை யிலிருந்து இறங்கி ஊருக்குள் வருவார். ஒவ்வொரு தினமும் ஒரு தெருவைத் தேர்ந்தெடுத்து அந்தத் தெருவின் மூலையில் உரக்க பகவத் கீதையின் அத்தியாயங்களை ஒரு மணி நேரம் ராகமிட்டுப் பாடுவார். அவர் தரையில் வைத்திருக்கும் பெட்டியில் அங்குப் போகிறவர்கள் அரிசியோ, பழமோ, பயறோ போடுவார்கள். இந்தச் சிறுபெட்டி நிறைந்தபின் எதையும் அந்தப் பைராகி ஏற்பதில்லை.

தனது பாட்டை முடித்துக்கொண்டு மலைக்குத் திரும்பி, கிடைத்த வற்றை வேகவைத்துத் தின்பார், அவ்வளவே.

கிருஷ்ணப்பனுக்கு இந்தப் பைராகி என்றால் குதூகலம். மலை ஏறி அவன் குகையருகில் அமர்ந்தான். பைராகி தன் நித்திய உணவாகிய அரிசி, பருப்பை ஒரு பாத்திரத்தில் இட்டுக் குகைக்கு வெளியிலிருந்த மூன்று கற்களாலான அடுப்பில் வேகவைத்தார். கிருஷ்ணப்பன் நமஸ்காரம் என்று கூறி, அங்கேயே ஒரு பாறைமீது அமர்ந்து காத்திருந்தான். பைராகி பேசவேயில்லை. சோறும் பருப்பும் வெந்ததும் குகைக்கு உள்ளிருந்த பைராகி வந்து காட்டு இலைகளைக் குச்சியால் இணைத்து மூன்று பெரிய இலைகளாக மாற்றினார். இந்த மூன்று இலைகளிலும் சமமாக பாத்திரத்தில் இருந்ததைப் பங்கிட்டு ஒன்றைத் தூரமாய் வைத்துவிட்டு வந்தார். பாறை மறைவிலிருந்து ஒரு நாய் சோற்றுக்கு வந்ததைக் கிருஷ்ணப்பன் கண்டான். அவசரமில்லாமல் வந்து பைராகி ஓரிலையைக் கிருஷ்ணப்பன் எதிரில் வைத்துக் கண்மூடி தியானம் பண்ணினார். என்ன சொல்வதென்று கிருஷ்ணப்பனுக்குத் தெரியவில்லை. பைராகி உணவு உண்ணத் தொடங்கிய பிறகு கிருஷ்ணப்பன் தன் இலையில் இருந்ததைத் தின்றான். அதில் எந்த ருசியும் இருக்காவிட்டாலும் பசியாகையால் தின்றான்.

பைராகி உணவை முடித்து இலையைத் தூர வீசிவிட்டுவந்தார். கிருஷ்ணப்பனும் வீசிவிட்டு முதலில் இருந்த இடத்திற்கு வந்து அமர்ந்தான். இப்போது பைராகி பேசவேயில்லை. பின் கிருஷ்ணப்பனுக்குப் பேச்சின் அவசியம் தோன்றவில்லை. பைராகி நிழலில் கண்மூடிப் படுத்தார். இந்தப் பைராகி வெறும் போலியானவரா, உறுதியானவரா, நல்லவரா அல்லது ஒரு 'இடியட்'டோ என்பது போன்ற கேள்விகள் பொருத்தம் இல்லாதவை என நினைத்தான். இதன் பிறகு கிருஷ்ணப்பனுக்குத் திகில் அதிக மாயிற்று. பல சாத்தியப் பாடுகளின் எதிரில் நின்றிருப்பதால் இந்தத் திகில் தனக்குத் தோன்றியிருக்க வேண்டும். இந்தப் பாறைகளிலிருந்து உருண்டு விழுந்து சாகலாம். அல்லது இந்தப் பைராகியைப் போல் தினம் ஒருமுறை தின்று சும்மாயிருந்துவிடலாம். அண்ணாஜி போல் சமூகத்தோடு மோதிக் கொண்டிருக்கலாம். கௌரியை ஒவ்வோர் இரவும் தேடிப் பிடித்துப் புணர்ந்து குழந்தைகளைப் பெற்றெடுக்கலாம். ஏதும் தேவையில்லை. அல்லது எதுவும் செய்யலாம். எதுவும் செய்யாமல் இப்போது இருப்பது போல் இருக்கவும் செய்யலாம். அப்படியிருப்பதும் இன்னொன்றைச் செய்வது போன்ற செயலே.

45

எதற்கும் அர்த்தமில்லை அல்லது ஒவ்வொன்றிற்கும் தான் கொடுக்கும் அர்த்தம் மட்டுமே.

பைராகி எழுந்து அமர்ந்தார். உணர்வற்ற முகமாய்த் தெரிந்தார். எழுந்து ஒரு பாறை மறைவில் போய் ஒன்றுக் கிருந்துவிட்டு மீண்டும் வந்து படுத்தார்.

இந்தப் பைராகி ஒவ்வொரு நாளும் தான் இப்படி இருப்பது என்று தீர்மானம் பண்ணிப் புறப்படுகிறாரா? அவருக்குச் சந்தோஷம் கிடைக்கிறதா? அல்லது அதற்கான தேவை இல்லையா?

இவர் இப்படிச் சும்மா நாளை வரை இருந்துவிடுகிறார் இல்லையா? செய் அல்லது சும்மா இரு. புகழால் மகிழவோ விமரிசனத்தால் வருத்தமோ படாதே. இந்தக் கருத்துகளைக் கீதையிலிருந்தெடுத்துத் தினம் ஒரு ராகம்போல் பாடுவதன் மூலம் தன் தினசரி ஆகாரத்தைப் பெற்று வெறுமே இருக்கிறாரல்லவா? எதனால் இவர் வாழ்கிறார்? இப்படிப்பட்ட கேள்விகளால் மனம் குழம்பிப் பயங்கரமாக 'தட்' டென எழுந்து நின்று,

'அய்யா சாமியாரே, சொல்லுங்கள். எனக்கு ஒரு கேள்வி' என்றான்.

பைராகி கண்களை விழித்துக்கொண்டு படுத்தே கிடந்தார்.

'நீங்கள் மௌனியா? அப்படியெனில் தினம் பகவத்கீதை பாடுகிறீர்களே தெருவில். உம் நோக்கம் என்ன?'

பைராகி முகத்தைத் திருப்பவில்லை. அவர் செவிடர் என்று தோன்றியது. தன் சொற்கள் சும்மா வெறும் ஒலியாக இருப்பதைக் கவனித்தாலும் தடுக்க முடியாமல் பைராகியின் அருகில் அமர்ந்து கத்தினான்.

'சொல்லுங்களய்யா.'

கிருஷ்ணப்பனுக்குத் தான் ஹாஸ்யத்துக்குரிய ஒரு நபர் எனப் பட்டது. ஏதும் செய்யத் தோன்றாமல் பைராகியின் கைகளைப் பலமாகப் பிடித்தான். எதிர்க்காமல் அவன் கைகளில் தன் கைகளை வைத்துப் பைராகி கிழக்குத் திசையைப் பார்த்தபடி அமர்ந்தார். கத்த வேண்டும் போலிருந்தது. கண், செவி, மூக்கு, தோல் முதலியன வெளியிலிருந்து கிரகித்தவற்றை உள்ளே அனுப்பிக்கொண்டே இருக்கின்றன அல்லவா? புறத்தையும் அகத்தையும் இணைப்பது தானே ஆண்குறி மற்றும் யோனிகளின் உறவு? இந்த உண்மையைத் தவிர வேறு என்னத்தை இந்தப் பைராகி கண்டுவிட்டார்? நான் இவரது கருத்தைக் கேட்ட தினாலேயே இவரது 'அகம்' இன்னும்

மறைபொருளாகிவிட்டது. இவர் 'இடியட்'டானாலும் தன்னை வென்றிருக்கிறார். ஒரு நிமிடம் அவரை இம்சை புரிந்தாவது அவர் பதிலைப் பெற வேண்டுமென்ற சபலத்தை அடக்கிக்கொண்டு ஏமாற்றத்துடன் கிருஷ்ணப்பன் எழுந்து நின்றான். சோர்வுடன் தள்ளாடியபடி நடந்து மலையைவிட்டு இறங்கி ஊருக்கு வந்தான்.

ரோட்டரி கிளப் கூட்டத்தில் அதன் சடங்குகளை அண்ணாஜி சகித்துக்கொண்டு இருப்பதைப் பார்த்து கிருஷ்ணப்பன் ஆச்சரியத் துடன் அமர்ந்திருந்தான். அண்ணாஜி தனிநபர் மற்றும் சமூகத்தின் உறவு பற்றியும், உற்பத்தி முறையின் மாற்றம், வர்க்கப் பிரக்ஞை, புரட்சி போன்றவைப் பற்றியும் சரளமான ஆங்கிலத்தில் பேசுவதையும், இங்கிலீஷில் நடக்கும் இந்தப் புரட்சி, சில்க் ஜிப்பா, கோட் அணிந்தவர்களுக்குத் தாலாட்டு போல் காணப் படுவதையும் பார்த்துக் கிருஷ்ணப்பன் அசிங்கமாக உணர்ந்தான். 'கர்மா' மற்றும் புனர்ஜென்மத்தைப் போலவே இந்தப் புரட்சியும் காலம் மாறும் போது தவிர்க்க இயலாததாய் ஏன் ஆகக்கூடாது? பிரளயத்தைப் போல? சென்ன வீரய்யன் பெருமையுடன் வீற்றிருந்தான். நன்றியுரை கூறும் முன்பே கிருஷ்ணப்பன் எழுந்து ஹாஸ்டலுக்குப் போய்விட்டான்.

இருட்டாக இருந்தது. ஹாஸ்டலின் எதிரில் கௌரி தேஷ்பாண்டே யின் கார் நின்றிருந்தது. டிரைவர் சிகரெட் பிடித்தபடி காரின் வெளியில் நின்றிருந்தான். ஹாஸ்டல் மாணவர்கள் எல்லோரும் வெகு சந்தோஷத்தோடு கும்பலாக நின்று தமக்குள் பேசிக் கொண்டிருந்தார்கள். இந்த ஹாஸ்டலில் ஒரு பெண் வந்தது இதுவே முதல் தடவை. ஒரு பெண்கொசுகூட இந்த ஆண்கள் ஹாஸ்டலுக்கு வராது என்று நினைத்திருந்த மாணவர்களுக்கு கௌரி தேஷ் பாண்டேயின் வரவு சரித்திர நிகழ்வாகிவிட்டது. கிருஷ்ணப்பனைக் கண்டவுடன் பேச்சை நிறுத்தினார்கள். கிருஷ்ணப்பன் மாடி ஏறிப் போய் தன் ரூம் வாசலைத் திறந்தான். கௌரி, ஏதோ புத்தகத்தை ரூமிற்குள் ஈடுபாட்டுடன் படித்த வண்ணமிருந்தவள் ரூம் வாசல் திறந்ததும் எழுந்து நின்றாள்.

'மன்னிக்க வேண்டும். உங்கள் ரூமிற்கு வந்து தொந்தரவு கொடுக்கிறேன்' என்று மெதுவாகச் சிரித்தாள். அவளது பால்நிறம்

கொண்ட அகலமான முகம் அமைதியாக இருந்தது. நெற்றியில் பெரிய மாவு குங்குமம் போட்டிருந்தாள். சற்றுப் பெரிதான அவள் கீழ் உதடு, பாரமான மார்புகள், கவர்ச்சியான தோள்கள், நீளமான கால்கள், அவள் நிற்கும் முக்கோணத் தோற்றம், முதுகில் பாரமாகி விழுந்திருந்த கறுப்பு ஜடை—இவை மொத்தமாய் மோகம் ஏற்படுத்தும் வண்ணமிருந்தன. மௌன சாகரத்தில் எப்போதும் காட்சி தரும் கன்னிகை என்கிற எண்ணத்தைத் தந்தாள். தன் மகிழ்ச்சியையும் பாராட்டையும் மறைக்க முடியாமல் கல்லில் செய்த கறுப்புச் சிலை போல் அவன் நின்றான்.

'உட்காரலாமே?'

கௌரி குறுஞ்சிரிப்பு சிரித்து, அங்குக் கிடந்தது ஒரே நாற்காலி யாகையால் தான் எங்கு அமர்வது என்று தேடினாள். படுக்கை மேல் கிருஷ்ணப்பன் அமர்ந்து அவளுக்கு நாற்காலியைக் காட்டினான். சுவரின் மீது கிருஷ்ணப்பனின் வணக்கத்துக்குரிய விவேகானந்தர், காந்திஜி படங்களைக் கௌரி கவனித்தாள். 'நீங்கள் காலேஜை விட்டுவிடப் போறீங்களாமே, உண்மையா?' என்றாள்.

'ஆமா, அதுக்குக் காரணம் நீங்களல்ல. எனக்கு வேறு ஏதாவது பண்ணவேண்டுமென்று தோன்றுகிறது.'

கௌரி திருப்தி பட்டாற்போல் தோன்றிற்று. கௌரி சொன்னாள்:

'உங்கள் காகிதம் வந்தது. எனக்கு என் தாயை விட்டால் நீங்கள் மாத்திரமே. எப்படிச் சொல்வது? கௌரவம் என்பதா, காதல் என்பதா? ஆனால்.... இதை மட்டும் வாய்விட்டுச் சொன்னேன் என்று மனதில் வைக்க வேண்டாம். நான் இங்குவர எந்த நோக்கமும் இருக்கவில்லை.'

கௌரி மிகவும் இயல்பாகப் பேசினாள்.

கிருஷ்ணப்பன் தலை கவிழ்ந்து, அமர்ந்தபடியே சொன்னான்:

'இந்த ஆண்கள் ஹாஸ்டலுக்கு நீங்கள் ஒருவராக வந்திருக்கிறீர்கள். உங்கள் தாய் என்ன நினைப்பார்கள்?'

'நீங்களும் இந்தக் கேள்வியைக் கேட்பீர்கள் என்று நான் நினைக்கவில்லை'.

தன் கேள்வியால் கிருஷ்ணப்பன் வெட்கமுற்றதைக் கவனித்தவள் சிரித்தபடி சொன்னாள்:

'என் தாய் ஜெயிலில் இருக்கும் என் தந்தையை விட்டுவிட்டு வந்திருப்பதால் என்னுடைய எந்த ஆசைக்கும் தடை போடுவதில்லை.'

'அதனால் நீங்கள் உங்கள் கடும் கோபத்தை இப்படித் தீர்த்துக் கொள்ளக்கூடாதல்லவா?' என்று கேட்டுச் சுதாரித்துக்கொண்டான் கிருஷ்ணப்பன்.

'இது கோபம் என்று ஏன் உங்களுக்குப் படுகிறது? நான் உங்களை விரும்புகிறேன் என்றேன். இது உங்களுக்கும் பெருமைதானே! நான் இப்படிப் பேசுவேன் என்று உங்கள் சுபாவத்தினால் நீங்கள் எதிர்பார்த்திருக்க மாட்டீர்கள்.'

கிருஷ்ணப்பன் குழப்பமடைந்தான். கௌரி எழுந்து நின்று கொண்டு, 'வரவேண்டும் என்று நினைக்கும்போது வீட்டுக்கு வாருங்கள்' என்று கூறிவிட்டுப் புறப்பட்டுச் சென்றாள்.

காதல் எவ்வளவு தீவிரம் அடைகிறதோ அவ்வளவு தூரம் காதலிக்கப்படும் பொருளும் அர்த்தமற்றதாகி விடுகிறது என்பது கிருஷ்ணப்பனின் அனுபவத்திற்கு வந்தது. நாம் தீவிரமாக ஆசைப் பட்டதை எப்போதும் அதிகம் அனுபவிப்பதில்லை. அல்லது ஆசை தீவிரமாக இருக்கும்போது அனுபவிப்பதில்லை என்று சாவை நினைத்தபடி கூறினான்.

இப்படிக் காதல், ஆசை மற்றும் ஏமாற்றம் போன்ற ஒரு நெருப்புச் சக்கரத்தில் கௌரி அவனைச் சிக்கவைத்தாள். மீண்டும் ஒரு ராத்திரியைத் தூக்கமில்லாமல் கிருஷ்ணப்பன் கழித்துக் காலையில் எழுந்து அண்ணாஜியைப் பார்க்கப் போனான். அண்ணாஜி பிரேக்ஃ பாஸ்ட் முடித்து சென்னவீரய்யனுடன் தோட்டத்தில் அமர்ந் திருந்தான். சென்னவீரய்யன் உடைந்த ஆங்கிலத்தில் முந்தின தினம் அண்ணாஜியின் சொற்பொழிவைத் தன் நண்பர்கள் மெச்சியதை யும், பெரிய பெரிய அட்வகேட்டுகள் அந்த ஆங்கிலத்திற்குத் தலை யாட்டியதையும் விவரித்தான். கிருஷ்ணப்பனுக்கு நாற்காலி கொடுக்க வேண்டுமா, அல்லது நின்றுகொண்டே பேசிவிட்டுப் போகிற மட்டத்தவனா என்பதைத் தீர்மானிக்க முடியாமல் சென்ன வீரய்யன் அவனைக் கூர்மையாகப் பார்த்துக் கொண்டிருந்தபோது அண்ணாஜி வெற்றிவாகை சூடியவனாய் எழுந்து நின்று தன் நாற்காலியை அவனுக்குக் கொடுப்பதைக் கண்டு சென்னவீரய்யன், 'வேண்டாம், வேறு நாற்காலி போட வைக்கிறேன்' என்று உரத்த குரலில் 'ஏ மாதையா மாதையா, எங்குப் போய்விட்டாய்?' என்று வேலைக்காரனை அழைத்தான். அண்ணாஜி நின்றிருப்பதைப் பார்த்துச் சென்னவீரய்யனும் நின்றான். அண்ணாஜியின் கௌரவத் திற்குப் பாத்திரமான கிருஷ்ணப்பனைக் காலிலிருந்து தலைவரை

கவனமாகப் பார்த்தான். 'இவர் மிஸ்டர் கிருஷ்ணப்ப கௌடா. இன்னும் பத்து வருஷத்தில் இந்தத் தேசத்தின் பெரிய தலைவராகப் போகிறார். விவசாயிகளின் தலைவராக வருவார். ஒரிஜினலாகச் சிந்திக்க வல்லவர். கிராஸ்ரூட்ஸ் பாலிடிக்ஸ் பண்ணக்கூடியவர்' என்று அண்ணாஜி கிருஷ்ணப்பனைப் பரிச்சயம் செய்து கொடுக்கும் போதே சென்ன வீரய்யன் புரியாமல் 'லானில்' வளர்ந்திருந்த புற்களைப் பார்ப்பதைக் கண்டு அண்ணாஜி தன் பாடத்திற்கு மீண்டும் வந்தான். 'கிராஸ்ரூட்ஸ் என்பது இடியம். காந்தியின் பாலிடிக்ஸ், கிராஸ் ரூட்ஸ் பாலிடிக்ஸ். உதாரணத்திற்கு மேம்போக்கான மாற்றத்திற்கு முயலாமல் சாதாரண மக்களின் பிரக்ஞை மாற்றத்திற்கு முயல்வது. நேற்று அதையே நான் பேசினேன்.'

சென்னவீரய்யன் அர்த்த புஷ்டியாகக் கிருஷ்ணப்பனைக் கவரும் நோக்கத்துடன் பேசினான். 'இப்போதெல்லாம் இங்கிலீஷ் ஸ்டாண்டர்ட் எவ்வளவு கீழ்நிலைக்குப் போயிருக்கிறதென்றால் டபுள் கிராஜுவேட்டுகளுக்கே இது புரியாது இல்லையா மிஸ்டர் கிருஷ்ணப்ப கௌடா? டெமாக்கிரஸி என்று யார் யாரையோ ஆசிரியராக்கினால் நம் குழந்தைகள் எங்கே படிக்கப் போகிறார்கள், சொல்லுங்கள்.'

கௌரி தேஷ்பாண்டேயின் வீட்டிற்குப் போக இஷ்டமில்லாமல் கிருஷ்ணப்பன் அண்ணாஜியைப் பார்க்க வந்திருந்தான். ஆனால் 'புல்தரையின்' மீது நடந்துகொண்டிருந்த இந்த நாடகம் அவனுக்குச் சகிக்க முடியாததாக இருந்தது.

'மன்னிக்கணும். நான் போக வேணும்' என்றான். உமாவே 'டிரே'யில் காபி கொண்டுவருவது கண்டு முள்ளின் மீது அமர்வது போல் அமர்ந்து காபி குடித்தான். அவன் எழ இருந்தபோது சென்ன வீரய்யன் கார் தருவதற்குச் சொல்லியிருந்ததால் அண்ணாஜியுடன் அவனது கராஜ் மேல்தள அறைக்குச் சென்றான். வாசலை அடைத்துக் கொண்டு, 'அண்ணாஜி, நான் காலேஜை விட்டுவிட்டேன். நான் செய்த சிறுபிள்ளை விளையாட்டு போதும்' என்றான். அண்ணாஜி சந்தோஷத்தினால் கிருஷ்ணப்பனை அணைத்துக் கொள்ளப் போன போது அவன் நிமிர்ந்து நின்றதைப் பார்த்து அவனுக்கு உடலைத் தொடவிடுவது பிடிக்காது, கூச்சம் என்று எண்ணி, நீட்டிய கைகளை அப்படியே எடுத்து, 'க்ரேட், கிராமத்துக்குப் போ' என்று சிகரெட் பற்ற வைத்தான். இருவரும் சற்றுநேரம் மௌனமாக அமர்ந்திருந்தனர்.

'நேற்று கூட்டத்துக்கு டிஎஸ்பியும் வந்திருந்தான்.'

கிருஷ்ணப்பன் கேள்விக்குறியுடன் அண்ணாஜியின் முகத்தைப் பார்த்தான்.

'எஸ். நான் ரெஸ்பெக்டபிள் ஆவதற்கு முயற்சி செய்கிறேன். ஆனால் பார்' என்று அன்றைய ஹிந்து பத்திரிகையின் உள்பக்க 'காலம்' ஒன்றைக் காட்டினான். அதில் 'சுவாமிஜி' என்று அழைக்கப் படுகிற, தெலுங்கானா பிரதேசத்தில் விவசாய கலகத்தைத் தூண்டிய ஒருவன் தப்பிக் கொண்டிருக்கிறான் என்றும், அவனைப் பிடித்துக் கொடுப்பவர்களுக்கு வெகுமானம் கொடுப்பதாகவும் இருந்தது. மழித்த தலை, காவி ஜிப்பா, காவிவேட்டி தரித்த உயரமான நீள முகத்துடன் கூடிய இந்த சுவாமிஜியின் வர்ணனையும் செய்தியில் இருந்தது. கிருஷ்ணப்பன் சந்தேகத்துடன் பெங்காளி குடும்பஸ்தனைப் போல் காணப்படும் அண்ணாஜியை ஏறிட்டுப் பார்த்தபோது அண்ணாஜி தன் டிரங்கிலிருந்து காவி ஜிப்பா, வேட்டியை வெளியே எடுத்துக் காகிதத்தில் சுற்றி, 'இனி இதற்கு உபயோகமில்லை, எரித்துவிடு' என்றான்.

'இனி, நான்?' என்றான் கிருஷ்ணப்பன்.

'நீ கிராமத்துக்குப் போனபிறகு அங்கு எங்கேயாவது என்னை மறைத்து வை. இப்போது நான் எம்.என். ராய் போல் மார்க்சியத்தை விமரிசித்து எழுதியும் பேசியும் நான் யார் என்னும் என் அடையாளத்தை மறைத்து வாழ்கிறேன் பார்' என்று தன் ரூமில் ஒரு புத்தகத்திலிருந்து வெட்டி ஒட்டிய லிங்கன் மற்றும் ரூஸ்வெல்ட் படங்களைக் காட்டினான்.

தனக்கு ஏற்படும் காரணம் புரியாத் திகிலுணர்வுகளைப் பற்றிச் சொல்லவேண்டும் என்று கிருஷ்ணப்பனுக்குப் பட்டாலும், பேச இஷ்டமில்லாமல் இருந்தான். காவி சட்டை வேட்டிகளை அன்றைய ஹிந்துவில் சுற்றிக்கொண்டு நின்றபோது வாசல் தட்டும் சப்தம் கேட்டது. அண்ணாஜியின் கண்களில் சந்தோஷம் நிறைந்தது.

'உமாவாக இருக்கலாம். மார்வெலஸ் வுமன். ரெவல்யுஷனரிக்குப் பக்கத்தில் இப்படிப்பட்ட ஒரு வுமன் இருந்தால்...' என்று போய் வாசலைத் திறந்தான்.

உமா, கார்க்கியின் கதைப் புத்தகத்தைப் பிடித்தபடி, 'வரட்டுமா?' என்றாள். 'இரு, நீயும். நாங்கள் கார்க்கியைப் பற்றிப் பேசப் போகிறோம்' என்று கிருஷ்ணப்பனிடம் கூறினாலும் கிருஷ்ணப்பன் ஒப்பவில்லை. காதலில் ஒளிரும் உமாவின் கண்கள், மூச்சிற்குத் தக்கபடி ஏறி இறங்கும் அவள் மார்பகங்கள்—இவற்றைக் கண்டு

தனக்குள் ஒரு பொறாமை உணர்வு தோன்றுவதால் அவனுக்கு அங்கிருப்பது சங்கடமாக இருந்தது. அண்ணாஜிக்கும் உமாவுடன் தனியாக அமர திகிலாக இருந்திருக்க வேண்டும். கிருஷ்ணப்பனை அமர வற்புறுத்தியும் அவன் ஒப்புக்கொள்ளாததால் அண்ணாஜி மாடிப்படிவரை வந்து அவனுக்கு விடை கொடுத்தான்.

கிருஷ்ணப்பனுக்குக் கௌரியின் வீட்டிற்குப் போக வேண்டுமென்று தோன்றியது. அவள் வீட்டை நோக்கி நடந்தான். வீட்டிற்கு அருகில் வந்ததும் திகில் ஏற்பட ஆரம்பித்தது. அவள் வீட்டில் இருக்கக்கூடாது என்று ஆசைப்பட்டபடி 'கேட்' அருகில் நின்றான். போர்ட்டிகோவில் கார் இல்லாதது கண்டு மனம் நிம்மதியடைந்தது. இந்நேரம் அவள் காலேஜுக்குப் போயிருப்பாள் என்பதை அவன் மறந்தே போனான். அல்லது அவள் தாய்கூட எங்காவது போயிருக்கலாம். தோட்டத்தில் பூ செடிகளுக்கிடையில் வேலை செய்து கொண்டிருந்த வேலையாள் கிருஷ்ணப்பனைக் கவனித்து, 'சின்னம்மா இல்லை; பெரியம்மாவைப் பார்க்கணுமா?' என்றான். கிருஷ்ணப்பன் வேண்டாமென்று கூறிவிட்டு வேகமாக நடந்தான். மனம் நிம்மதியாக இருந்தது.

எங்குப் போவதென்று தெரியாமல் அங்குமிங்கும் அலைந்து கொண்டிருந்தான். வெயில் அதிகம் ஆகிற நேரம். இன்று அந்தச் சாமியாரின் மௌனத்தின் இரகசியத்தைக் கண்டுபிடிக்கத்தான் வேண்டுமென்று தீர்மானித்து மலைமீது ஏற ஆரம்பித்தான். காலையில் சிற்றுண்டி தின்னாத காரணத்தால் மிகவும் பசிக்கிறதாக உணர்ந்தான். ராத்திரி தூக்கம் வேறு இல்லாமல் ஆயாசமாக இருந்தது.

தூரத்திலிருந்தே, பைராகிச் சாமியார் அடுப்பிற்கு நெருப்பு மூட்டுவது தெரிந்தது. இதைக்கண்டு பசி அதிகமாயிற்று. முன்பு போலவே பாறை ஒன்றில் சாய்ந்து அமர்ந்தான் கிருஷ்ணப்பன். பைராகி அடுப்பில் பானையை வைத்துக் குகையிலிருந்து ஒரு பெரிய புஸ்தகத்தை எடுத்துப் படித்தபடி அமர்ந்தான். அது எந்தப் புத்தகமாயிருக்கும் என்று அறிய ஆசையாக இருந்தது. ஆனால் எழுந்துபோய்ப் பார்ப்பதன் மூலம் அவனது தனிமை கெடும் என்று சும்மாயிருந்தான். சற்றுநேரத்தில், பைராகி குகையிலிருந்து வந்து இலைகளை மூன்றாய் இணைத்தான். இவனுக்கும் ஒரு பாகம். அந்த அளவில் தன் இருப்பை அவன் கவனித்திருக்கிறான். எந்தச் சந்திலிருந்தோ நாய் ஒன்று தோன்றி இன்னொரு பாறை நிழலில் படுத்து நாக்கை நீட்டி மூச்சுவிட ஆரம்பித்தது. கறுப்புப் புள்ளிகள்

உள்ள நாய், செவலை நிற நாய். அது என்றோ இந்தப் பைராகியுடன் வந்து இங்குத் தங்கியிருக்க வேண்டும்.

பானையிலிருந்தது வெந்த பிறகு பைராகி அதைச் சரியாக மூன்று பங்காகப் பரிமாறும்போது கிருஷ்ணப்பன் எழுந்து அடுப்பருகில் போய் அமர்ந்தான். பைராகி ஓர் இலையை நாய்க்குப் போடப்போன போது அவன் படித்துக் கொண்டிருந்தது வால்மீகியின் சம்ஸ்கிருத ராமாயணம் என்பதைக் கிருஷ்ணப்பன் கவனித்தான். பின்பு இருவரும் அருகருகில் அமர்ந்து உணவு உண்டனர். இன்று வேகவைத்தவற்றில் அரிசி பருப்புடன் காய் கறியும் வெல்லமும் இருந்தன. யாரோ அவற்றை வைத்திருக்க வேண்டும்.

பைராகியுடன் பேசவேண்டுமென்று தோன்றியது. தன்னை அத்தியந்த தீவிரத்துடன் துளைக்கும் அந்தக் கேள்வியைக் கேட்டால் எப்படியிருக்கும் என்று நினைத்து இப்படிக் கேட்டான்:

'ஒவ்வொரு தடவை என்ன செய்வதென்று புரியவில்லை. பல்வேறு சாத்தியப்பாடுகள் எதிரில் தோன்றுகின்றன. எதற்காக ஜீவிக்க வேணுமென்று தெரியவில்லை.'

கிருஷ்ணப்பன் கேட்ட அக்கேள்வி தனக்குச் சம்பந்தம் இல்லாத விஷயம் என்பதுபோல் பைராகி எந்த உணர்வும் காட்டாது தன்பாட்டிற்குச் சாப்பிட்டுக்கொண்டிருந்தான். அவனது மௌனத்தால் தன் கேள்வியே பொய்யோ, சுயகற்பிதமோ என்று கிருஷ்ணப்பனுக்குச் சந்தேகமாயிற்று. அல்லது எவனோ ஒரு மடையனிடம் உள்ளே உணர்ந்த ஒன்றைக் கேட்கும் மடச் செயலை நான் செய் கிறேனோ? பாதி உணவுக்கு நடுவிலேயே இலையோடு உணவை எடுத்து வீசிவிட்டுக் குகைக்குத் தூரத்திலிருந்த பள்ளத்தில் போய் கையைக் கழுவினான். அங்கிருந்து வரும்போது பார்த்த ஒரு நிகழ்ச்சியினால் பைராகி இன்னும் அதிகம் இரகசியமானவனாய் காணப்பட்டான்.

ஒரு முதியவன் தலைக்குத் தொப்பி அணிந்து, சட்டை யின் மேல் ஒரு துண்டைப் போட்டபடி, உணவு உண்ணும் பைராகியின் எதிரில் வந்து நின்றான். தோளிலிருந்த துணியினால் முகத்தைத் துடைத்த படி நீர் கேட்டான். பைராகி கூஜாவில் இருக்கும் நீரையும் இலையில் கட்டிவைத்த உணவையும் காட்டினான். முதியவன் தண்ணீரைக் குடித்து, உணவை கண்ணில் ஒற்றிவிட்டு,

'மூகாம்பிகை கோயிலுக்குப் போக வேணும். வழிமாறிப் போயிற்று. இங்கிருந்து தூரமா?' என்று கேட்டான். பைராகியின்

உணவு முடிந்தது. எழுந்து கையலம்பி வந்தான். முதியவனுக்குச் சொன்னான்: 'இந்த வழியாய் போய், அந்தப் பெரிய பாறையின் அருகில் வலது பக்கம் திரும்பு. அங்குப் படிகள் இருக்கின்றன. சுமார் மூன்று படியேறினால் கோயில் வரும்' என்றான். முதியவன் வணங்கிவிட்டுப் போன பிறகு கிருஷ்ணப்பன் ஆச்சரியத்தோடு பைராகியைப் பார்த்து,

'அது ஏன் என்னோடு மட்டும் பேசுவதில்லை நீர்?' என்றான்.

இந்தக் கேள்விக்குப் பதில் கிடைக்கவில்லை. இடதுபுறம் பாரிசவாயுவால் பீடிக்கப்பட்டுக் கிடந்து அப்பகுதியை அசைக்க முயற்சி செய்தபடி இருந்த கிருஷ்ணப்பன் அந்த நிகழ்ச்சியை நினைத்துப் பார்த்துக்கொண்டு சொன்னான்:

'கேள்வி 'ஃபாக்சுவலா' இருந்ததால் மட்டும் இந்தப் பைராகி பதில் கொடுத்தான். அபிப்ராயம் சார்ந்த கேள்விகளுக்குப் பதில் கொடுக்கவில்லை. அண்ணாஜி பொங்கி வழிகிறவன். பைராகியோ தேவையிருந்தால் மட்டும் தன்னை உலகத்திற்கு அறிமுகப்படுத்திக் கொண்டவன். ஆனால் இதிலிருந்து பைராகி தன்னுள் என்ன பலனைப் பெற்றான்? யார் என்ன பலனைப் பெற்றார்கள்? விடை கூற முடியாது. ஆனால் நான் ஆகட்டும், அண்ணாஜி ஆகட்டும், கடைசியில் சாதித்தது என்ன?'

இப்படிக் கிருஷ்ணப்பன் பேசும்போது அவன் மிகவும் வருந்தியவனாய்க் காணப்படுவதால் இதுகூட அவனது முழு அபிப்பிராயம் என்று சொல்லமுடியாது. அந்தப் பைராகி போலவே மௌனமாக உள்ளேயே உணர்வுகளை வைத்துச் சுட்டுக்கொண்டிருக்க வேண்டும் என்னும் ஆசை அவனை விடவில்லை—மலம் கழிக்கவோ மூத்திரம் பெய்யவோ முடியாமலிருக்கும் இன்றுகூட.

அவன் பேசுகிறான் என்பது தெரிந்தபிறகு அவனைப் பேசவைக்க எந்தக் கேள்வி தன்னிடம் இருக்கிறதென்று தேடினான். சொல்லும் கேள்வி நிஜமானதாய் இருக்க வேண்டும். தெளிவாகக் கேட்கும்படி இருக்கவேண்டும். 'இந்த வழி எங்குப் போகிறது' என்பது போல. தன் கஷ்டங்கள் எல்லாம் தன் மனதின் பேராசைகளினால் பிறந்திருக்க வேண்டும் என்று கிருஷ்ணப்பன் பயந்தான். அல்லது தனது பிரச்சினை எது என்பதே நிஜமாகத் தனக்குத் தெரியாது என்று எண்ணினான். ஒரு வேளை இந்தக் கேள்வி கேட்பது சாத்தியப் பட்டாலும் அது இந்தப் பைராகியின் அறிவுக்கு எட்டாது. அதனால் அவன் சும்மா இருக்கலாம். அல்லது இன்னொருவரிடம் கேட்டுப்

பதில் பெற்றுச் சரிசெய்யும் படியான கேள்விகள் ஏதும் இல்லை என்ற நிலைப்பாடு அவனுக்கு இருக்கலாம்.

கிருஷ்ணப்பன் மாலை நேரமானதும் குன்றைவிட்டு இறங்கி வந்தான். கௌரி தேஷ்பாண்டேயைப் போய்ப் பார்க்கலாமா? பார்த்தால் என்ன சொல்ல? தன் எல்லா நடவடிக்கைகளும் பக்குவ மில்லாத ஒருவனின் செயல்கள் என்று எண்ணி ஹாஸ்டலுக்குப் புறப்பட்டான். மாணவர்கள் எல்லாம் தன்னை ஏதோ கேட்கப் போகிறார்கள் என்று தெரிந்தாலும் 'அலுப்பாக இருக்கிறதய்யா, நாளை பேசலாம்' என்று ரூமிற்குச் சென்று படுத்தான். கிஷோர் கொண்டுவந்து கொடுத்த பாலைக் குடித்து அவன் கொடுத்த கவரை ஆசையுடன் உடைத்துப் படித்தான்.

'இன்று என்னைத் தேடிக்கொண்டு வீட்டுக்கு வந்தவர் நீங்களாகத் தான் இருக்கவேண்டும். மாடியில் இருந்த என் தாய்க்கு வேறுயார் ஒரு கவிஞனைப்போல் தோன்றியிருக்க முடியும்? நாளை வாருங்கள் — வர விருப்பமிருந்தால். சங்கோஜப்பட வேண்டாம். உங்களுடைய கௌரி தேஷ்பாண்டே.'

கிருஷ்ணப்பனுக்குச் சந்தோஷம் தோன்றியது. கூடவே பயமும். நோயால் பீடிக்கப்பட்டுச் சாவோடு போராடிக் கொண்டிருக்கும் இந்த நாட்களில் அன்று நடந்தவற்றை யெல்லாம் நினைத்துக் கொண்டு அவன் ஆச்சரியப்பட்டான். நம் கற்பனை அன்புக்கு உட்பட்ட ஒருத்தியைவிட நம் அன்புக்கு உட்படாதவர்களைப் பற்றியே எதற்குச் சுற்றிவருகிறதோ? அவளை அப்படி விரும்பியும் அவளிடம் ஏன் 'நீ எனக்கு வேண்டும்' என்று வெளிப்படையாகவும் ஒளிவு மறைவு இல்லாமலும் சொல்ல முடியாமலாயிற்று? அவ்வளவு தெளிவாகவும் சுருக்கமாகவும் பேசும் அவளாலும் பெண்ணுக்கு ஆண் வேண்டும் என்ற ரீதியில் 'நீ எனக்கு வேண்டும்' என்று ஏன் கூறமுடியவில்லை? தெய்வத்தன்மை வாய்ந்ததென்று நினைத்த அவள் முகத்தை நினைத்த போது அவளது மந்திரத்தன்மை வாய்ந்த தேகத்தை விரும்புவது சாத்தியமாகப்படவில்லை. அவளது தேகத்தைக் கூடும் ஆசை வரும்போது அவளது பேச்சு, முகம், பார்வை ஆகியவை நினைவுக்கு வந்து, தன் ஆசைகள் அசிங்கங்களாய் தெரிகின்றன. அதனால் அந்த நாட்களில் தனது உணர்வுகளையெல்லாம் திரட்டித் தன் ஆசையை ஒரு வார்த்தையாக, ஒரு கேள்வியாக, ஒரு திடமான தீர்மானமாகத் தன்னால் சொல்ல முடியாமலிருந்தது.

கிருஷ்ணப்பனுக்கு அன்று நன்றாகத் தூக்கம் வந்தது. நடு இரவில்

ஏதோ கலவரம் நடந்ததாக உணர்ந்து கண் விழித்து எழுந்தான். விளக்கை ஏற்றினான். மாடிப்படி களில் இறங்கும் போது ஹாஸ்டல் மாணவர்கள் எல்லோரும் யாரையோ உள்ளே தள்ளிக்கொண்டு போனதைக் கண்டான். கிருஷ்ணப்பன் அவசரமாக இறங்கும்போது சாமண்ணா மூச்சிரைக்க ஓடிவந்து கிருஷ்ணப்பனை அவன் ரூமிலிருந்து வெளியில் விடாமல் வாசலை மூடி கைகூப்பி நின்றான். சாமண்ணா மது அருந்தியவன் போல் தென்பட்டான். மூச்சிரைத்தபடி படபடப்புடன் சொன்னான்:

'நீங்க கொஞ்சம் சும்மா இருக்கவேண்டும். அந்தப் பிராமணப் பசங்க எல்லாவற்றையும் கக்கிய பிறகு உங்களைக் கூப்பிடுகிறோம். உங்கள் காலடியில் விழவைக்கிறோம். அவர்களுக்கு ஏதும் ஆபத்து வராதபடி நான் பார்த்துக்கொள்கிறேன். உங்க மேல ஆணை' என்று சாமண்ணா புறப்பட்டு வாசலை அடைத்துத் தாழ்ப்பாள் போட்டு விட்டுப் போனான். கீழே, வழக்கமாய் மிகவும் வெட்க சுபாவமுள்ள மாணவர்கள்கூட வசைபாடுவதையும் கூடவே சில வாக்கு வாதங்களையும் கேட்டான். பின்னர் இருந்தாற்போல் எல்லாம் அமைதியானதையும் கிருஷ்ணப்பன் ஏதும் செய்யமுடியாதவனாய்க் கேட்டபடியிருந்தான். வெளிக்கதவின் தாழ்ப்பாள் நீக்கப்பட்டது. சாமண்ணா எதிரில் நின்று, 'நாளை வேண்டுமானால் எங்களை யெல்லாம் திட்டுங்க. இப்போது கீழே வாருங்கள். அந்தப் பன்றிகள் உங்களிடம் அப்பாலஜி கேட்க சம்மதிச்சிருக்காங்க' என்றான்.

கிருஷ்ணப்பன் கீழே வந்து பார்த்த காட்சி நகைப்புக் கிடமானதா யிருந்தது. அந்தக் கூட்டத்தின் லீடரான ராமுவை ஒரு கட்டில் காலில் கட்டியிருந்தார்கள். ஹாஸ்டல் அடுப்புச் சாம்பலும் கரியும் அவன் முகத்தில் அப்பப்பட்டிருந்தன. அவனது இரண்டு கூட்டாளிகளின் கைகளை முன்னால் கட்டி, காலிலிருந்து கயிறுகட்டி ஜன்னல் கம்பிகளுடன் பிணைத்திருந்தார்கள். ராமுவின் சாம்பல் கரி பூசப் பட்ட மீசையுடனான முகம் பயத்தாலும் கோபத்தாலும் விகார முற்றிருந்தது. சாமண்ணா அவன் எதிரில் போய் நின்று கிருஷ்ணப்பன் முன்னிலையில் உற்சாகத்துடன் நாகரிகமான மதிப்புள்ள வார்த்தை களால் விசாரணை நடத்தினான். ஆனால் இதற்கு முன்பே பேச வேண்டியதையெல்லாம் எந்த முறையில் பேசவேண்டுமோ அந்த ரீதியில் பேசிவிட்டிருப்பார்கள் என்பது கிருஷ்ணப்பனுக்குத் தெரியாததல்ல.

'மத்திய ராத்திரி ஹாஸ்டல் சுவர் மேலே அசிங்கம் அசிங்கமா

எழுதினீங்களா, இல்லையா?'

சாமண்ணாவின் கேள்விக்கு முணுமுணுக்கும் தொனியில் ராமு பதில் சொன்னான்:

'ஹூம்.'

'அது மலம் தின்கிறதுக்குச் சமமான காரியம் என்று ஒத்துக் கொள்கிறீர்களா?'

சாமண்ணா தன் பேண்ட் பாக்கெட்டிலிருந்து சைக்கிள் செயினை எடுப்பதைப் பார்த்த ராமுவின் முகம் விகாரமானது.

'ஆம்' என்றான்.

'கிருஷ்ணப்ப கௌடா எங்களுக்கெல்லாம் லீடர். அவரிடம் மன்னிப்பு கேட்டுக் கொள்ளவேண்டும் நீங்கள். அதற்கு முன்பே உங்களை நாங்கள் விடுதலை பண்ணிவிடுவோம். ஏனென்றால் உங்கள் செயலுக்கு நிஜமாகவே நீங்கள் வெட்கப்படவேண்டும்.'

வெறும் ஷோக்கு ஆசாமி என்று தான் நினைத்திருந்த சாமண்ணா வின் இந்த நடவடிக்கையைக் கண்டு கிருஷ்ணப்பனுக்கு ஆச்சரிய மாயிற்று. சாமண்ணாவின் கண்ணைப் பார்த்தபடியே மாணவர்கள் ராமுவின் கட்டுகளை அவிழ்த்தார்கள். ராமு திமிறிக்கொண்டே கிருஷ்ணப்பன் பக்கம் திரும்பி, 'எங்கள் கைக்கடிகாரங்களைக் கழற்றி வைத்திருக்கிறார்கள். கொடுக்கச் சொல்லுங்கள்' என்றான்.

'சீ, நாங்களொன்றும் திருடர்கள் இல்லை' என்று சாமண்ணா அவர்களின் கடிகாரங்களைத் திருப்பிக் கொடுத்தான். பின் அவர் களைச் சுற்றிலும் மாணவர்களை நிற்க வைத்துக் கிருஷ்ணப்பனை அவர்களின் எதிரில் நிறுத்தினான்.

கிருஷ்ணப்பன் தான் வழக்கமாகப் பேசுவதுபோல் எந்த உத்வேகமும் இல்லாமல் சொன்னான்:

'எனக்கு உங்க மன்னிப்பு ஏதும் வேண்டாம். நீங்களும் நானும் அல்லது கௌரி தேஷ்பாண்டேயும் நீங்களும் சமமென்று நினைத்து இப்படிச் செய்கிறீர்கள். பாருங்கள், இப்படிச் செய்வது சரியல்ல. பாவம் நீங்க என்ன பண்ணுவீங்க? உங்களைப் போல இந்தக் காலேஜில் நானும் காலத்தை விரயம் பண்ணுவதால் உங்களுக்கு அப்படி ஒரு பிரமை வந்திருக்கிறது.'

அங்கிருந்து போவதற்கு இருந்த ராமுவைச் சாமண்ணா கையால் தடுத்து நிறுத்திக் கோபத்தோடு சொன்னான்: 'அவருக்கு வேண்டா மாயிருக்கும். ஆனா நாங்க கேட்கிறோம். அவரிடம் மன்னிப்புக்

கேள் என்று.'

ராமு தயங்கித் தயங்கி, 'மன்னித்துக்கொள்ளுங்கள்' என்றான்.

சாமண்ணா, 'ஒரு பக்கெட் நீர் தாங்கடா' என்றான்.

பக்கெட் வந்தபோது தன் டவலை அழுத்தி சாமண்ணா ராமுவின் முகத்தைக் கழுவப் போனான். அதற்கு அவன் முகத்தைத் திருப்பிய போது, 'நீங்கள் மன்னிப்புக் கேட்ட பிறகு நான் அப்பிய கரியைக் கழுவுவது என் டூட்டி' என்றான்.

ராமு சம்மதிக்கவில்லை. தானே கழுவிக்கொண்டான். அதன்பின் சாமண்ணா, 'இப்போது சுவர்மேல் நீங்கள் எழுதினதை நீங்களே அழிக்கவேண்டும். இது ஒப்பந்தம்' என்றான்.

ராமு மற்றும் நண்பர்கள் சரி என்று சம்மதித்துப் புறப்பட்டனர். ஹாஸ்டலின் எல்லா மாணவர்களும் வெளியே நின்று அவர்கள் சுவரைக் கழுவுவதைப் பார்த்தார்கள்.

ராமுவையும் அவன் நண்பர்களையும் தண்டிப்பது சாதாரணம் என்பதுபோல கம்பீரமாக அன்று நடந்துகொண்டாலும் அந்தத் தண்டனையைத் தானேகூட விரும்பியிருக்கக்கூடும் என்று இப்போது நினைக்கிறான் கிருஷ்ணப்பன்.

மேலும் பல தடவை அவனது அரசியல் வாழ்வில் இத்தகைய நிகழ்ச்சிகள் நடந்தபோது பழிவாங்க விருப்பமில்லாத தன் குணத்தை எதிரிகளை அழிக்கும் அஸ்திரமாகப் பயன்படுத்தியதுண்டு. தான் வாயால் சொல்லாமல் இருந்தும் தான் நினைப்பதை வேறு ஆட்கள் செய்ததுண்டு. தான் கறைபடாமலிருந்து வேறு ஆட்களைப் பயன் படுத்தி ஒரு காரியத்தைச் செய்வது சரியா? இத்தகைய தர்மம் சார்ந்த பிரச்சினைகள் தலையைப் பிய்த்துக்கொள்ள வைக்கும் வெகு நுட்பமான நியாயங்களாகும். ஏழை தலித்துகளின் சார்பாக போராட்டத்தில் ஒருதடவை உறுதியாக அசையாதபடி நின்றபோது அப்போராட்டத்தில் வெற்றிபெற நாம் செய்யும் எல்லாக் காரியங்களும் நியாயமானவை என்று அண்ணாஜி சொல்லியிருக்க வில்லையா? இப்போது ஒவ்வொரு விரலாக மடக்கி மடக்கிப் பயிற்சி செய்துகொண்டு இருக்கும் கிருஷ்ணப்பனை சிலவேளை அவன் காட்டிய வறட்டுத்தனம் உறுத்துகிறது. பிறரின் சுகத்திற்காக நம் வாழ்வைப் பூரணமாக அர்ப்பணிப்பதன் மூலம் நாம் பூரணத்துவம் பெறுகிறோம் என்று நினைப்பதுகூட சரியல்ல என்று தோன்றுகிறது.

மறுநாள் காலையில் போய் கௌரி தேஷ்பாண்டேயைக்

கிருஷ்ணப்பன் பார்த்தான். அவள் காலேஜுக்குப் போகாமல் வீட்டில் இருந்தாள். தன் மகள் யாரோ ஒருவனுடன் ஒட்டிக் கொண்டிருக்கிறாள் அல்லவா என்று அவள் தாய் அனுசூயாபாய் மகிழ்ச்சியாக இருந்தாள். அனுசூயாபாய், பச்சை நிறப்பட்டு உடுத்தி மாடியிலிருந்து இறங்கி வந்து கிருஷ்ணப்பனுக்குச் சங்கோஜம் ஆகாத ரீதியில் உபசரித்தாள். அவளின் கூந்தலில் நரைமுடி காணப் பட்டாலும் அவள் முகம் இளமையுடனும் உற்சாகமாகவும் காணப் பட்டது. கிருஷ்ணப்பனுக்கும் மகளுக்கும் டிபனும் பிளாஸ்கில் காப்பியும் கொடுத்து இருவரிடமும் பேசிக்கொண்டிருங்கள் என்று கூறிவிட்டுத் தனது அறைக்குத் திரும்பினாள்.

கௌரி கிருஷ்ணப்பனுக்கு ‘உப்புமா’ கொடுத்தபின் அவனைப் பேசவைக்க முயன்றாள்.

‘இனி என்ன செய்ய உத்தேசம்?’

கிருஷ்ணப்பன் இந்தக் கேள்விக்குப் பதில் சொல்லக் கஷ்டப் படுவதைக் கௌரி கவனித்தாள்.

‘தெரியாது. ஊருக்குப் போய் இருக்கலாம் என்று நினைக்கிறேன். எனக்குத் தாய் இருக்கிறாள். நிலம் உண்டு, கிராமத்திற்குப் போன பிறகு என்ன செய்யவேண்டுமென்று தோன்றுகிறதோ அதைச் செய்வேன். நீங்கள்...?’

கிருஷ்ணப்பனின் நன்னடத்தையைக் காட்ட இந்தக் கேள்வியைக் கேட்கவில்லை. உப்புமா தின்று முடித்த கிருஷ்ணப்பனுக்கு ஆப்பிள் வெட்டிக் கொடுத்தாள். நஞ்சப்பன் தன் தாய்க்கு என்று சிம்லா விலிருந்து கூடை நிறைய ஆப்பிள் அனுப்புகிறார் என்று கிருஷ்ணப்பனுக்குச் சொன்னாள். அந்த வாசகத்திற்கு அவன் என்ன பதில் சொல்வான் என்பதைக் கவனிக்கும் ஆசையை மறைத்துக் கொண்டாள்.

‘ஒரு பெண்ணுக்குத் தாய் ஆகும் ஆசை இல்லாமல் இருக்கமுடியும் என்பதை ஒப்புக் கொள்கிறீர்களா?’

கிருஷ்ணப்பன் இந்தக் கேள்வியை எதிர்ப்பார்க்கவில்லை. கௌரி அவசரப்படாமல் அவன் பதிலுக்காகக் காத்திருந்தாள்.

‘நான் அதுபற்றி யோசித்திருக்கவில்லை. பெண்கள் குழந்தைக் காக ஆசைப்படுவது சகஜம் என்று நினைத்திருந்தேன்.’

‘அதுவல்ல, நான் சொல்வது, ஒருத்திக்குக் குழந்தைமீது ஆசை இருக்கிறது. ஆனால் தானே சொந்தமாகத் தாய் ஆகும் ஆசை

இல்லாமல் இருப்பது.'

'ஏன், பயத்தினாலா?'

'இல்லை, பயம்கூட இல்லை. ஆணோடு சேரும் ஆசை மூலம் தனது தேகம் குழந்தை பெறும் கருவியாக மாறுவது பிடிக்காமல் இருக்கலாமே. இது இயற்கைக்கு மாறானது என்கிறீர்களா?'

'அப்படி உங்களுக்குப் பட்டதென்றால் அதை நான் புரிந்துகொள்ள முயல்வேன். ஆனால் நீங்கள் பொதுவாகக் கேட்பதால் எனக்கு என்ன சொல்வதென்று புரியவில்லை.'

கௌரி உற்சாகத்துடன் கூறினாள்.

'ரூமில் அமர்ந்து பேசுவோம் வாருங்கள். வேண்டுமென்றால் சிகரெட் எடுத்துக்கொள்ளுங்கள்' என்று சிகரெட் கூடை எடுத்து வைத்தாள். நஞ்சப்பன் தன் உபயோகத்திற்கு என்று இங்கு வைத்திருக்கும் பிளேயர்ஸ் பாக்கெட் இது என்ற எண்ணம் கிருஷ்ணப்பனுக்கு வந்து போயிற்று. சிகரெட்டைப் பற்றவைத்தபடி அமர்ந்தவனிடம் கௌரி சொன்னாள்,

'எஸ், எனக்கு அப்படித்தான் தோன்றுகிறது. இதற்குக் காரணம் எனக்கிருக்கும் விசேஷ குடும்பச் சூழ்நிலை என்று நினைக்க வேண்டாம். அம்மா அப்படி நினைத்து மிகவும் வருந்துகிறாள். எனக்குப் பல நாடுகளிலும் சென்று சுற்ற வேண்டும், அதிகம் புஸ்தகம் படிக்கவேண்டும், பலவித மக்களுடன் சேரவேண்டும் — இப்படி ஏதேதோ தோன்றுகிறது. எவனோ ஓர் ஆணோடு சேர்ந்து அவனது சகதர்மிணியாக முழு ஆயுசும் கழிக்க விருப்பமில்லை.'

கிருஷ்ணப்பன் சும்மா இருந்தான். கௌரி நகைத்தபடி, 'உங்களுக்கு 'ஷாக்' ஆகியிருக்க வேண்டும் அல்லவா? ஆனால் நிஜமாகவே அப்படித்தான் எனக்குப் படுது. கொஞ்சம் நானும் என் தாய் போலவேதான். எனக்கும் ஆண் வேண்டும், ஆனால் நான் ஒரு போலியான பெண் அல்ல என்றுதான் நினைக்கிறேன். வாங்க.'

தன் கேள்விக்குப் பதில் தரும் தேவையில்லை என்பது போல் கௌரி, கிருஷ்ணப்பனைத் தோட்டத்திற்கு அழைத்துக் கொண்டு போய் ரோஜாக்களைக் காட்டினாள். தோட்டத்தின் மூலையில் ஒரு மரத்தின் பொந்தில் இருந்த பறவைக்கூட்டைக் காட்டினாள், பக்கத்தில் நின்று. மிருதுவான வெல்வெட் நிற சிவப்பு வர்ண வாயைத் திறந்து 'கீச் கீச்' என்று அழைக்கும் குருவியைக் காட்டிய படி கௌரி தன் தோள்மேல் முகத்தை மிக இயல்பாகத் தேய்த்தாள். அவள்

சந்தோஷத்தால் மெய்மறந்து நின்றது அவனுக்குப் புரிந்தது. அவன் சிறுவனாக இருந்தபோது இந்த மாதிரி எவ்வளவோ கூடுகளைத் தேடிக்கொண்டு போயிருக்கிறான். சிலவேளை தேவையில்லாமல் காட்டர்புல்டால் பறவைகளின் காலைக் குறிவைத்து அடித்து அவற்றை வருத்தப்படுத்தியிருக்கிறான். கௌரியின் உற்சாகத்தால் அவன் இன்று மிகவும் மென்மையானவனாய் உணர்ந்தான். பூக்களுள்ள இஸ்திரி போட்ட வெள்ளை ஆடையை உடுத்தி ஜடையை மார்பில் தூக்கிப்போட்டு, சந்தோஷத்தால் ஏற்பட்ட கண்ணீருடன், கௌரி கிருஷ்ணப்பனின் முகத்தைப் பார்த்தாள். மென்மையாகத் தொட்டபடி தன் பக்கத்தில் நின்ற கௌரியுடன் இன்னும் நெருங்கி நிற்க விரும்பிய கிருஷ்ணப்பன் அப்படிப்பட்ட தன் ஆசையைத் தடுத்தான்.

மலைப்பக்கம் போகலாம் என்று கிருஷ்ணப்பன் சொன்ன போது கௌரி சம்மதித்துக் 'காரில் போகலாமா?' என்றாள். கிருஷ்ணப்பனுக்கு அதனால் சங்கோஜமானாலும் அவளை அவ்வளவு தூரத்திற்கு நடக்க வைத்துச் சோர்வடையும்படி செய்யக் கூடா தென்று எண்ணி சரி என்றான். வழியில் அவளுக்கு மகேஸ்வரய்யனைப் பற்றியும் அண்ணாஜியைப் பற்றியும் சொன்னான். இவ்வளவு சுலபமாக இவளிடம் தன்னைப் பற்றிப் பேசுவது ஆச்சரியமாக இருந்தது. மலையடிவாரத்தில் காரை நிறுத்தி 'இங்கிருக்கும் பைராகி சாமியார் பற்றித் தெரியுமா?' என்று கேட்டான். ஊரிலிருந்து மிக தூரத்தில் வாழும் அவளுக்குச் சாமியார் பற்றித் தெரிந்திருக்கவில்லை.

'வாருங்கள், அவரைப் போய்ப் பார்க்கலாம்' என்று கௌரியோடு மலை ஏறும்போது சொன்னான்.

'பாருங்கள், நீங்கள் கொஞ்சம் முன்பு கேட்ட கேள்விக்கு என்ன சொல்லவேண்டுமென்று தெரியவில்லை.'

'உங்களுக்கு அப்படிப் படுவதாக இருந்தால் சரி, ஆனால்...'

கௌரி பெருமூச்சு விடுவதைப் பார்த்துக்கொண்டு நின்றான். இனி நடப்பதற்கான பாதை கரடுமுரடாக இருந்தது. ஒரு பாறை மீது ஏறவேண்டியிருந்தது. கௌரி சேலையைப் பிடித்துக்கொண்டு இயல்பான தொனியில் கேட்டாள்:

'வேண்டுமென்றே இப்படிச் சொல்கிறேன் என்று என் தாய் போலவே நீங்களும் யோசிக்கமாட்டீங்களே?'

'இல்லை' என்ற கிருஷ்ணப்பன் பாறையில் ஏறி, கௌரி ஏறுவதற்குக் கைகொடுத்தான். கௌரி அவனது சக்திமிக்க

தோள்களைப் பிடித்துக் குதித்து பாறையில் ஏறினாள்.

'பாலிடிக்ஸ் என்றால் எனக்கு போர்' என்று இது தன் உறுதியான எண்ணம் என்பது போல் சொன்னாள்.

'இது சிறிய ஊர் என்று எனக்குப் படுகிறது. பெரிய ஊரில் பிரைவசி இருக்கிறது. பம்பாய்க்கோ, டெல்லிக்கோ போய்ப் படிக்க வேண்டு மென்று இருக்கிறேன். எப்படித்தான் நீங்கள் கிராமத்தில் இருக் கிறீர்களோ?'

கிருஷ்ணப்பன் அவள் பேச்சில் பொதிந்திருக்கும் அர்த்தத்தைத் தேடினான்.

சாமியாரின் குகையின் முன் நாய் ஆவேசமாய்க் குரைக்கும் சப்தம் கேட்டது. அடுப்பில் தன் உணவை வேகவைக்கும் சாமியார் எழுந்து நின்று நாயைச் சமாதானப்படுத்த முயற்சி செய்து கொண்டிருந்தார். குகையின் அருகில் வரும்போதே கௌளிக்குப் பயம் ஏற்பட, கிருஷ்ணப்பனின் அருகில் நெருங்கி நின்றாள். ஒரு நல்லபாம்பு படம் எடுத்து நாயை மிரட்டியபடி குகையின் பக்கம் போய்க் கொண்டிருந்தது. சாமியார் நாயைக் கெட்டியாகப் பிடித்துக் கொண்டிருந்தார். பாம்பு அவசரமாகக் குகைக்குள் போய்ச் சேர்ந்தது. சாமியார் நாயைத் தடவிக் கொடுத்தபடி குகைக்கு வெளியே தூரத்தில் நின்று, அது உள்ளே போகும்படி சப்தம் எழுப்பினார். நாய் பின்பு சாந்தமாகத் தூரத்தில் போய், தன் இடத்தில் குகையை முறைத்துப் பார்த்தபடியும் முனகியபடியும் படுத்தது. பானையில் இருந்தது வெந்த பிறகு பைராகி இலைகளைக்கொண்டுவர, அதே குகையினுள் போனதைப் பார்த்த கௌளி, பயப்பட்டுக் கிருஷ்ணப்பனை இறுகப் பிடித்துக்கொண்டு நடுங்கத் தொடங்கினாள். குகையிலிருந்து பாம்பின் 'புஸ்' என்ற சப்தம் வந்தது. உள்ளே போக இருந்த சாமியார் அசையாமல் நின்றார். உடம்பெல்லாம் செவியாகப் படுத்திருந்த நாய் மீண்டும் உத்வேகத்துடன் குரைத்தபடி ஓடிவந்தது. சாமியார் அதைப் பிடித்துச் சாந்தப்படுத்தப் பார்த்தார். கிருஷ்ணப்பனின் அருகில் நாயை இழுத்துவந்து அதனைப் பிடித்துக் கொள்ளும்படி கண்ணால் சைகை செய்தார். கிருஷ்ணப்பன் நாயைப் பிடித்துக்கொண்டிருந்தபோது வெளியில் பானையில் இருந்த நீரினால் சமதளமான கல்லில் நான்கு இடத்தைக் கழுவினார். கிருஷ்ணப்பன், 'ஐயா எங்களுக்கு உணவு வேண்டாம்' என்று சொன்னபோது பானையிலிருந்த பாதி உணவைத் தூரத்தில் நாய்க்கு வைத்து நாயை உணவு இருந்த இடத்திற்கு இழுத்துக் கொண்டு

போனார். ஆனால் அது உணவை விரும்பாமல் குகையின் எதிரில் நின்று குரைக்கத் தொடங்கிற்று. பாம்பு 'புஸ்' என்று சப்தம் எழுப்பியபடியேயிருந்தது. மீண்டும் சாமியார் நாயைப் பலாத்காரமாக இழுத்துக் கொண்டுபோய் அதனை உணவின் எதிரில் நிறுத்த முயன்றார்.

கௌரி இந்த நாடகத்தையெல்லாம் ஆச்சரியமாகப் பார்த்தாள். நாய் சாமியாரின் கையில் இருந்து தப்ப முயன்றபடியே இருந்தது.

'நாயை அதன் பாட்டுக்கு விட்டுவிடும் மனிதர் நீங்கள் என்று நினைத்தேன்' என்றான் கிருஷ்ணப்பன். கீதையின், 'நாயம் ஹந்தின ஹன்யதே' அவனுக்கு நினைவுக்கு வந்தது. சாமியார் தினம் ஓதும் புஸ்தகம் அல்லவா அது?

பைராகி சாமியார் தீவிரமாகக் கிருஷ்ணப்பனின் பேச்சைக் கவனித்தார் என்றுபட்டது. ஒரு சிறிய பெருமூச்சு அவரிடமிருந்து வெளிவந்ததைக் கிருஷ்ணப்பன் கவனித்து அவர் என்ன சொல்லப் போகிறாரோ என எதிர்பார்த்தான். சாமியார் நாயை அவிழ்த்து விட்டார். நாய் 'சட்'டென்று குதித்துக் குகையின் முன்நின்று குரைத்தது. 'புஸ்' என்ற சப்தம் ஏறியபடியும் இறங்கியபடியும் குகை முழுவதும் மூச்சுக் கேட்கும்படியும் இருந்தது. சாமியாரின்முகம் நிறம் மாறியதைக் கிருஷ்ணப்பன் கவனித்தான். கௌரி, கிருஷ்ணப்பனை அணைத்தபடி தன் முகத்தை அவன் மார்பின் மீது வைத்தாள். கிருஷ்ணப்பன் தவிர்க்க இயலாத அடுத்த சம்பவத் திற்காகக் காத்திருந்தான். நாய் குகைக்குள் நுழைந்தது. பாம்பின் 'புஸ்' என்ற சப்தம் மட்டும் முதலில் கேட்டது. அது பின் குறைந்து ஆணி அடிப்பது போன்ற சப்தமாய் குகையிலிருந்து வந்தது. சற்று நேரத்தில் இரத்தத்தை முகம் முழுதும் அப்பிய விதமாய்க் காட்சி தந்த நாய், துடித்துக் கொண்டிருக்கும் பாம்பைக் கடித்துக்கொண்டு புதருக்குள் போயிற்று. குகையின் வாசலிலிருந்து புதர்நோக்கி விழுந்திருந்த இரத்தத்தைப் பார்த்த சாமியார் பரிமாறியிருந்த தன் உணவை வீசிவிட்டு வந்து அமர்ந்தார். சாந்தமாக இருக்க அவர் முயற்சி செய்வது தெரிந்தது.

இப்போதும் கிருஷ்ணப்பன் இந்தச் சம்பவத்தை நினைவு படுத்திக்கொண்டு, 'அந்தச் சாமியார் அன்று தான் கண்ட இம்சையைப் புரிந்துகொண்டாரோ இல்லையோ, எனக்குத் தெரியவில்லை' என்கிறான்.

வலது கைவிரல்களை மடக்கி, விரித்துக் கையை அசைத்தபடி இருக்கக் கிருஷ்ணப்பன் பிரயத்தனப்பட்டான். பின்னர் ஒருநாள் காலையில் முழங்கையையும் காலையும் மடிப்பதுகூட தனக்குச் சாத்தியமாகலாம் என்கிற எண்ணம் வந்த போது ஓரளவு வெற்றி உணர்வு அவன் மனதில் தோன்றியது. அமெரிக்காவிலிருந்து வந்து டெல்லியின் மிராண்டா கல்லூரியில் ஆங்கிலம் கற்பித்துக் கொண்டிருக்கும் கௌரி தேஷ்பாண்டேக்கு ஓரிரு தினங்கள் மட்டும் தன்னை வந்து பார்த்துப் போகும்படி எழுத விரும்பினான். அவளைக் கடைசியாகப் பார்த்துப் பதினைந்து ஆண்டுகளுக்கும் மேலாயிற்று. இன்னும் அவள் திருமணம் செய்யாமல், குழந்தை பெறாமல் இருக்கிறாள். பிலடெல்பியாவில் அவள் படித்துக்கொண்டிருந்த போது ஓர் அமெரிக்கன்கூட வாழ்ந்துகொண்டிருப்பதாக எழுதினாள். மூன்று ஆண்டுகளுக்குப் பிறகு அவனுக்குச் சொந்தமாகக் குழந்தைகள் வேண்டுமென்ற ஆசை யிருப்பதாகவும், அதை அவன் அவளுக்குச் சொல்லாவிட்டாலும் அவள் அறிந்து அவனை ஏமாற்றத்திற்கு உள்ளாக்கக் கூடாதென்று அவனைவிட்டுப் பிரியப் போவதாக எழுதினாள். கௌரி பிள்ளைகள் வேண்டாம் என்று தன்னிடம் கூறியதற்கு அவளது பக்குவமின்மையே காரணம் என்று தான் ஊகம் செய்தது சரியல்ல என்று அதன் பின் அவனுக்குப் புரிந்தது.

கிருஷ்ணப்பனுக்கு அவை மிகவும் வேதனை தந்த நாட்கள். ஆழமறியாத பள்ளத்தாக்கின் ஓரத்தில் ஆதாரமின்றி நின்றிருப்பவன் போல அப்போது அவன் இருந்தான். கௌரி அவனோடு உல்லாசமாக இருக்க முயன்று தோற்றாள். இருவரும் சேர்ந்து இருந்தபோது தீபம் போல் கூர்மையாக இருந்தார்களேயன்றி ஒருவர் ஆசைக்கு இன்னொருவர் கரைந்து போனதில்லை. கிருஷ்ணப்பன் தன்னை ஏற்பதற்குரிய பேச்சு என்று கௌரி கீழ்வருமாறு கூறுவாள்.

'உங்களுக்கு நான் ஒரு விஷயம் சொல்லவில்லை அல்லவா? என் தந்தை பெல்காம் என்ற இடத்தில் இருந்த போது நஞ்சப்பாவும் என் தந்தையும் நண்பர்கள். இருவரும் சேர்ந்து பிசினஸ் செய்தார்கள். எங்கள் வீட்டிலேயே நஞ்சப்பா இருந்தார். என் தந்தைக்கு இன்னொரு காதலியும் இருந்தாளாம்.'

கிருஷ்ணப்பனுக்கு இதெல்லாம் தேவையில்லாத விவரங்களாகப்

பட்டன. அந்நிய பாவனையுடன் இவற்றைக் கேட்டுக்கொண்டு இருந்தான்.

தன்னோடு ஏதோ ஒருவித ஆசையால் வந்த கிருஷ்ணப்பனைத் தான் சிறுவிஷயங்களுக்கு இழுத்து வருகிறேன் என்று அவளுக்குப் பரிதாப உணர்வு உண்டாயிற்று. அவன் வரும்போதெல்லாம் விருப்பமான பலகாரங்களைச் செய்து கொடுப்பதில் மகிழ்ந்தாள்.

ஒவ்வொரு மாலையும் வந்துவிடும் கிருஷ்ணப்பன் கௌரி தனக்குப் பரிச்சயம் இல்லாதவள் என்கிறாற்போல், 'மன்னிக்க வேண்டும். உங்களுக்குப் படிக்க வேண்டுமோ என்னவோ. தேர்வு நெருங்கி விட்டதல்லவா?' என்பான்.

இப்படிச் சம்பிரதாயமாகப் பேசும்போதுகூட உணர்வால் தூரத்திலிருக்கும் கிருஷ்ணப்பனை அவளுக்குப் பிடித்தது.

'அப்படி ஒன்றும் இல்லை. வாங்க' என்பாள். கிருஷ்ணப்பன் ஏதும் பேசாமல் அவனது விசாலமான கண்களால் ரூமில் ஓய்வாக அமர்ந்து தீர்க்கமாகப் பார்த்தபடி இருந்தால், 'பாடட்டுமா?' என்று கௌரி கேட்பாள். பாட்டைக் கேட்டுக் கிருஷ்ணப்பன் மனநிம்மதி கொள்வான் என்பது அவளுக்குத் தெரியும். மகள், கிருஷ்ணப்பன்முன் பாடியபடி அமர்ந்திருப்பதை அனுசூயாபாய் கீழே இறங்கி வந்து கேட்பாள். அவள் மூலையில் இருந்த மோடா மீது அமைதியாக யாருக்கும் தொல்லை ஏற்படாத வகையில் அமர்ந்திருப்பது கிருஷ்ணப்பனுக்கு மகிழ்ச்சியாக இருக்கும். சுருண்ட தலை முடியுடன் கறுப்பு விக்ரகம் போல காட்சிதரும் கிருஷ்ணப்பனையும் வெள்ளைப் பால் வர்ணத்துடனான ஆழமான உணர்வுகள் கொண்ட தன் மகளையும் கண் நிறைய பார்த்தபடி அனுசூயாபாய் ஆனந்த மடைவாள். தாய் சதா படித்துக்கொண்டிருந்த சரத்சந்திரர் நாவலில் வரும் சம்பவங்களுடன் இருவரையும் வைத்துப் பார்ப்பாள். நஞ்சப்பா இதன் நடுவில் வந்தால் யாருக்கும் தொந்தரவு ஏற்படுவது இல்லை. ஏழையான கிருஷ்ணப்பனுடன் ஏற்படுத்திய இந்தச் சிநேகத்தை முதலில் அவர் விரும்பவில்லையென்றாலும், கௌரியிடம் பயப்பட்ட நஞ்சப்பா சும்மாயிருந்தார். சமீப நாட்களில் மகாதெய்வ பக்தராகிய நஞ்சப்பா மாலையில் கணபதி கோயிலிலிருந்து பூஜை முடித்துக்கொண்டு, குங்குமமும் பிரசாதமும் கொண்டு வந்திருந்தார். இந்தப் பிரசாதத்தை மூவருக்கும் கொடுத்துவிட்டு, மாடி ஏறிப் போனார். எப்போது அனுசூயாபாய் எழுந்துபோனாள் என்பது கௌரிக்காகட்டும் கிருஷ்ணப்பனுக்காகட்டும் தெரியாமலிருக்கும்.

✦ 65

ஏன் கௌரியை அப்போதுதான் அடையவில்லை? கிருஷ்ணப்பனுக்குத் தனியாக இருந்தபோது அவளைச் சேரும் ஆசையிருந்த துண்டு. ஆனால் தான் ஒரு விலங்கைப் போல் அவளைச் சம்போகிப்பதைக் கற்பனை செய்வதற்குக்கூட அவனுக்கு அருவருப்பு ஏற்பட்டது. அவனை இந்தவித பாவ உணர்வினின்று விடுபட வைத்தவள் லூசினா — உடலின் குளிரைத் தீர்த்து அதன் ஒவ்வொரு மூலைகளில் ஜீவ இன்பத்தைக் காட்டியவள் அவள். ஆனால் அது முதலில் கௌரியின் மூலம் ஆகியிருந்தால்?

மத்தியானம் ஒருநாள் கிருஷ்ணப்பன் அண்ணாஜியைப் பார்க்கப் புறப்பட்டான். சமீப நாட்களில் அண்ணாஜி பணத்திற்காக ஆலாய்ப் பறக்க வேண்டியதிருக்கவில்லை. வேண்டிய அளவு பணம் அவனிடம் இருந்தது. கிருஷ்ணப்பன் கொடுத்த கடனைத் திரும்பக் கொடுத்தான். எங்கிருந்து இவ்வளவு பணம் வருகிறதென்று கிருஷ்ணப்பன் கேட்காவிட்டாலும், 'உமாவின் வள்ளல் தன்மை இது' என்றான். கணவனுக்குத் தெரியாமல் அவள் அவனது கறுப்புப் பணத்தை பீரோவிலிருந்து திருடிக் கொடுத்திருக்கக்கூடும். அண்ணாஜியை இதன் நியாய மின்மை பாதிப்பதில்லை. கிருஷ்ணப்பனுடன் மார்க்ஸ், லெனின் வாதங்களின் ஆழமான சூட்சுமப் பிரச்சினைகள் பற்றி இன்றும் தன்னையறியாமல் பேசுவான். உமா, இதைக் கேட்டபடி தன் எண்ணெய்ச் சிவப்பான நிறம் கொண்ட வட்டமுகத்தைக் கைகளில் சாய்த்தபடி அமர்ந்திருப்பாள். மிகவும் சூட்சுமமான வாதங்களை அவள் இருக்கும் பக்கம் திரும்பி அண்ணாஜி சொல்வான். சிந்தனைகளை உமாவுக்கு வீசிக்கொண்டு அண்ணாஜி அமர்ந்திருப்பது தேவியின் விக்கிரகத்தைப் பூஜித்தபடி அமர்ந்திருக்கும் பக்தனைக் கிருஷ்ணப்பனுக்கு நினைவூட்டியது.

அன்று மத்தியானம் கிருஷ்ணப்பன் போய் வாசல் முன் நின்றிருந்த போது உமா வருந்துவதும் அண்ணாஜி இரகசியமாய் ஏதோ சொல்வதும் தெரிந்தது. வாசலைத் தட்டப்போனவன் பின் நகர்ந்தான். தன் காலடி கேட்டிருக்க வேண்டும். இருவரும் எழுந்து அவசரமாய் இரைத்தபடி அங்குமிங்கும் நடையிடுவதை வாசலின் வெளியிலிருந்து ஒலிரூபமாய்க் கேட்ட கிருஷ்ணப்பனுக்கு தர்ம சங்கடமாயிற்று. தான் இப்போது புறப்பட்டுப் போவது சரியல்ல; இங்கு நிற்பதும் தப்பு. என்ன செய்வது என்று தெரியாமல், 'கிருஷ்ணப்பன் வந்திருக்கிறேன். அப்புறம் வருகிறேன். சும்மா வந்தேன். அவ்வளவுதான்' என்றான். அண்ணாஜிக்கு இதனால் மிகவும் சமாதானமானதை அவன் தொனியிலிருந்தே அறிய முடிந்தது.

'ஓ கிருஷ்ணப்பனா? இரு, இரு. போகவேண்டாம்.'

கிருஷ்ணப்பனுக்கு இன்னும் கஷ்டமாயிற்று. இப்போது தானும் போகமுடியாது. ஏதும் ஆகாத முறையில் அண்ணாஜி மற்றும் உமாவின் முகத்தைப் பார்க்கவேண்டும். அவர்கள் இருவரும் தங்கள் இரகசியத்தை மறைத்து வைக்க சிரமப்படாதபடி ஏதும் அறியாத முட்டாள்போல் தான் காட்டிக்கொள்ள வேண்டும் என எண்ணினான்.

வாசல் திறந்தது. தலை கலைந்தபடி காட்சி தந்த உமா புஸ்தகங்களின் தூளைத் துணியால் தட்டியபடி ஸ்டூல் மேல் நின்றிருந்தாள். அவள் இந்த வேலையைச் செய்துகொண்டு இருந்ததால் தான் உடனே வாசல் திறக்கப்படவில்லை என்றுதான் தெரிந்துகொள்ள வேண்டும். ஆனால் அண்ணாஜி இப்போதுதான் எழுந்தவன்போல் கண்ணைத் தடவியபடி அமர்ந்திருந்தது பொருத்தமில்லாமல் இருந்தது. ஓரிரு நிமிடங்களில் சுதாரித்துக் கொண்டு அண்ணாஜி லெனினுடைய 'டெமாக்ரடிக் சென்ட்ரலிசம்' தத்துவத்திலிருந்த 'காண்ட்ரடிக்ஷன்' களை நிஜமாகவே அதில் ஆழ்ந்தபடி விளக்கிய படியிருந்தான். நடுவே லெனின் சொன்ன கூற்றொன்று சரியாக நினைவிற்கு வராமல், 'உமா! லெனின் 'கலெக்டட் வர்க்ஸ்' இருக்கிறதல்லவா? கொடு' என்றான். உமா புஸ்தகத்தைக் கொண்டு வந்து கொடுத்தாள். 'மிஸ்டர் சென்ன வீரய்யனைவிட இவளே வேகமாகக் கற்றுக்கொண்டுள்ளாள். இவளுக்குச் சிந்தனைத் திறனும் இருக்கிறது' என்று அண்ணாஜி புகழ்ந்து புத்தகத்தில் தனக்கு வேண்டிய வாசகத்தைத் தேடினான். உமா, காப்பி தயார் செய்யக் கீழே போனாள்.

கிருஷ்ணப்பன், தன் வாழ்வில் அதுவரை ஏற்படாத பொறாமை அன்று ஏற்பட்டதை உணர்ந்தான். உமாவின் நடையில் கண்ட இதமான ஆயாசம் அவனைத் திக்பிரமை அடையச் செய்தது. அண்ணாஜியைப் போலவே நான் ஏன் இல்லை என்று தீவிர அதிருப்தி அடைந்தான். இவனுக்குப் பசி மற்றும் தாகங்கள் கொண்ட தேகம் இல்லையோ என்று இருந்த அண்ணாஜி தனக்கு வேண்டியவற்றைப் பெண்ணிடமிருந்து இவ்வளவு சுலபமாகப் பெறும்போது தனக்கு ஏன் அது சாத்தியமாகவில்லை? கற்பனையில் கூட அவன் கௌரியை நிர்வாணமாகப் பார்க்கமாட்டான். அண்ணாஜி செத்தபிறகும்கூட இந்தப் பொறாமை கிருஷ்ணப்பனிடம் எஞ்சியது. எப்போதாவது அந்தப் பொறாமையிலிருந்து அவன்

விடுதலை அடைந்தானென்றால் அது லூசினா அவனது முழு தேகத்தையும் அவள் உதடு மற்றும் நாக்கு நுனிகளினால் நெருப்புப் படுக்கை செய்து அதன்மீது சிறுத்தையைப் போன்ற மந்திரசக்தி பெற்ற தன் தேகத்தைக் கிடத்திய போதுதான். கிருஷ்ணப்பன் போவதற்காக எழுந்து நின்றதைப் பார்த்து அண்ணாஜி எந்தவித மென்மையும் இல்லாமல், 'போகவேண்டாம். உட்கார். உமா சந்தேகத்தால் துடித்துப்போவாள். உன் யூகம் சரிதான். ஆனால் இதெல்லாம் என் கை மீறியவை' என்றான்.

இவ்வளவு சரளமாக நடக்கும் அண்ணாஜியைப் பார்த்துக் கிருஷ்ணப்பன் ஆச்சரியம் அடைந்தான்.

சேலையை இழுத்துப் போர்த்தி, பெரிய குங்குமம் இட்டு, மூக்குத்தி யிட்ட மூக்கைக் குனிந்து பார்த்தபடி காப்பிகொண்டு வந்து நின்ற உமாவைப் பார்த்துக் கிருஷ்ணப்பனுக்கு இன்னும் அதிகம் ஆச்சரியம் உண்டாயிற்று.

பாவ உணர்வுகளுக்கு உட்பட்டு நடுநடுங்கிச் சாகாமல் சமூகக் கட்டுகளைப் பெண் மீற வல்லவள். ஆனால் அண்ணாஜி மிகவும் சிநேகபூர்வமான தொனியில், 'உமா உட்கார். ஒரு சீரியஸான விஷயத்தை உங்கள் இருவருக்கும் சொல்லவேண்டும்' என்று அவளை எதிரில் அமரச் செய்து தனது பாணியில் ஒரு 'வகுப்பு' எடுத்தான்.

'இதுவரைக்கும் சமூகம் சிருஷ்டித்த எல்லா உற்பத்தி உறவுகளும் மனிதனின் சுதந்திரத்தைத் தடுக்கும் தன்மை கொண்டவை. உதாரணத்திற்கு, ஆண்-பெண் உறவைப் பார்ப்போம். மீதி பொருள் களைப் போலவே பெண்கூட ஒரு சொத்தாகிவிட்டிருக்கிறாள். அதனால்தான் இது சொந்தப் பெண், இது வேறு பெண் என்ற பாகு பாடுகளின் மூலம் தன் சொத்தைக் காத்துக்கொள்ளும் மனநிலையை மனிதன் 'ஃப்யுடல்' நிலைமையிலும் 'காப்பிட்டலிஸ்ட்' கட்டத்திலும் உருவாக்கிக்கொண்டிருக்கிறான். இந்த எல்லாச் சூழல்களும் மனிதனின் இயல்பான பரிமாணத்தைத் தடுக்கின்றன. அப்படியே நம் இந்த 'லிபிடோ' —இந்த நம் காம வாழ்க்கை — இயற்கைக்கு மாறான நம் கட்டுப்பாடுகளுக்கு உட்படுகிறது. குறைகளின் ஆதாரத்தின் மீது நம் முதலாளித்துவப் பொருளாதாரம் நிற்கிறது —

செயற்கையான குறை மற்றும் சுரண்டல்—இது காம வாழ்க்கைக்கும் பொருந்தும். இப்போது பாருங்கள், நம் வாழ்வில் மனிதனின் வயிற்றுக்கும் ஆடைக்கும் வசதிக்கும் ஓய்வுக்குமான தேவை களும் கலாச்சாரத் தேவைகளும் பூர்த்தி அடைய அடைய மனிதன் கடைசியான விடுதலைக்குத் தயாராகிறான். தம்மை அதி தீவிரமான நோவுகளுக்கும் சங்கடங்களுக்கும் ஆசைக்கும் உள்ளாக்கும் காம வாழ்வின் தடைகளை உடைத்துக்கொண்டு ஆண்-பெண் விடுதலை அடைகிறார்கள். திருமணம் ஆனவளிடம் மாத்திரம், அதுவும் சில நியதிக்கேற்ப இந்தத் தேகம் மிகச் சில சுகங்களை மட்டும் பெறக்கூடும் என்ற நினைப்பு மாயமாகிவிடும். சொத்தின் தேவை, வர்க்கம் இல்லாத சமூகத்தில், மாயமாகிவிட்டது போல். அப்போது முழு தேகமும் விடுதலை பெற்றுச் சுகத்தின் நீரூற்றாகிவிடுகிறது. இந்தச் சுகத்தைப் பெறுவதே மனிதனுக்கு அற உணர்வைத் தருகிறது. தான் போகிப்பது மிகவும் மதிப்புமிக்க செயல் என்றும் சுதந்திரமான செயல் என்றும் அறிகிறான். இந்த உணர்வைவிட பெரிய நீதி எங்கிருக்கிறது?'

'உன் வாழ்க்கை முறையை நியாயப்படுத்திக்கொள்வதற்கு நீ இப்படி விவாதிக்கிறாய் என்று சொல்லலாமா?' என்று கிருஷ்ணப்பன் உமா அங்கிருப்பதை மறந்து கடுமையாகக் கேட்டான்.

'என் விஷயத்தை விட்டுவிட்டுச் சிந்தித்துப்பார், கிருஷ்ணப்பன்! நீ விவசாயக் குடியிலிருந்து வந்தவன். உன் முன்னோர் நில உடைமையாளர்கள். அதனால் பெண் பற்றி நீ அடிப்படையில் ஓர் ஃப்யூடல் மனோபாவம் கொண்டவன்' என்று அண்ணாஜி பாதி வேடிக்கையாகச் சொன்னான்.

'நல்ல ஜீவிதம் நடத்தக்கூடாதென்று நம்புவதும் பெண்ணைப் பவித்திரம் என்று கருதுவதும் ஃப்யுடல் என்றால் ஃப்யுடலாக இருப்பதில் என்ன தவறு?'

'பெண் எதற்காகப் பவித்திரமாக இருக்கவேண்டும், சொல்? அவள் சொத்தாக இருப்பதனால். இப்படிப் பெண் பவித்திரமானவள் என்று சொல்கிறவர்களே பெண்ணை அடிப்பவர்கள். சமையல், அலங்காரம், சங்கீதத்திற்கு மாத்திரம் பெண் லாயக்கு என்று கருதுபவர்கள். தன்னுடன் சம்போகத்திற்கு ஒத்துக்கொள்ளும் பெண்ணை மோசமானவள் என்று பாவிப்பவர்கள்...'

கிருஷ்ணப்பனுக்கு அண்ணாஜியின் கடைசி வார்த்தையைக் கேட்டதும் மர்மஸ்தலத்தில் அடிவிழுந்தது போல் வேதனை

ஏற்பட்டது. அண்ணாஜியின் எதிரில் உமா எந்தக் கல்மிஷமும் இல்லாத பெண்போல் அமர்ந்திருந்தது நிஜம். ஆனால் இரவு அவள், தன் கணவனுக்கும் உடலைக் கொடுக்க வேண்டுமல்லவா? தங்கப்பல் கொண்ட சென்ன வீரய்யனிடமிருந்தும் அவள் தேகம், சுகத்தின் ஊற்றாகும் அல்லவா? அண்ணாஜியிடமிருந்து ஆன அதே அளவு? இல்லாதிருந்தால் எப்படி அவள் கணவனுக்கு உடலைக் கொடுக்கிறாள்? இவருக்கு ஒரு பெண் உடன்படுவதைக் கிருஷ்ணப்பனால் ஏற்றுக்கொள்ள முடியவில்லை. ஆனால் அதனைச் சொல்லவில்லை. ஒருவேளை உமா கணவன்கூட ஒரு யந்திரமாக நடந்துகொண்டு, அண்ணாஜியுடன் மட்டுமே நிஜமாக மலர்கிறவளா யிருக்கலாம். அப்படியிருந்தால் அவள் கணவனை விட்டுவிட வேண்டும். உமாவில்லாதபோது அண்ணாஜியுடன் இப்படி வாதித்திருக்க முடியும் என்று எண்ணி சும்மா இருந்தான்.

அன்று மாலை கௌரி வீட்டிற்குப் போனவன் இதையே சிந்தித்துக் கொண்டிருந்தான். தனக்குக் கௌரி வேண்டும். ஆனால் அவள் தன்னுடன் கிராமத்திற்கு வருகிறவள் அல்ல. திருமணம் ஆகாமல் என்கூட படு என்று சொல்வது அவளை ஒரு போகப் பொருளாகக் காணும் செயலே. அதற்கு அவள் ஒப்பினாலும் பின்னால் அவள் ஒரு கீழான பெண் என்று தான் நினைக்கப் போவது உறுதி. இதைப் பற்றி நினைத்தபடியே இருந்ததால் கிருஷ்ணப்பன் கௌரியின் கேள்விகளுக்கு ஆம், ஹூம் என்று மட்டும் பதில் கொடுத்துவிட்டு வந்துவிட்டான். மறுநாள் மலைக்குப் போய் சாமியாருடன் அமர்ந்தான். சாமியார் அதே புத்தகத்தைப் படித்தபடி யிருந்தார். அவரை என்ன கேட்பது என்று அலுப்பாக இருந்தது. அவர் சமையல் செய்ய ஆரம்பித்த போது எழுந்து நின்றான். தன்னை அமர்ந்திரு என்று சொல்ல சாமிக்கு ஆசையாக இருந்திருக்க வேண்டும். ஆனால் அவரது நியமங்களின் பிரகாரம் சொல்ல முடியாமல் சும்மாயிருந்தார் என்று அவர் முகபாவங்களை வைத்துக் கருதினான் கிருஷ்ணப்பன். 'இவ்வாறு முயற்சி செய்து ஒரு மார்க்கத்தில் நடப்பது எனக்குப் பிடிக்காது' என்று எண்ணியபடி மலையிலிருந்து இறங்கினான்.

ஆனால் 'சக்கர நாற்காலி'யின் மீது அவனை அமர வைத்து அவன் மனைவி தள்ளும்போது கிருஷ்ணப்பன் யோசித்தான்.

'நான் மனைவியை அடிக்கப் போயிருக்கிறேன். ஒரு உத்தேசத்திற்காக வாழ்ந்து அதில் வெற்றி கொள்ளாவிட்டாலும்

இன்னும் வாழ்ந்துகொண்டிருக்கிறேன். யாரும் என் அருகில் தம் காதல் கதையைச் சொல்ல வருவதில்லை. கட்சி மாறியவர்களின், மற்றும் மாறப் போகிறவர்களின் செய்தியை மட்டும் கொண்டு வருகிறார்கள். ஏன் எனக்கு இப்படி ஒரு நிலை?'

உடல் பலவீனமுற்றிருப்பதால் இத்தகைய சிந்தனைகள் வருகின்றன என்று கோபம் வருகிறது.

'ஏய் நாகேஷ்' என்று அழைத்தான். இளைஞர்கள் சபையின் செயலாளனான நாகேஷ் வந்து, 'என்ன கௌடரே?' என்கிறான். 'ஏதாவது பெண்ணைக் காதல் கீதல் செய்யவில்லையா நீ?' என்று சிரிக்கிறான். 'நானா கௌடரே? அதற்கெங்கு நேரமிருக்கிறது, சொல்லுங்க, தேசத்தின் இவ்வளவு பிரச்சினைகளுக்கு நடுவில்...?' நாகேஷ் ஹாஸ்யமில்லாமல் சீரியஸாகப் பேசத் தொடங்கிய போது, 'போகட்டும் விடு. இந்த ஸ்டேட்மெண்டை எழுது' என்று வேறு அரசியல்வாதிகள் கவனிப்பதற்குப் பயப்படும் பிரச்சினைகளை எழுதச் சொன்னான். நாகேஷ் சந்தோஷமாக எழுதினான். அரும்பும் மீசையும் சிறிய தாடியுமாய் காட்சி தந்த நாகேஷின் வசீகரமான முகத்தையும் அவன் முதுகுவரை வளர்த்திருந்த முடியையும் கிருஷ்ணப்பன் பாதி அன்பு, பாதி வேடிக்கையுடன் பார்த்தான். அவன் வயதில்தான் இவனைப் போன்ற ஒரு மனிதனாய் இருந்துபின் அரசியலுக்கு வந்தவனல்லவா? காலை மடிக்க முயற்சி செய்தபடி, கௌரி தேஷ்பாண்டே வரும்படி நாளை கடிதம் எழுதவைக்க வேண்டும் என்று நினைத்தான். அவளுக்குத் தன்மீது இன்னும் விருப்பம் இருக்கும் பட்சத்தில் அவளே வராமல் இருந்திருப்பாளா? டெல்லியில் இப்போது தாயோடு இருக்கிறாளாம். தினமும் கடிதம் எழுத வைக்க வேண்டும் என்று நினைத்தாலும் தன்னுடைய இந்த அவஸ்தையை அவள் பார்க்கக் கூடாதென்று தள்ளிப் போட்டபடி இருந்தான்.

இப்போது—ஒருவேளை சாகப்போகும் இப்போது—தான் முழுமையாக எஞ்சியிருக்கிறேனா என்ற கேள்வி அவனை விரட்டிக் கொண்டேயிருந்தது.

சக்கர நாற்காலி மீதமர்ந்து இப்படி யோசித்துக்கொண்டிருக்கும் கிருஷ்ணப்பனின் மனக்கண்முன், அவன் தீவிரமாக வெறுத்த

மடாதிபதி நரசிம்மபட்டன், பெரிய கமுகந் தோப்பு முதலாளி சிவநஞ்ச கௌடா, பொது மராமத்து இலாகாவில் இலட்சம் இலட்சமாகச் சுருட்டி முக்கிய மந்திரியான வீர பத்திரப்பன், உப்பிப் பருத்த முகம்கொண்ட வாரங்கல் போலீஸ் அதிகாரி ஆகியோர் நிற்கிறார்கள். பலவீனமான கைகால்களுள்ள குழந்தைகளை இடுப்பில் வைத்துக்கொண்டு தலைவிரி கோலமான பெண்களும் கால்வரை அழுக்கேறிய வேட்டியைக் கட்டியிருக்கும் விவசாயிகளும் மேற்கண்டவர்களின் மேல் பாய்கிறார்கள். கொஞ்சம் கொஞ்சமாய் அவர்களை இம்சைப்படுத்தி நிதானமாகக் கொல்கிறார்கள். கொல்லும்போது பாயும் அவர்களின் இரத்தத்தைத் தந்து, பாரிசவாயுவால் பீடிக்கப்பட்ட அவனது காலிலும் உடலிலும் பூசுகிறார்கள். இந்த மனிதர்களின் இரத்தம் இல்லை யய்யா இது, வெண்புறாவின் இரத்தம் — இது சூடாக இருக்க வேண்டும் என்று யாரோ கூறுகிறார்கள். இதைக் கேட்ட கிருஷ்ணப்பன் சிரிக்கிறான்.

இப்படிக் கனவு காணும் கிருஷ்ணப்பனின் கண்கள் குரூரமாகக் கூர்ந்து பார்ப்பதைக் கண்டு தந்தைக்கு ஏதோ சொல்லவந்த அவன் மகள் கௌரி பயந்தாள். கிருஷ்ணப்பன் தன் காலை இப்போது தூக்கமுடியும் என்று எண்ணி, முழு மனதையும் குவித்து, தன் பாதத்தைத் தூக்க முயல்கிறான். இடுப்பிற்கு மேல் இப்போது தூக்க முடியும் என்று எண்ணியதும் கால் சற்றுமேல் போகிறது. கிருஷ்ணப்பன் பெருமூச்சுவிட்டு இன்னொரு பகல் கனவுக்கு முயல்கிறான். இப்போது விவசாயிகள் கொல்வதில்லை. கம்பீரமாக, வயிறு நிறைந்த தம் பகைவர்களை எதிரில் நிறுத்தி, ஒழுங்காக அவர்களின் விசாரணையை நடத்துகிறார்கள்.

பாகம் இரண்டு

அப்போது நடந்த ஒரு சம்பவமும் கிருஷ்ணப்பனை கிராமத்திற்குப் போய்த் தங்கும்படியும் விவசாய இயக்கத்தில் சேரும்படியாகவும் செய்தது. அது அண்ணாஜியின் கைது மற்றும் கொலை.

அண்ணாஜி கையும் காலும் ஆட்டிக்கொண்டு அவனே தமாஷ் பண்ணுவதுபோல் ஒரு பதவிசான பூர்ஷ்வா போலவே காட்சி தர ஆரம்பித்தான். தன் கதையை உமாவுக்குச் சொன்னான். அவன் கூடவே தானும் எங்கு வேண்டுமானாலும் ஓடிப்போவதாக அவளும் சொன்னாள். இதை அண்ணாஜி அவளின் ரொமாண்டிசிசம் என்று கிருஷ்ணப்பனிடம் தமாஷ் பண்ணி னாலும், அவள் பணப் பெட்டியி லிருந்து தனக்கென்று எடுத்த பணமும் அவளோடுள்ள தன் விவ காரங்களும், இங்கிலீஷ் கற்கும் மோகம் தணிந்ததும் சென்ன வீரய்யனுக்குப் புரிந்துவிடும். அதன்பின் அவர்கள் இருவரும் தீர்மானம் எடுக்கத்தான் வேண்டும் என்று அண்ணாஜிக்குக் கவலை யாயிற்று. இது பற்றிய தன் கருத்தைச் சொல்லாமல் கிருஷ்ணப்பன் அண்ணாஜி தானே உருவாக்கிக்கொண்ட கஷ்டங்களைக் கேட்டுக் கொண்டான். அண்ணாஜிக்குக் கிருஷ்ணப்பன் ஆப்த நண்பன் என்பது தெரிந்தபின் சமீபகாலமாக உமா, அவன் இருக்கும்போதும் சங்கோஜமில்லாமல் அண்ணாஜியுடன் நடந்துகொண்டாள். அதைப் பார்த்தால் தனக்குப் பிரியமானவன்கூட ஓடிப்போகிறவள் என்பது தெரிந்ததே தவிர, கணவனுக்கு மோசம் பண்ணுபவள் என்ற குற்ற உணர்வு அவளிடம் இருந்ததாகத் தெரியவில்லை. ஆனால் அவள் தன்மீது காட்டும் தீவிர ஆசையால் அண்ணாஜியின் உணர்வுகள் குழப்பமுற்றுள்ளன என்பதைக் கிருஷ்ணப்பன் கவனித்தான். அவள் தன் எதிரில் அமரவில்லையென்றால் தனக்கு இஷ்டமானவற்றை அண்ணாஜி பேசமாட்டான். அரசியல் விவகாரங்கள் உமாவுக்குத் தெரியட்டும் அல்லது தெரியாமல் போகட்டும், அவற்றை அண்ணாஜி சொல்லும்முறை காதல்வயப்பட்டவை என்றறிந்து கிருஷ்ணப்பனுக்கு ஆச்சரியமாயிற்று. அண்ணாஜியுடன் ஏதாவது

கிராமத்தில் தானும் வேலை செய்ய முடியும் என்று உமா நினைத்தாள். அண்ணாஜி கேரளத்திற்குப் போய், டுட்டோரியல் தொடங்குவது என்று தீர்மானித்தபோது, வீட்டில் மரவேலைக்கு வந்துகொண்டிருந்த ஆசாரியிடம் மலையாளம்கூட அவள் கற்க ஆரம்பித்தாள், மார்க்கெட்டில் பொருள்கள் வாங்கும் அளவுக்கு. இன்னும் பதினைந்து தினங்களில் அவர்கள் ஓடிப்போக எல்லா முஸ்தீபுகளும் செய்ய நினைத்திருந்தனர். உமா தனக்கு மிகத் தேவையான ஆடைகளைச் சிறிய டிரங்கில் நிறைத்து அண்ணாஜி ரூமில் வைத்திருந்தாள். தினம்தினம் கிளப்பில் இஸ்பேட் ஆடி, குடித்து, நடுராத்திரி கழிந்தபின் வீட்டிற்கு வரும் சென்ன வீரய்யனுக்குத் தன் மனைவி பிற சிநேகிதர் களின் மனைவிமார் போல கலாட்டா செய்வதில்லை என்று சந்தோஷம். தன் கைக்கு அடங்கியவள் என்று பெருமை.

ஒருநாள் மத்தியானம் போலீஸ் ஜீப் நேராக வந்து நின்றது. உமாவின் அருகில் அண்ணாஜி பேசியபடி அமர்ந்திருந்தான். வாசல் தட்டிய சப்தம் வந்தபோது கிருஷ்ணப்பன் என்று அண்ணாஜி எண்ணி வாசலைத் திறந்தான். எதிரில் பெரிய உருவம் கொண்ட டி.எஸ்.பி.யே நின்றிருந்தான். ஸ்டேஷனுக்கு வரவேண்டும் என்றான். உமா பயத்தால் எழுந்து நின்றாள். ‘உமா, பயப்பட வேண்டாம். இவர்கள் ஏதோ தப்பாக வந்திருக்கிறார்கள். கிருஷ்ணப் பனை ஸ்டேஷனுக்கு அனுப்பு. எனக்கு ஜாமீன் தேவையிருக்கலாம்’ என்று போலீசாருக்கு ‘இம்ப்ரஸ்’ ஆகும்படி சுத்த ஆங்கிலத்தில் கூறிவிட்டு அண்ணாஜி புறப்பட்டான்.

சற்று நேரத்திற்குப் பின்வந்த கிருஷ்ணப்பனிடம் உமா அழ ஆரம்பித்தாள். கிருஷ்ணப்பன் பெண் அழுவதைத் தாங்கமாட்டா தவன். என்ன செய்வதென்று தெரியாது குழப்பத்திலிருந்த அவனிடம் உமா ஆயிரம் ரூபாயைக் கொடுத்து ஏதாவது செய்து அண்ணாஜி விடுதலைபெற முயலும்படி கூறினாள். பின்னர் கிருஷ்ணப்பன் ஸ்டேஷனுக்குப் போனபோது அண்ணாஜியை நேராக ஜீப்பில் வாரங்கலுக்குக் கொண்டுபோனதாகத் தெரிந்தது. அங்கு கோர்ட்டில் ஆஜர்படுத்துவார்கள் என்று போலீஸ் இன்ஸ்பெக்டர் கூறினார்.

‘அவன் மீது கொலை முயற்சிக்கான குற்றம் இருக்கிறது, மிஸ்டர். உஷாராக இரு’ என்றான்.

கிருஷ்ணப்பன் உமாவைப் பார்க்கத் திரும்பி வந்தான். அந்நேரத்திற்குள் அண்ணாஜி ‘கைது’ பற்றி அறிந்த சென்ன வீரய்யன்,

வீட்டிற்கு வந்து மனைவியிடம் பேசிக் கொண்டிருந்தான்.

'பாருங்கள் மிஸ்டர் கிருஷ்ணப்பன். அவர் ரெவல்யூஷனரியாம். ஏதோ கொலையில் சம்பந்தப்பட்டிருக்கிறாராம். இங்கு அண்டர் கிரவுண்டில் இருந்தாராம். தாங்க் காட். இவ்வளவில் முடிந்ததே. ஆனால் என் மனைவிக்கு அவர்மீது அதிகம் 'ரிகார்ட்ஸ்', அவர் அறிவைப் பார்த்து. உம் சிநேகிதருக்கு ஏதாவது உதவிசெய்ய விரும்பினால் வாரங்கல் போய்வாருங்கள். செலவுக்கு இந்த ஐந்நூறை வைத்துக்கொள்ளுங்கள். அண்ணாஜிக்கு ஒரு மாத சம்பள மும் பாக்கி இருந்தது. ஆனால் தயவுசெய்து என்னை 'இன்வால்வ்' பண்ண வேண்டாம். நான் செய்வது பிஸினஸ் பாருங்கள். மிகவும் டெலிகேட்' என்றான். கிருஷ்ணப்பன் அந்தப் பணத்துடன் இரயிலில் வாரங்கலுக்குப் புறப்பட்டபோது மகேஸ்வரய்யன் வந்துவிட்டார். 'நானும் வருகிறேன் உன்னுடன். எனக்குக் கொஞ்சம் தெலுங்கு வரும்' என்றார்.

மகேஸ்வரய்யனின் முடி இன்று அதிகம் நீளமாக வளர்ந்து இருந்தது. நரைத்தும் இருந்தது. நெற்றியிலிருந்த பெரிய குங்கு மத்தைப் பார்த்தால் அவர் தேவி பூஜையின் ஏதோ ஒரு மண்டலத்தை முடித்தவர்போல் தென்பட்டார். இரண்டு ஃபர்ஸ்ட் கிளாஸ் டிக்கெட்டுகளை எடுத்தார். கிருஷ்ணப்பன் அங்கு இங்கு அண்ணா ஜிக்கு என எடுத்த கடன் இன்னும் தீரவில்லை. அவற்றைத் தீர்த்தார். கிருஷ்ணப்பனைக் கதர் கடைக்கு அழைத்துச் சென்று ஆறு நைஸான கதர் வேஷ்டிகளும், ஜிப்பாத் துணியும், ஒரு கோட்டுக்குத் துணியும் எடுத்துத் தைக்கக் கொடுத்தார் மகேஸ்வரய்யன். தோள் எவ்வளவு இருக்கவேண்டும், காலர் எப்படியிருக்க வேண்டும், ஜிப்பா கீழே எவ்வளவு அகலம் இருக்கவேண்டும் என்று டெய்லருக்குத் தெளிவாய் விவரித்துக் கிருஷ்ணப்பனிடம், 'நீ இந்தப் பஞ்சக் கச்சத்தை உடுக்க வேண்டும்' என்று கொடுத்தார். மாலை இரயிலில் இருவரும் வாரங்கல் மார்க்கமாகப் பயணமானார்கள். இரண்டு தினங்களில் வாரங்கல் சென்று போலீஸ் ஸ்டேஷனுக்கு டாக்ஸியில் அவசரமாகப் போய், 'ஆர்.எல். நாயக்கை எங்கே வைத்திருக் கிறீர்கள்?' என்று கேட்ட போது, இவர்களை உட்காருங்கள் என்று கூடச் சொல்லாமல் போலீஸ் அதிகாரி ஒருவன், 'உனக்கென்னய்யா, அவனோடு தொடர்பு?' என்று கேட்க, 'என் நண்பர்' என்றான் கிருஷ்ணப்பன்.

'எச்சரிக்கையுடன் பதில் சொல்லய்யா. எந்தப் பெயரில் உமக்கு நண்பன் ஆனான்? அவனைப் பற்றி உமக்கென்ன தெரியும்?'

'ஆர்.எல். நாயக் என்ற பெயரில் பழக்கமா உங்களுக்கு?' உலக அறிவுள்ள மகேஸ்வரய்யன் கிருஷ்ணப்பனைப் பேசவிடாமல் தானே கூறினார்.

'அந்தப் பெயரில் நீங்கள் அரெஸ்ட் செய்ததால் யூகித்துக் கேட்டோம். அவர் அண்ணாஜி என்ற பெயரில் இங்கிலீஷ் டியூட்டராகப் பாடம் சொல்லிக் கொடுத்தார்.'

'ஓ, அப்படியா? அந்த ஆள் யார் தெரியுமா, உங்களுக்கு, யங்மான்? தெலுங்கானாவில் ஜமீன்தாரைக் கொலை செய்ய சில குற்றவாளிகளைத் தயார் செய்த ஒரு 'ஸோ கால்ட்' கம்யூனிஸ்ட் பொறுக்கி. நீ கதர் போட்டிருப்பதால் வார்ன் செய்கிறேன். உனக்கு அவன் அடையாளம் தெரியும் என்றுகூடச் சொல்லாதே. அவனைத் தீர்த்துக் கட்டியாயிற்று. பார்க்கவில்லையா?' என்று அன்றைய ஆங்கில நாளிதழைக் கிருஷ்ணப்பனுக்குக் கொடுத்தான்.

பத்திரிகையில் அண்ணாஜியின் காவி ஆடை தரித்த போட்டோ வுடன் கீழே 'காவி ஆடையில் இருந்த குற்ற வாளியின் மரணம்' என்று தலைப்பு இருந்தது. கர்நாடகத்தில் இருந்த இந்தக் குற்றவாளியைப் போலீசார் ஜீப்பில் அழைத்து வருகையில் ஒரு காட்டின் நடுவே அவனது சில ஆதரவாளர்கள் ஜீப்பைத் தாக்கியதாகவும், இந்த என் கௌண்டரில் இரு போலீஸாருக்குக் காயமேற்பட்டதாகவும், ஆர்.எல். நாயக் என்ற அண்ணாஜி குண்டுமழையில் சிக்கி இறந்ததாகவும் போலீஸ் தரப்புச் செய்தி வெளியாகியிருந்தது. இந்தச் நாயக்கின் சீடர்கள் சிலர் கர்நாடகத்தில் இருக்கலாம் என்றும், அவர்களைக் காடுகளில் கர்நாடகப் போலீசார் தேடுகிறார்கள் என்றும் அச்சாகியிருந்தது.

கிருஷ்ணப்பனின் முகம் பேயறைந்தாற் போலாயிற்று. எதிரில் காக்கி ஆடை உடுத்து கம்பு வைத்திருந்த அதிகாரி யைக் கோபமாய்ப் பார்த்தபடி நின்றான்.

'கடைசி வாசகத்தைப் பார்த்தாயா? கவனமாக இரு. அந்தத் தேவடியா மகனோடு பரிச்சயமுள்ளவர்கள் என்றால் உன்னையும் அரெஸ்ட் செய்ய வேண்டும்' என்று உப்பியமுகம்கொண்ட அதிகாரி சொன்னான்.

'கொலைகார தேவடியா மகனே' என்று தான் என்ன செய்கிறேன் என்பதுகூட தெரியாமல் கிருஷ்ணப்பன் பாய்ந்து போலீஸ் அதிகாரி யின் கழுத்தைப் பிடித்தான். கான்ஸ்டபிள்கள் இருவர் ஓடிவந்து அவனை இழுத்தார்கள். மகேஸ்வரய்யன் கைகூப்பி, 'கோபக்கார

இளைஞன், விட்டுவிடுங்கள்' என்று தெலுங்கில் வேண்டிக் கொண்டார். சுதாரித்துக் கொண்டான் கிருஷ்ணப்பன். 'இந்த ஆளிடம் வேண்டாம், விடுங்கள்' என்று கூறினான். மகேஸ்வரய்யனிடம் போலீஸ் அதிகாரி, 'உனக்கு எவ்வளவு திமிர்? பார்த்துக் கொள்கிறேன். 'அஸால்ட் கேஸ்' போடுவேன். மாஜிஸ்டிரேட்டின் முன்நிறுத்துகிறேன். விசாரணைக்கு வைக்கிறேன்' என்று எழுந்து நின்றான்.

'இந்தக் குங்குமப் பூஜாரியை இங்கிருந்து இழுத்துப்போங்கள். அவன் ஓடிப்போகாதபடி ஒரு கண் வைத்திருங்கள். இவர்கள், வேஷம் போட்டு வந்துள்ள கொலைக்காரர்கள்' என்று தன் பேண்டை இழுத்து, சர்ட்டை அழுத்தி, மீசையைத் திருகினான்.

கான்ஸ்டபிள் ஒருவன் வந்து மகேஸ்வரய்யனை வெளியே தள்ள ஆரம்பித்தான். 'நான் ஒரு லாயரைப் பார்க்கிறேன். பயப்படாதே. தேவியை ஸ்தோத்திரம் பண்ணு' என்று வெளியில் போனார்.

ஒரு எலி முகம்கொண்ட குள்ள மாஜிஸ்டிரேட் முன் கிருஷ்ணப் பனை அதிகாரி நிறுத்தினான். தன் மேல் இவன் அஸால்ட் செய்ய முயற்சி செய்ததையும், நாயக்கின் துணைவனாக இருந்தான் என்பதையும் கூறி என்கொயரிக்கு ஸ்டேஷனுக்கு அனுப்ப வேண்டும் எனக் கேட்டான். கிருஷ்ணப்பன் அவனைக் கோபமாய்ப் பார்த்தான். மாஜிஸ்டிரேட் ஒப்புதலுடன் கிருஷ்ணப்பனை இன்னொரு போலீஸ் ஸ்டேஷனுக்கு அழைத்துச் சென்றான் போலீஸ் அதிகாரி. அங்கு ஸ்டேஷன் வேலியருகில் இருந்த அறையின் கதவைத் திறக்க ஒரு போலீசிடம் கூறினான். வாசல் 'கிங்' என்று திறந்தது.

அந்த அறையில் ஜன்னல்கள் இல்லை. காற்று வர வழியில்லாத தால் ஒரு வித நாற்றம் மூக்கைத் துளைத்தது. போலீஸ் கான்ஸ்டபிள் கிருஷ்ணப்பனை உள்ளே தள்ளி கம்பளி ஒன்றைக் கால்களில் வீசினான். வாசல்வழி வெளியே வந்த வெளிச்சத்தில் மூத்திரம், கக்கூசிற்கு என்று வைத்த துருப்பிடித்த போணியைக் காட்டினான். அதே போல் துருப்பிடித்த இன்னொரு பாத்திரத்தைக் காட்டி, 'அதில் குடிக்கும் தண்ணீர் இருக்கிறது' என்றான் அதிகாரி உருது மொழியில். 'இரண்டும் இரண்டு காரியங்களுக்கு, ஞாபகம் வை' என்று சிரித்தான். கான்ஸ்டபிள், கிருஷ்ணப்பனின் பாக்கெட்டைத் தேடி, அதிலிருந்து 1500 ரூபாயையும், சிகரெட், தீப்பெட்டி, பேனா முதலியவற்றையும் எடுத்து அதிகாரியிடம் கொடுத்தான்.

வாரங்கலின் உஷ்ணம் கஷ்டமாக இருந்தது. அறைக்குள் போனதும் மூச்சு அடைத்தது. சிலந்திக் கூடுகட்டிய அறையில்

அடுப்புப் போல சூடுபரவ, கொஞ்சம் வந்த வெளிச்சமும் இல்லாதவாறு போலீஸ்காரர்கள் கதவைப் பூட்டிவிட்டுப் போய் விட்டார்கள்.

தூள் படிந்த நிலத்தில் கம்பளியை விரித்து அமர விரும்பினான். ஆனால் சூட்டில் முடியவில்லை. மேலும் கால் பலகீனமானதால் முயன்று கம்பளி மீதமர்ந்து சட்டையைக் கிழித்து உடல் வியர்வை யைத் துடைத்தான். சிகரெட் பிடிக்க ஆசையாக இருந்தது. ஜேபியிலிருந்ததை எல்லாம் போலீஸ் எடுத்திருந்தாலும் ஏதாவது இன்னும் இருக்கவேண்டும் என்று பாக்கெட்டை மீண்டும் மீண்டும் துழாவினான்.

உடனே, தான் இப்போது தன் புத்தியை இழந்துவிடக்கூடாது என்று நினைத்தான். நாலா திக்குகளிலிருந்தும் திடீரென வந்து மூடிய இந்தச் சிறுமைக்குத் தலைகுனியக்கூடாது. முடிந்த அளவு ஓய்வு எடுத்துத் தன் சக்தியை முழுவதும் திரட்டி எதிர் வருபவற்றைச் சந்திக்க வேண்டும். உடலில் குத்தும் கம்பளியைப் போட்டுக் கால் சாய்த்துப் படுத்தான். உடல் வியர்வையால் தாகமெடுத்தது. நீர் இருந்த பாத்திரம் கண்ணுக்குப் படவில்லை. அதிலிருந்த நீரைக் குடிப்பதை நினைத்தால் வாந்தி வந்தது.

இப்போது கண்மூடப்பார்த்தான். நிறையத் தூள் எழுந்து மூச்சு விடமுடியாதபடி செய்தது. வாசல் ஓரத்திலாவது கொஞ்சம் வெளிச்சம் வராதா என்று பார்த்தபோது வாசல் ஒரே பலகையால் மூடப்படும் சிறிய வாசலாக இருந்தது. இங்கு இருந்தால் பகலோ, இரவோவென்றுகூட அறிய முடியாது. கிருஷ்ணப்பன் ஜெயிலைப் பார்ப்பது இது முதல் தடவையல்ல. நாற்பத்திரண்டிலும், பிறகு நாற்பத்தேழில் மைசூர் விடுதலைக்காகவும் சிறை சென்றுள்ளான். அப்போது ஜெயில் என்றால் நண்பர்கள் பாடிக்கொண்டிருக்கும் இடமாகவும், உணவு சமைத்து உண்ணும் இடமாகவும் இருந்தது. 'அமைப்பை எதிர்த்தால் சர்க்காரின் வர்க்க குணம் தெளிவாகும்' என்று அண்ணாஜி கூறியது இந்த இருட்டில் கிருஷ்ணப்பனுக்கு நினைவு வந்தது. ஒரு மிருகத்தைப் போல் அண்ணாஜியைக் கொன்றுவிட்டார்கள். ஒரு பெண்ணுடன் உறவு வைத்துச் சாந்தமாக வாழ்க்கை நடத்தக் கனவு கண்டான் அண்ணாஜி. கிருஷ்ணப்பன் இதை யோசித்தபோது அவன் உடல் கோபத்தில் சூடாயிற்று. கம்பளிமீது படுத்த தன் கறுப்புத் தேகம் பயங்கர நாகம்போல எழுந்து, அண்ணாஜியைக் கொன்றவர்களைத் தன் விஷத்தால் கொல்ல

முடிந்தால் எவ்வாறு இருக்கும் என்று கனவு கண்டபடி படுத்தபோது தன் உடல் முழுவதும் ஏதோ கடித்தது அறிந்து எழுந்தான். ஊசிபோல் உடலெங்கும் குத்தியது மூட்டைப்பூச்சி என்று அறிந்து கைகளைச் சேர்த்து உரசித்தள்ளியபோது கைகளில் நாற்றம் எடுத்தது. உடலை உராய்ந்தான். கழுத்தின் மேலும், முதுகிலும் மூட்டைப் பூச்சிகள் ஓடின. கிழித்த சட்டையால் உடலைத் தேய்த்தான்.

எவ்வளவு நேரமாயிற்றோ? மூலையிலிருந்து 'சரக் சரக்' என்று சப்தம் கேட்டது. தட்டின் சப்தமாயிருக்க வேண்டும். அல்லது ஒருவேளை எலிகள் தம் முன்கைகளால் அழுத்திப் பிராண்டு கின்றனவோ? ஆமாம். எலிகள் ஏற்படுத்தும் சப்தம். முன்பு இங்கிருந்த கைதி போட்ட ஆகாரமாய் இருக்க வேண்டும். அதைத் தின்றுமுடித்துத் தட்டின் கீழ்பாகத்தைக் கடிக்கின்றன, ஒட்டிக் கொண்டிருந்த சோற்றுப் பருக்கைக்காக. சப்தம் வரும் திசையையே கவனித்துப் பார்த்தபடி நின்றான். உடலின் மேலிருந்த மூட்டைப் பூச்சிகள் எல்லாம் விழுந்தன. காலிலிருந்து மேல் ஏறாதபடி துடைத்துக்கொண்டே கிருஷ்ணப்பன் நின்றான். ஓர் ஒளிரேகை உள்ளே வந்தாலும் எலியின் கண்களில் ஒளிபாய்ந்திருக்கும். இந்த அறையில், இந்த எலிகளின் வளை இருக்க வேண்டும். கிருஷ்ணப்பன் தான் படித்த கதைகளை எல்லாம் நினைவில் தேடத் தொடங்கினான் — எதில் இப்படி யொருவன் அறையில் பகல்களையும் இரவுகளையும் கழிக்கும் கதை இருக்கிறதென்று, 'கௌண்ட் ஆஃப் மாண்டி கிரிஸ்டோ' கதையின் நாயகன் தன் அறையில் ஒரு வளை தோண்டி, பின் அதை மெதுவாய் பெரிது பண்ணித் தப்பியது நினைவுக்கு வந்தது. அவன் எதனால் வளை தோண்டினான்? எப்படி ஆயுதத்தைக் காவல்காரர்களிடமிருந்து மறைத்தான்? என்பதை நினைவுக்குக் கொண்டுவந்தான். எலியின் வளையை அகலமாக்கிக்கொண்டே போகலாம். அதற்கான ஆயுதம்? ஸ்டீல் தட்டைப் பயன்படுத்த லாமா? முடியாது. இருந்தாலும் அதை நசுக்கித் தோண்டும் கருவியாக்கலாம்.

கிருஷ்ணப்பன் சப்தம் வரும் மூலைக்கு நிதானமாய் நகர்ந்தான். காலில் மிருதுவாக ஏதோ பட்டுச் சப்பியது போல் இருந்தது. உடல் எல்லாம் சிலிர்த்தது. எலி என்று சந்தேகத்தால் திடுக்கிட்டுத் தட்டில் கால்வைத்ததால் மடித்துக் கொண்டது தட்டு. தட்டைத் தேடி எடுத்தான். அது பல இடங்களில் மடிந்து ஓரங்களில் உடைந்த ஓர் அலுமினியத் தட்டு. அதிலிருந்து கழுவாமல் ஒட்டியிருந்த சோற்று நாற்றம் மூக்கைத் துளைத்ததால் எடுக்காமல் கீழே போட்டான்.

அது தூள்மீது 'தொப்'பென்று விழுந்தது.

முன்பொரு முறை ஆனதுபோல் புத்தி பிசகாமல் தப்ப வேண்டும் என்று தப்புவதற்குரிய உபாயங்களை மீண்டும் யோசிக்க ஆரம்பித்தான். பல உபாயங்களைத் தேடி அவற்றின் சாதக பாதகங்களைச் சிந்திக்க ஆரம்பித்தான்.

வாசல் 'கிர்' ரென்று திறக்கும் சப்தம் கேட்டதுபோல் உணர்ந்து வாசல் பக்கம் பார்த்தான். பாதி திறந்த வாசலிலிருந்து ஒளி வரவில்லை. அப்படியென்றால் இருள் வந்துவிட்டது என்று பொருள். இரவு ஆனபடியால்தான் உஷ்ணம் குறைந்திருக்க வேண்டும். வாசலிலிருந்து கொஞ்சமாக வெளியே வந்த காற்றை ஆசையுடன் சுவாசித்தான்.

வாசலின் வெளியே இருந்தவன் உருது மொழியில் ஏதோ கேட்டான். கிருஷ்ணப்பனுக்கு அது புரியவில்லை. பன்றி என திட்டியது மாத்திரம் புரிந்தது. உப்பியமுகம் கொண்ட அதிகாரியல்ல அவன். யாரோ ஒரு கீச்சுக் குரல் படைத்த போலீஸ்காரன். நெருப்பு பற்றவைத்து அவன் எதையோ தேடிக்கொண்டு வசைபாடியபடியே நின்றான். சரசர என்று போய் தட்டை எடுத்து அதைக் கிருஷ்ணப் பனின் முகத்தை நோக்கி நீட்டி மீண்டும் வைதான். ஒருவேளை தட்டை எடுத்துக் கொடுக்கச் சொல்லியிருக்க வேண்டும். இந்தப் போலீஸ், நோஞ்சானாக இருந்தான். உலர்ந்த ஒல்லி முகத்தில் பெரிய மீசை வைத்திருந்தது அவன் உரசிய தீக்குச்சி வெளிச்சத்தில் தெரிந்தது.

அவன் வாசலைப் பூட்டிவிட்டுப் புறப்பட்டான். மீண்டும் கொஞ்ச நேரத்தில் வாசலைத் திறந்து 'ஏய்' என்றான்.

கிருஷ்ணப்பன் வாசல் பக்கம் போனான். அவன் தட்டை வைத்துக்கொண்டு நின்றான். அதே தட்டு. 'எனக்கு உணவு வேண்டாம்' என்று கிருஷ்ணப்பன் இங்கிலீஷில் சொன்னான். போலீஸ்காரன் தட்டை ரூம் உள்ளே வைத்துவிட்டுப் புறப்பட்டான், வாசலைப் பூட்டி. உருதுவில் ஏதோ பேசிக்கொண்டு போனான்.

தட்டை வெளியே வீசவும் முடியாது. அதிலிருந்து வரும் சாம்பார் வாசனையினால் கிருஷ்ணப்பனுக்கு வாந்திவரும்போல் இருந்தது. வாயையும் மூக்கையும் மூடிக்கொண்டு என்ன செய்வதென்று புரியாமல் நின்றான். இந்த உணவுக்கு எலிகள் வந்து போட்டி இட்டன. வெறுப்பாக அதை எடுத்து முன்பிருந்ததுபோல் மூலையில் வைத்து மீண்டும் அறை நடுவில் வந்து நின்றான். ஒவ்வோ ரடியாய் எடுத்துவைத்து ஜாக்கிரதையாய் அறையின் சுவரைத் தொட்டுத்

தடவியபடி நடந்தான்.

அங்குமிங்கும் காரை பெயர்ந்திருந்த சுவர். மூட்டைகள் நிறைய இந்த வெடிப்புகளில் இருக்க வேண்டும். தடவியபடி நடந்து போனபோது நீர் மற்றும் கக்கூஸ் போணிகள் கிடைத்தன. நீரால் முகத்தைக் கழுவி மேலும் அடியெடுத்து வைத்தான். அறையின் இன்னொரு மூலையில் சிமெண்டில் கட்டிய திண்ணை இருந்தது. ஒருவேளை படுக்கட்டும் என இந்தத் திண்ணை. கம்பளியால் அதைத் துடைத்தான். போணியிலிருந்த நீரால் சிமெண்ட் திண்ணையின் மேல் பாகத்தைக் கழுவி, அதன் மீது அமர்ந்தான். மூட்டை களுக்குப் பயந்து படுக்க விரும்பவில்லை. இப்போதும் மூலையில் சில எலிகள் தட்டை ஆக்கிரமித்த வண்ணமிருந்தன.

இப்படிக் காலைத் தொங்கவிட்டு உட்காருவதற்குச் சுத்தமான ஓர் இடம் இருக்கிறதென்று நினைத்துத் தனக்கு நிம்மதி ஏற்பட்டதைக் கவனித்து அவனுக்கே ஆச்சரியமாக இருந்தது. எப்படியெல்லாம் இந்தத் தேகம் இடத்துக்கேற்றபடி வளைந்து கொடுக்கிறது! அப்படியே அயர்ந்த போது வெளியில் ஏதோ சப்தம் கேட்டது.

வளையொலி சப்தம். கூடவே பூட்ஸின் சப்தம். ஆண் சிரித்தபடி ஏதோ உருதுவில் ஹாஸ்யம் செய்தான். சினிமா என்கிற சொல் கேட்கிறது. கம்பீரமாய் ஆண் பேசுகிறான். அந்தப் பேச்சு உப்பியமுக அதிகாரியின் பேச்சுபோல் கேட்டது. அவன்தான் என்றால் அவனுக்கு இங்கிலீஷ் வருமாதலால் தன் சிகரெட் பாக்கெட்டைக் கொடு என்று கேட்கலாம். கிருஷ்ணப்பன் கவனித்தான். யாரோ தப்பி ஓடுகிற சப்தம். ஓர் ஆண் ஏதோ உரக்கக் கூவிச் சொல்கிறான். பெண் அழுகிறாள். இப்போது அவள் தெலுங்கில் பேசுவதனால் கிருஷ்ணப்பனுக்குக் கொஞ்சம் மட்டும் புரிகிறது. தான் நிஜமாகவே சினிமாவுக்குப் போனதாகவும், கூட இருந்தவன் நிஜமாகவே வரும் மாதம் திருமணம் செய்பவன் என்றும், அவனை இன்னொரு போலீஸ்காரன் எங்கோ அழைத்துக்கொண்டு போனான் என்றும், அவனை இங்கு அழைத்து வாருங்கள் என்றும் அவள் அழுதபடி கூறினாள். ஆண் சிரித்து ஏதோ சொன்னான், உருதுவில். ஒரு நிமிட மௌனத்திற்குப் பின் பெண் தெலுங்கில் ‘விடு விடு விடு விடு, என்னை விடு’ என்று கிரீச்சிடத் தொடங்கினாள். கிருஷ்ணப்பன் திண்ணையிலிருந்து எழுந்து வாசலருகில் நின்று, ‘தபதப’ என்று வாசலை அடித்தபடி, ‘நீங்கள் என்ன ராட்சசர்களா? மனிதர்கள் இல்லையா? விடுங்கள் அவளை’ என்று இங்கிலீஷில் கூவத் தொடங்கினான். பெண்ணின் குரல் நின்று,

ஆண் கனமாக மூச்சுவிட்டது கேட்டபோது, கிருஷ்ணப்பன் பலமாய் வாசலை உதைத்து, 'வாசலைத் திறவுங்கள்... திறவுங்கள்... திறவுங்கள்' என்று கத்தினான். பெரிதாய் கத்தியதால் தன் சப்தமே தன் செவியில் பயங்கரமாய் கேட்டு, கால்களில் பலவீனமுற்றதால் அமர்ந்தான். ஒருவனின் கோபமும் எதிர்ப்பும்கூட இந்த மாதிரி இடத்தில் வெற்றியைத் தருவதில்லை என்று அறிந்து ஆச்சரிய மடைந்தான். இது அவனுக்குப் புது அனுபவம். இப்படிப்பட்ட ஒன்றை அந்தச் சாமியாராகட்டும், ஒவ்வொரு இம்சைக்கும் பின்வாங்கக் கூடாதென்கிற தத்துவத்தைக்கொண்ட அண்ணாஜியாகட்டும், மர்ம சாதனை மூலம் முக்திக்காக முயற்சிக்கும் மகேஸ்வரய்யன் ஆகட்டும் ஒருவேளை கண்டிருக்கமாட்டார்கள். இனி பகல் வரவே வராது என்று பட்டது. அல்லது ஒன்றுமே புரியவில்லை. எலிகள் தொடர்ந்து காலித் தட்டைப் பிராண்டியபடி சப்தம் எழுப்பின. நேரம் போனதே தெரியவில்லை.

போலீஸ்காரன் ஒருவன் வந்து வாசலைத் திறந்தான். வெளிச்சம் கண்டு கிருஷ்ணப்பனின் கண்கள் அதற்குப் பழகுவதற்கு முன்பே இரு போலீஸ்காரர்கள் நுழைந்து அவன் கண்களைத் துணியால் கட்டி அவன் கையை இழுத்து, 'நட' என்று உருதுவில் கூறினார்கள். கிருஷ்ணப்பன் அவர்கள் இருக்கும் திசையில் நடந்தான். ஒரு நாற்காலியில் அவனை உட்கார வைத்தனர். பிரம்பு இணைத்த இரும்பு நாற்காலி. கைகளுள்ள நாற்காலி. இதனால் வேறு எங்கோ அமர்ந்து இருக்கிறேன் என்ற உணர்வு அவனுக்கு வந்த தருணத்தில் கண் கட்டுகளை அவிழ்த்தனர்.

ஏதோ உலகத்திலிருந்து எங்கோ வந்தவன் போல கிருஷ்ணப்பன் தன் எதிரில் இருந்தவர்களை ஆச்சரியத்துடன் பார்த்தான். வரிசை யாக மேசைக்கு அப்புறம் மூவர் அமர்ந்திருந்தனர். சரியாக சவரம் செய்த முகங்கள். தலைமீது 'பீகாப்' அணிந்திருந்தார்கள். மடிப்புக் கலையாமல் இஸ்திரி போட்ட காக்கி ஆடைகள். மூவரும் பூக்கள் சித்திரித்த கப், சாஸர்களில் டீ குடித்தபடி இருந்தனர். மேசையின் மீது நீலவர்ண உல்லன் துணி போடப்பட்டு அதன்மீது கிளாஸ் வைக்கப்பட்டிருந்தது. மூவரின் மத்தியில் அமர்ந்த நபர் கண்ணாடி அணிந் திருந்ததால் ஒழுக்கமுடையவனாகவும் கல்வி கற்றவன் போலவும் காணப்பட்டான். ஒரு 'ஸ்போர்ட்ஸ்மேன்' போல் தென்பட்டான், இடதுபக்கம் அமர்ந்தவன். வலது பக்கத்தவனின் மீசை நரைத்திருந்தது. நெற்றியில் குங்குமம் இருந்தது.

மத்தியில் இருந்தவன் இங்கிலீஷில் நட்புடன் கேட்டான்:
'உங்களுக்கு டீ ஏற்பாடு செய்யட்டுமா?'

கிருஷ்ணப்பன் இந்த மூவரின் முதுகுக்குப்பின் தொங்கிக் கொண்டிருந்த நேரு மற்றும் ரஜேந்திர பிரசாத் போட்டோக்களைக் கவனித்தபடி,

'வேண்டாம். நீங்கள் என்னை அநியாயமாகச் சிறை வைத்திருக்கிறீர்கள். இதனை எதிர்த்து நான் உணவு அருந்தாமல் இருக்கிறேன்' என்றான். இவர்கள் மனிதர்கள் என்னும் எண்ணத்தால் மீண்டும் எதிர்ப்பு உணர்வு தோன்றியது.

'நீங்கள் நிரபராதி என்று நிரூபணமானால் ஒரு நிமிஷம்கூட உங்களை நாங்கள் வைத்திருக்கமாட்டோம். தயவு செய்து உங்களுக்குப் பரிச்சயமாயிருந்த அண்ணாஜியின் ஆயுதங்களை எங்கு ஒளித்து வைத்திருக்கிறான், சொல்லுங்கள்.'

'எனக்கு அது ஏதும் தெரியாது.'

'நீர் குற்றமற்றவர்போல் காட்சி தருகிறீர். உங்களைப் போன்ற லட்சியவாதிகளைக் கையில் போட்டுக்கொண்டுதான் அண்ணாஜி போன்றவர்கள் நாட்டுக்குத் துரோகம் செய்யும் செயல்புரிகிறார்கள். நீங்கள் நிஜம் சொன்னால் நாங்கள் உங்களை விட்டுவிடுவோம். நீங்கள் படித்து வளர்ந்து முன்னேறவேண்டும் என்பதே எங்கள் ஆசை. இப்போது என்னைப் பாருங்கள். பாலிட்டிக்ஸ் எம்.ஏ. முடித்து இந்த வேலைக்கு வந்தேன். என் இடதுபக்கம் இருப்பவர் கன்னட மொழிபேசும் ஜென்டில்மான். வாரங்கல் கன்னடிகர்களுக்கு வரலாற்றுப் புகழ்பெற்றது, தெரிந்திருக்குமே—ராமப்பா டெம்பிள் விஷயம்? இன்னொருத்தர் ஃபேமஸ் கிரிக்கெட் ஆட்டக்காரர் இந்தப் பகுதியில்.'

இந்த வார்த்தைகள் கிருஷ்ணப்பனுக்கு மிகவும் இதமாகப்பட்டன. அவன் ராமப்பா கோயில் விவகாரத்தை மத்தியில் நுழைத்த முறை நானும் உன்னைப்போல் சாதாரண ஆள் என்று கூறுவதுபோல் இருந்தது. கிருஷ்ணப்பன் சொன்னான்:

'அண்ணாஜி மீது எனக்கு மதிப்பு உண்டு. அவனை உங்கள் ஆட்கள் கொன்றிருக்கிறார்கள். அண்ணாஜி, இந்தச் சமூகம் நாகரிகமாக அமையப் பாடுபட்டவன்......' சொன்ன பின்னர் இவர்களின் நட்புக்கு மயங்கி நானே ஏன் அந்த விஷயத்தை வெளிப்படுத்தினேன் என்று பட்டது.

‘அது உங்கள் கருத்து, மிஸ்டர் கௌடா’ கிரிக்கெட் ஆட்டக்காரர் சொன்னார்.

குங்குமமிட்டவன் கொட்டாவி விட்டபடி, இதெல்லாம் அவ்வளவு உயர்ந்த விஷயங்கள் அல்ல, ரொட்டீன் என்கிறபடி ஒரு நண்பனைப் போல கன்னட மொழியில் சொன்னான்:

‘நான் குல்பர்க்கா பக்கத்திலிருந்து வந்தவன். நீங்கள் சிவமோகா பக்கத்துக்காரரா? இந்த என் சகாக்கள் மிகவும் நல்லவர்கள். அண்ணாஜியுடன் தொடர்பு கொண்டவர்கள் யார் யார், யார் யாருக்கு அவர் கடிதம் எழுதினார், சொல்லிவிடுங்கள் போதும். உங்களை விட்டுவிடுவாங்கய்யா.’

அவன் நிதானமாக இப்படிப் பேசினான். கிருஷ்ணப்பன் பேசாமல் சும்மாயிருப்பதைக் கண்டு மத்தியில் இருந்தவன் சொன்னான், தன் சுத்தமான இங்கிலீஷில்:

‘யங் மேன், உங்கள் நல்லதுக்கே சொல்கிறேன். யார் யாருக்குக் கடிதம் எழுதினான், சொல்லிவிடுங்கள். அவனுக்குப் பெண்களின் சகவாசம் இருந்ததும் எங்களுக்குத் தெரியும்...’

‘இல்லை. எனக்குத் தெரியாது.’

‘சும்மா நீங்கள் கஷ்டத்தில் வந்து மாட்டிக்கொள் கிறீர்கள். இங்கு வாய் திறக்காமல் தப்பியவர்கள் இல்லை. எங்களுக்காக அல்ல உங்களைக் கேட்டது. இது தேசத்துக்காக நாங்கள் செய்வது. இந்தத் தேசத்தின் பாதுகாப்புக்காகச் செய்யும் வேலை. நேரு என்ன சொல்லியிருக்கிறார்...?’

மத்தியில் இருந்தவன் ஒரு சொற்பொழிவின் தோரணையில் பேசுவது கேட்டுக் கிருஷ்ணப்பனுக்கு நம்பிக்கை ஏற்பட்டது. அவனைக் கோபத்துடன் பார்த்து ஏளனமாகச் சொன்னான்:

‘உங்கள் போலீஸ்காரர்கள் நேற்று ராத்திரி என் ரூமிற்கு வெளியில் என்ன செய்தார்கள், தெரியுமா... தெரியுமா?’

கிருஷ்ணப்பனின் குரலில் உறுதி தொனித்தது. எதிரில் இருந்த மூவருக்கும் மனித உணர்வுகள் இருக்கக்கூடும் என்ற நம்பிக்கையை - அவர்கள் கவலையுடன் முகத்தை வைத்துக்கொண்ட முறை - ஏற்படுத்தியது. இதனால் கிருஷ்ணப்பன் ஆவேசமாய் வேதனை யுடன் சொன்னான்:

‘ஒரு பெண்ணை - ஏழையை - உங்கள் இந்த ராட்சசர்கள் இழுத்து வந்து.....’

கிருஷ்ணப்பன் மேலும் பேசமுடியாமல் தலைகுனிந்தான். மத்தியிலிருந்தவன் வெறுப்புடன் சொன்னான்:

'டோண்ட் கெட் எக்ஸைட்டட் யங் மேன். ப்ரூட்ஸ் எங்கும் இருக்கிறாங்க. 'ப்ரூட்'களைக் கட்டுப்பாட்டில் வைப்பதற்கு நம் ஆட்களும் 'ப்ரூட்'டாக வேண்டியுள்ளது. இப்போது நீங்கள் சொல்றீங்களா இல்லையா? சான்ஸை வீணடிக்காதீர்கள், மற்ற வர்கள் எங்களைப் போலல்ல. வாயைத் திறக்க வைக்க 'தர்ட் டிகிரி'களைப் பயன்படுத்துபவர்கள். நாங்கள் ஒரு கான்பரன் ஸுக்குப் போக வேண்டும், ஆல்ரைட்' என்று கண்சமிக்ஞை செய்தான். ஒரு போலீஸ்காரர் வந்து கிருஷ்ணப்பனை ரூமுக்கு வெளியே அழைத்துக் கொண்டு வந்து மீண்டும் கண்ணில் துணியைக் கட்டினான்.

பத்துப் பன்னிரண்டு அடி உயரமுள்ள மதில் சுவரால் மூடப்பட்ட ஒரு மைதானத்தில் கிருஷ்ணப்பனை நிறுத்தி, அவனது கண்ணில் கட்டப்பட்ட துணியை எடுத்தார்கள். எதிரில் உப்பியமுகத்துடன் ஒருவன் இருந்தான். அவன் தனக்காகக் காத்துக்கொண்டிருந்தாற் போல் இருந்தது.

'அதென்ன நேற்று ராத்திரி வாசலைத் தட்டிக்கொண்டிருந்தாய்?'

கிருஷ்ணப்பன் பேசாமல் சும்மாயிருந்தான்.

'உன்னை வாய் திறக்க வைப்பது எப்படியென்று எனக்குத் தெரியும். ஏரோப்ளேன் தெரியுமா? கட்டுங்கடா இவனை' என்று சிகரெட்டைக் கொளுத்திக்கொண்டு உள்ளே போனான்.

வராண்டாவில் நிறுத்தியிருந்த இரு கம்பங்களுக்கு நடுவில் கிணற்றில் போட்டிருப்பதுபோல் இரும்பு உருளை இருந்தது. அதிலிருந்து கீழே தொங்கிய ஒரு கயிற்றின் முனையில் கிருஷ்ணப் பனின் கைகளை முதுகின்மீது வைத்துக் கட்டினார்கள். இன்னொரு முனையை கீச்சுக் குரல் உள்ள போலீஸ்காரன் வந்து பிடித்துக் கொண்டு 'ஸார்' என்று கூவி அழைத்தான்.

உப்பியமுகத்தவன் சிகரெட் ஊதியபடி வெளியே வந்தான். போலீஸ்காரர் பார்த்துக்கொண்டிருந்த லெட்ஜரில் கையெழுத்து இட்டபடி, 'எஸ், கோ ஆன்' என்றான். கீச்சுக்குரல் போலீஸ்காரன் இழுக்கத் தொடங்கினான். கிருஷ்ணப்பனின் பின்புறம் இணைத்த கைகளில் கட்டப்பட்ட கயிறு மேலே போகையிலேயே அதை நிறுத்த சமிக்ஞை செய்து உப்பியமுக போலீஸ் அதிகாரி, 'இப்போதே இவ்வளவு வேதனை இருக்குது. இன்னும் போனால் உன் கண்களில் மின்னல் தெரியும்' என்று சொல்லிச் சிரித்தபடி, 'சொல்லிவிடு.

பாவம் நீ. உணவும் சாப்பிடவில்லை' என்றான்.

கிருஷ்ணப்பன் ஏதும் பேசவில்லை. அதிகாரிக்குத் திடீரென்று கோபம் வந்தாற்போல் தெரிந்தது. 'இழு' என்றான் உருதுவில்.

கைகளை மேலே கட்டி இழுத்தபோது அவை முறிந்து போகின்றனவோ எனப்பட்டது. கண்களில் இருள் ஏறியது. தன் கதை முடிந்தது என்று நினைத்தான்.

இழுக்கப்பட்ட கயிற்றை நிறுத்தினார்கள். ஓரளவு நிம்மதி வந்தது. கிருஷ்ணப்பன் கண்மூடி மீண்டும் இழுக்கப்படுவதை எதிர்பார்த்த போது மீண்டும் பயம் ஏற்பட்டது.

எதிர்பார்ப்பில் தாங்கமுடியாத வேதனை நிஜத்தில் அனு பவிக்கும்போது அவ்வளவு தாங்க முடியாததல்ல என்ற உண்மை நிதானமாகக் கிருஷ்ணப்பனுக்கு மனதில் பட்டது. இன்னும் வரும் வேதனைகளை எதிர்பார்க்காமல் தற்சமயத்தில் மனதை ஆரம்பித்தது போலவே வைப்பது எப்படி? மனதைத் தன் பால்யகால நாட்களை அறிவதற்கு அலையவிட்டான். தனக்கு விருப்பமான சில சந்தர்ப்பங் களில் தன் மன ஓட்டத்தை நிலை நிறுத்த முயன்றான்...

ஆடுமாடுகள் கழுத்தில் கட்டிய மணி சப்தம் செய்தபடி எதிரில் மேய்கின்றன. ஒரு பெரிய பலாமரத்தடியில் கம்பளிமீது அமர்ந்து இருக்கிறான். ஒரு பூதம் போன்ற சிகப்புநிறப் பறவை செடிகளிலிருந்து பறந்து வந்து துள்ளிவிட்டுப் போகிறது. பின்னர் மறைந்துவிடுகிறது. இப்படிக் கண்டால் தின்பதற்கு இனிப்புக் கிடைக்கும் என்பது நம்பிக்கை. அவன் புல்லாங்குழலை எடுத்துக்கொள்கிறான். பசியெடுக்கும் ஓர் உணர்வு ஏற்படுகிறது. கையில் கத்தியைப் பிடித்துக்கொண்டு சேலையில் முகத்தை மூடி தன் தாய் தூரத்திலிருந்து வருவது தெரிகிறது. தாயைப் பார்த்தபடியே அவளிடம் தன் பசியைச் சொல்லிக்கொள்ள வேண்டுமென்ற ஆதுரம் ஏற்படுகின்றது.

எதிரில் நின்ற தாய் புன்னகைத்து 'அதென்ன பசியோ—காலை நேரத்தில் கஞ்சி குடிக்கவில்லையா?' என்று பொய்க் கோபத்துடன் திட்டுகிறாள். கிருஷ்ணப்பன் முணுமுணுக்கிறான். 'அதென்ன கஞ்சி? அதில் மண் கிடந்தது.' தாய் எதிரில் அல்லாமல் வேறு யாரிடம் மாமாவின் மனைவி, அத்தையைத் திட்டுவது சாத்தியம்? அவள் என்னை ஒருவிதமும், தன் சொந்த மக்களை இன்னொரு விதமுமாக அல்லவா நடத்துகிறாள்?

தாய், ஆடுமாடு நிற்கும் கொட்டகைக்கு இலைதழை எடுக்கப் போனவள் மகனிடம் அவ்வளவு நேரமும் பேசியபடியே நிற்க

வேண்டும் என்கிற ஆசையினால் வேறு ஏதேதோ பேசியபடி மகனின் பசியைக்கூட பொருட்படுத்தாது நின்றிருக்கிறாள். கிருஷ்ணப்பன் கோபத்தில் முறைத்தபடியே இருக்க, தாய் தன் மடியிலிருந்து வாழை இலையில் கட்டிய பலாப்பழத்தால் செய்த தின்பண்டத்தைக் கொடுக்கிறாள். தின்பண்டத்தில் தாராளமாக காய்த்த எருமை நெய் பூசியிருக்கிறது. நேற்று செய்த பண்டம் இன்று அதிகம் ருசி. தன் பங்கை எடுத்து ஒளித்து வைத்துத் தாய் தனிமையாய் இருக்கையில் மகனுக்கு மறுதினம் கொடுக்கிறாள். அத்தையின் கண்ணில் விழாமல் ஒளித்துவைத்த தின்பண்டத்தைத் தின்னும் போது தனக்கு ஏற்பட்ட சந்தோஷத்தைக் கிருஷ்ணப்பன் காட்டிக் கொள்வதில்லை. பக்கத்தில் வைத்து 'ஹும், இந்தப் பண்டம் சரியாக வேகவில்லை' என்கிறான். தாய்க்கு மகனின் மனஸ்திதி புரிகிறது. 'ஜம்பம் பண்ணாதே தின்னு' என்று, மகனின் கண்கள் பண்டம் தின்கையில் ஒளிவிடுவதைப் பார்த்துக்கொண்டு நிற்கிறாள்.

தின்பண்டத்தைத் தின்னும்போதே 'ஹோய் ஹோய்' என்று கூவியபடி கிருஷ்ணப்பன் அந்தப் புரோகிதர் வீட்டு ஆட்டுக்குப் பின்னோ அல்லது மாட்டுக்குப் பின்னோ ஓடுகிறான். துடுக்கான ஓர் ஆடு யாரோ ஒருவர் நிலத்தில் புகுகிறது.

புரோகிதர் பிரைமரி ஸ்கூல் ஆசிரியர். கிருஷ்ணப்பன் ஆடு மேய்ப்பதற்கு முன்பு, பத்தோ பதினைந்தோ வருஷங்கள் ஆகும் வரை அவரின் பள்ளிக்கூடத்திற்கே போனான். குழந்தைகள் இல்லாத புரோகிதரின் மனைவி ருக்மணி அம்மாவிற்குக் கிருஷ்ணப்பன் என்றால் மிகவும் அக்கறை. ஏதோ ஒரு சாக்கில் சும்மா அவனை நிறுத்தி வைத்துக்கொண்டு அதுவும் இதுவும் பேசியபடியும் கண் நிறைய பார்த்தபடியும் இருப்பாள். முறுக்கு முதலியன கொடுப்பாள். கிருஷ்ணப்பனின் தாய் அவளிடம் தன் எல்லாச் சுகதுக்கங்களையும் சொல்வாள் — வெற்றிலை பாக்குத் தின்றபடி. சாயங்காலம் புரோகிதர் ராகமிட்டுப் பாரதம் படிப்பதைக் கேட்பதற்கு யார் இல்லாமல் இருந்தாலும் கிருஷ்ணப்பன் சாவடியில் ஆஜராயிருப்பான். புரோகிதர் கிருஷ்ணப்பனின் தாயிடம் 'உன் மகனுக்கு ராஜகளை இருக்கு' என்பார். கர்ணனின் கதையைச் சொல்லும்போது கிருஷ்ணப்பனின் கண்களில் துக்கம் தென்படு வதைப் புரோகிதர் கவனிப்பார். பின்னர் 'ஏகலைவன் கதை சொல்லட்டுமா?' என்று கேட்பார்.

ருக்மணி அம்மாவுக்கு அசாத்தியமான மடி. கீழே நீட்டியபடி இருக்கும் கிருஷ்ணப்பனின் கையில் அவ்வளவு உயரத் திலிருந்து முறுக்கைப் போடுவாள். வேலியின்மீது சேலை காயப்

போட்டிருந்தால் தூரத்திலிருந்தே கிருஷ்ணப்பனைப் பார்த்து, 'கிட்டி, மடியாக இருக்கிறேன். அந்த வேலியைத் தொடாதே. துணியை நானே எடுக்கிறேன்' என்று கூவியபடி வந்து சேலையை எடுத்துக் கொள்வாள். ஒருமுறை தொட்டால் என்ன ஆகிறதென்று பார்ப்போ மென்று கிருஷ்ணப்பன் அதைத் தொட்டுக்கொண்டே உள்ளே வந்ததைக் கண்ட ருக்மணி அம்மாள் அவனை அடிப்பதற்கு ஓடிவந்து, இவனைத் தொட்டால் நான் முழுவதும் அசுத்தமாகி விடுவேன் என்று புரிந்து 'முட்டாள்' என்று உயர்த்திய கையை அப்படியே நிறுத்தியதைப் பார்த்துக் கிருஷ்ணப்பன் சிரிக்கத் தொடங்கினான். ருக்மணி அம்மாள் தன் சிரிப்பைத் தடுத்துக் கொண்டு பொய்க் கோபத்தால் 'உனக்கு வாங்கித் தாரேன்; இரு, உன் அம்மாவிடம் சொல்லி; வீட்டிற்குப் போகும் போது முதுகுக்குப் பாளை கட்டிக்கொண்டு போ' என்று கிருஷ்ணப்பனின் கைபட்ட அந்த சேலையை எடுக்க வைத்துக் கிணற்றுப் பக்கத்துக் கல்லில் துவைத்து நீர்விட்டுப் பிழிந்து மீண்டும் காயப்போட்டாள்...

கிருஷ்ணப்பன் சித்திரவதையின் வலி தாங்காமல் 'ஐயோ' என்று கத்தி, இன்னும் கத்த வேண்டுமென்ற நினைப்பைத் தடுத்துக் கொண்டான். கைகளை மீண்டும் கயிற்றில் கட்டி போலீஸ் இழுத்த போது, இந்த வேதனை எத்தனையோ காலமாய் மேலும் மேலும் தொடர்ந்தபடியேதான் இருக்கிறது என்று எண்ணினான். கீச்சுக்குரல் போலீஸ் வாய்திறந்து நிறுத்த உத்தரவிட்டான். கயிறு தளர்ந்தது, எல்லாம் இருளாயிற்று. சினிமா சங்கீதத்தின் அலை ஒன்று செவியில் விழ கிருஷ்ணப்பன் விழிப்புணர்வு அடைந்தான். காம்பவுண்டுக்கு வெளியில் ஒரு ஹோட்டல் இருக்க வேண்டும். அங்கிருந்து இந்தச் சினிமா பாட்டு வருகிறது. 'ஆவாரா ஹூ... ஹூ... ஆவாரா ஹூ...' எருமைமாட்டுவண்டி போகும் சப்தம், அத்துடன் சாட்டை சொடுக்கும் சப்தம். வெளியில் ஓர் உலகம் வழக்கம் போல் இயங்கிக் கொண்டிருக்கிறது அதன் பாட்டுக்கு. ஹோட்டலில் அமர்ந்து ஓய்வாகக் காப்பிக்கு ஆர்டர் செய்யலாம் அங்கு. கடையிலிருந்து பெர்க்லி சிகரெட் வரவைத்துப் புகையை ஊதலாம். எருமை மாட்டு வண்டியின் சப்தம் இப்போது தூரத்தில் கேட்டது. சிலோன் ரேடியோ பாட்டு நின்று ஆஸ்ப்ரோ விளம்பரம் கேட்கிறது.

உப்பியமுகத்தவன் கால்களை அகலப்படுத்தி நின்று கண்ணாடி டம்ளரில் காப்பி குடித்தான். குடித்து முடிவதைப் பார்த்து நின்ற ஒரு போலீஸ்காரன் கைகளை நீட்டித் தயாராய் நின்றான். முடிந்ததும் டம்ளரை ஏனோ தானோ என்று உப்பியமுகத்தவன் இடதுகையில்

பிடித்தபோது வலது பக்கத்தில் நின்ற போலீஸ் இடதுபக்கம் போய் அதை வாங்கிக்கொண்டு உள்ளே போனான். ஒரு சர்வாதிகாரி போல் நின்ற அந்தப் போலீஸ் அதிகாரியைச் சோர்வாய் அமர்ந்திருந்த கிருஷ்ணப்பன் ஆச்சரியத்துடன் பார்த்தான். இவனுக்குத் தாய் இருக்கிறாளா? இவனும் ஒரு காலத்தில் சிறியவனாக இருந்திருப்பானே! அலட்சிய மாக நின்றிருந்த அதிகாரி வயிற்றைக் கொஞ்சம் உயர்த்தி குசு விட்டான். பின்பு உருதுவில் ஏதோ சொல்லிவிட்டுக் கிருஷ்ணப்பன் பக்கம் பார்க்காமல் புறப்பட்டுப் போனான். கிருஷ்ணப்பனைப் போலீஸ்காரன் ஒருவன் எழுப்பிக்கொண்டு போய் இரண்டு நாற்காலிகள் இருந்த வெறுமையான ஓர் அறையில் ஒரு நாற்காலி மீது அமர வைத்தான். அலுமினியத் தட்டில் உப்பு மாவையும் ஒரு டம்ளர் காப்பியையும் அவன் முன்பு வைத்துவிட்டுக் காத்தபடி நின்றான்.

கிருஷ்ணப்பனுக்கு அதைக் கண்டு பசி ஜாஸ்தியாயிற்று. ஆனால் 'தான் உண்ணாவிரதம் இருக்கிறேன்' என்று நாகரிகமாய் நடந்து கொண்ட அந்த அதிகாரிகளிடம் சொன்னபடியால் அதைத் தின்ன முடியாமலிருந்தது. ஆசையைத் தடுத்துக்கொள்ளும் சக்தி தன் மனதில் இருப்பது கண்டு சந்தோஷப்பட்டபடி நாற்காலியின் மேல் சாய்ந்து கண்ணை மூடினான். தூக்கமும் மயக்கமும் ஒருசேர வருகிறதோ என்று நினைத்துக்கொண்டு இருந்தபோது போலீஸ்காரன் தன் பூட்ஸின் லாடங்களால் சிமெண்ட் நிலத்தில் தடதட என்று தட்டினான். கிருஷ்ணப்பன் பயந்து விழிப்படைந்தான். இந்தப் பயம் போலீஸ்காரர்களுக்குத் தெரிந்த ஒன்றல்லவா என்று அவமான மாயிற்று. தான் இனி தூக்கத்திற்கு ஆட்படக்கூடாது என்று கஷ்டப்பட்டுக் கண்ணைத் திறந்தபடி அமர்ந்தான்.

கௌரி தேஷ்பாண்டேயை நினைத்துக்கொண்டான். அவள் தொளதொள என்று சடைபோட்டிருக்கிறாள். காதின்மீது இழுத்துச் செருகியிருந்த கறுப்பு மயிர் இறங்கி, மார்பின் மீது விழுந்திருந்தது. அவள் தம்புரா பிடித்துப் பாடுகிறாள் - 'கபீர் சொல்கிறான், சாதுக்களே, கேளுங்கள்' என்ற கடைசி வரியைக் குரலெழுப்பிப் பாடுகிறாள். இப்போது கிருஷ்ணப்பனுக்குத் தன் மனதில் எழுந்த ஆசையைக் கண்டு வெட்கம் வரவில்லை. எழுந்து வந்து தன்பக்கம் அமர்ந்த வளை மெதுவாய்த் தடவுகிறான். அதன்பின் அண்ணாஜிக்குத் தான் செய்த செயலைப்பற்றிச் சொல்கிறான். அண்ணாஜிக்கு மகிழ்ச்சி ஏற்படுகிறது. அவன் இந்தச் சமூக அமைப்பை மாற்றும் 'தியரி' ஒன்றைப் பற்றிப் பேச ஆரம்பிக்கிறான். சமூகம் இம்சையை

நம்பித்தான் இருக்கிறது. இவையெல்லாம் போலீசை மையமாக்கிய சமூகத்தில் சகஜம். தனியாக இந்தப் போலீஸ்காரர்களை வெறுப்பதில் என்ன பயன்? சமூக அமைப்பு எப்படி வேலை செய்கிறது என்று தெரிந்து அதை மாற்றவேண்டும். இப்படி மாற்றுபவர்கள் விவசாயிகள் —கூலி வேலைக்காரர்கள். உப்பியமுகம்கொண்ட அந்த அதிகாரிகூட வெறும் ஒரு சாதனம். ஆனால் அவன் ராத்திரி எவளோ ஒருத்தியை பலாத்காரமாகச் சம்போகிக்கும் போது கேட்கும் பயம் தோய்ந்த சப்தங்கள் நினைவில் வருகின்றன. கிருஷ்ணப்பன் கண்களில் உறக்கம் ஏறி, கண்கள் குரூரமாகின்றன. வெளியில் எங்கோ மகேஸ்வரய்யன் தன்னை இங்கிருந்து தப்ப வைக்கும் வழிகளைத் தேடிக் கொண்டிருக்கிறார். அவருக்குத் தெரியும் என்ன செய்ய வேண்டுமென்று.

தேசத்தில் புரட்சி வரும். இந்த உப்பியமுகம்கொண்ட அதிகாரியைத் தண்டிக்கும் வழிகளை யோசித்துக் கிருஷ்ணப்பன் ஒரு பெரிய இயந்திரத்தைச் சிருஷ்டித்தபடியிருக்கிறான். அதில் ஒன்றில் ஒன்று கடித்தபடி இருக்கும் பல்வேறு பல் சக்கரங்கள் பலவித முறைகளில் அமைந்துள்ளன. அந்த இயந்திரம் இந்த அதிகாரியைப் பிடித்து இழுக்கிறது. சாகடிக்காதபடி சித்திரவதை பண்ணுகிறது. அந்த எந்திரம் ஒரு செக்குபோல் காட்சி தருகிறது. கரும்பு அரைப்பது நினைவிற்கு வருகிறது. பாய்ந்து வந்து சொரியும் கரும்புப் பாலைவிட்டு, பாக்குத் தோடுகளைப் போட்டு, அடுப்பை எரிக்கும்போது வர்ண வர்ண நெருப்பு குதிக்கும் பாத்திரம். இந்தப் பாத்திரத்திலிருந்து மேலே பொங்கும் நுரை தள்ளும் வெல்லம்...

மீண்டும் சப்தம் கேட்கிறது. உப்புமாவைப் போலீஸ் காரனே தின்று அலுமினியத் தட்டை எடுத்துக் கீழே வைத்தான். கிருஷ்ணப் பனைப் பார்த்து ஒரு இடியட் போல சிரித்தபடி நின்றான். அவன் பற்கள் கறைபடிந்திருக்கின்றன. கிருஷ்ணப்பன் உப்புமாவைத் தின்றான் என்று மேலதிகாரிகள் நினைக்கட்டுமென்று இப்படிச் செய்தான்.

ஏரோப்ளேன் ஏற்ற, மீண்டும் அழைத்துக்கொண்டு போவார்கள் என்று பட்டது. கைகளைப் பின்னால் கட்டி இழுக்கும்போது அந்த வேதனையைத் தாங்கிக் கொள்வதற்கும்கூட ஓர் எல்லை உண்டு. அந்த எல்லையைத் தாண்டும்போது ஒவ்வோர் அங்குலமும் வேதனை பிழிந்தபடியே இருக்கும். கிருஷ்ணப்பன் பயத்தால் நடுங்கிய படியே அமர்ந்தான். இந்தத் தடவை நான் அதைத் தாங்க முடியாமல் அண்ணாஜிக்குப் பணம் அனுப்பியவர்களின் பெயர்களை எல்லாம்

சொல்லிவிடக்கூடும் என்று நினைத்தான்.

பூட்ஸ் சப்தம் கேட்டது.

நெற்றியின் நடுவில் குங்குமமிட்டிருந்த பழுத்த மீசைகொண்ட ஓர் அதிகாரி உள்ளே வந்து வேறொரு நாற்காலியில் அமர்ந்தான். தன் 'பீகாப்'பை எடுத்து நெற்றியில் அரும்பிய வியர்வையைத் துடைத்தான். குங்குமம் அழிந்து மூக்கின் கீழ் வடிந்தது. அந்தக் குங்குமத்தை அழிக்காமல் மூக்கையும் கன்னத்தையும் கழுத்தையும் துடைத்தான்.

'இந்தப் பாழும் வாரங்கல் முழுதும் கல்குன்றுகள் இருக்கின்றன, பாருங்கள். அதனால் பயங்கர உஷ்ணம். காப்பிக்கு ஏற்பாடு செய்யட்டுமா?' என்று கேட்டான். கிருஷ்ணப்பன் வேண்டாம் என்று தலையாட்டினான்.

'சர்பத்?'

கிருஷ்ணப்பன் 'வேண்டாம்' என்றான்.

'பாருங்கள், நான் இங்கே வரக்கூடாது. இதெல்லாம் 'லோயர் காடர்' அதிகாரிகளின் வேலை. அவர்கள் 'அப்ரோச்' 'ப்ரூட்டல்'ஆக இருக்கும்.

கிருஷ்ணப்பனின் கவனம் தன் பேச்சின் மீது இல்லை என்று கவனித்து அவன், 'என் பெயர் கஜானன் ஜோஷிந்தாரி' என்றான்.

கிருஷ்ணப்பன் உதடுகளை இறுக்கி வைத்து அமர்ந்திருப்பதைப் பார்த்து, 'உங்கள் நண்பராம், மகேஸ்வரய்யன் என்று ஒருவர், வீட்டிற்கு வந்திருந்தார். காலையில் என் வீட்டிலேயே டிபன் சாப்பிட்டார். அதனால்தான் நானே வந்தேன், உங்களைப் பார்க்க.'

மகேஸ்வரய்யனின் பெயரைக் கேட்டதால் சகஜபாவத்துடன் கிருஷ்ணப்பன் பெருமூச்சுவிட்டு ஆதுரத்துடன் அடுத்து என்ன சொல்லப்போகிறார் எனக் காத்திருந்தான். ஜோஷி இதைக் கவனித்து மெதுவாகச் சொன்னான்:

'நம் டிப்பார்ட்மெண்ட் இப்படித்தான். எப்போது 'ரிடைர்டு' ஆகிறேன் என்று காத்துக்கொண்டிருக்கிறேன். ஆனால் பாருங்கள். நான் பூஜை செய்யாமல் வீட்டைவிட்டு வரமாட்டேன்' என்றான். மற்றொரு முறை கழுத்தை உரசியபடி அங்கிருந்த போலீஸ்காரனைப் போகச் சொல்லிவிட்டு மேலும் சொன்னான்.

'கிரிமினல்ஸ் கூட இருந்து நாங்களும் அதே டெம்பரமெண்ட் உடையவர்களாகிவிடுகிறோம் என்று தெரியுது. உங்களைப் போன்ற ஒரு 'ஐடியலிஸ்ட் யங் மேன்' ஒருவரை 'டீல்' செய்வது எப்படி என்று

நமக்குத் தெரிவதேயில்லை. தேசத்தில் அதிகம் அநியாயம் நடக்க வில்லையா என்று நீங்கள் கேட்கிறீர்கள். யெஸ், நான் ஒப்புக் கொள்கிறேன். இங்குப் புரட்சி வரவேண்டும் என உங்களுக்குப் பட்டால் அது தப்பா? ஒரு பழமொழி இருக்கே — இருபத்தைந்து வருஷத்திற்குள் ஒருவன் கம்யூனிஸ்டாக ஆகாம லிருந்தால் அவன் இதயமில்லாதவன் என்று. அப்படியே இருபத் தைந்து வருஷத்திற்குப் பின்பும் அவன் கம்யூனிஸ்டாக இருந்தால் அவன் 'இடியட்'டாக இருக்கணும்.'

ஜோஷி நகைத்தபடி, கிருஷ்ணப்பன் தன்னுடன் நட்பு பாவிக் கிறான் என்று எண்ணியவனைப்போல் தொடைகளைத் தட்டிக் கொண்டு அமர்ந்தான். கிருஷ்ணப்பன் அவனைப் பார்த்தபடி யிருந்தான்.

'உங்களுக்கு இந்தப் பழமொழி புதிதல்ல, இல்லையா? வெரி ஃபன்னி. வெரி வெரி ஃபன்னி.'

ஜோஷி சிரிப்பை நிறுத்தி, கண்களில் நிறைந்த நீரைத் துடைத்த படி சொன்னான்:

'கௌட் என்பது உங்கள் சர்நேம் இல்லையா? தாரவாடா பக்கம் பிராமண கௌடரும் இருக்கிறார்கள். நீங்கள் முன்பு ஒரு காலத்தில் ஜைனர்களாம். நாமதாரிகளாம். மகேஸ்வரய்யன் எல்லாம் சொன்னார். வெரி இன்ட்ரஸ்டிங். வெரிவெரி இன்ட்ரஸ்டிங்... இந்தப் பிரதேசம் நிஜாம் ஆட்சியில் இருந்ததால் இந்தப் போலீஸ் எல்லாம் சுத்தமான ப்ருட்கள். அதனால் நானே வந்தேன். மகேஸ்வரய்யனுக்குச் சொன்னேன்: 'டோண்ட் வொரி' என்று. அந்த அண்ணாஜி இருந்தான் அல்லவா? அவனுக்குச் சில பெண்களின் தொடர்பு இருந்ததாம், மகாராஷ்டிரத்தில். அவர்கள் முகவரி கிடைத்தால் போதும் நமக்கு' என்றான்.

ஜோஷி அவ்வளவும் பேசிவிட்டுச் சும்மாயிருந்தான். தண்ணீர் தருவதற்குப் போலீசைத் தெலுங்கில் அழைத்தான். கிருஷ்ணப்பன், குடித்தால் என்ன என்று ஒரு 'கிளாஸ்' குளிர்ந்த நீரை எடுத்து அவருக்குக்கொடுத்தான். தானும் குடித்தான்.

'இந்த இன்வெஸ்டிகேஷனுக்கு நானே முக்கியம் பாருங்க. உங்களிடமிருந்து அவ்வளவு தெரிந்தால் போதும், விட்டு விடுகிறோம் என்று மகேஸ்வரய்யனுக்குச் சொன்னோம். மிகவும் இன்ட்ரஸ்டிங் மனிதர். அப்படிப்பட்டவர் உங்கள் நண்பராய் இருப்பதால் உங்களுக்கு லக். பாவம், அது எப்படி, அந்த அண்ணாஜி உமக்குக்

கிடைத்தானோ. நான் என் மகனுக்கு என்ன சொல்வேன் தெரியுமா? 'அப்பா எது வேணுமென்றாலும் செய். ஆனா போலீஸ் கையில் மட்டும் சிக்காதே' என்று.'

கிருஷ்ணப்பன் மெதுவான தொனியில் சொன்னான்—இதுவே தனது கடைசி வார்த்தை என்பது போல்:

'எனக்கேதும் தெரியாது.'

'ஆல்ரைட்' என்று ஜோஷி எழுந்து நின்று அவனது 'பீ காப்'பை அணிந்துகொண்டு, 'சொல்ல வேண்டுமென்று படும் போது எனக்குச் சொல்லி அனுப்புங்க. வாய் திறக்காமல் இங்கிருந்து வெளியில் போனவங்க இல்லை. நான் சொல்வது 'ஃபாக்ட்'. பயப்படுத்துவதற்கு அல்ல' என்று ஆடையைச் சரிப்படுத்திக் கொண்டு புறப்பட்டான். போலீஸ்காரன் வந்து அவனை மீண்டும் ஏரோப்ளேன் ஏற்றும் இடத்திற்கு அழைத்துக் கொண்டுபோனான்.

அங்கு ஒருவனை ஏரோப்ளேன் ஏற்றியபடி உப்பியமுகம் கொண்ட அதிகாரி நின்றிருந்தான். கிழிந்த சர்ட் பாண்ட் அணிந்த ஒருவனை ஏரோப்ளேன் ஏற்ற மேலே கைகள் இழுக்கப்பட்டவுடன் அவன் பெரிதாய் அலற ஆரம்பித்தான். தெலுங்கில் அவன் கத்திய போது அதிகாரி அவனை இறக்கி, அவன் சொன்னதை எழுதிக் கொண்டான். தபேதார் ஒருவனுடன் அவனை அனுப்பினான். இந்தக் காட்சியைப் பார்க்க கிருஷ்ணப்பனை அங்கு நிறுத்திக் கொண்டிருந்தவன் பின்பு அவனை எங்கெங்கோ அழைத்து வளைந்த படிகளை ஏறவைத்தும் இறங்கவைத்தும் பல அறைகளின் வழி இழுத்துக்கொண்டு போனான். கடைசியாக ஒரு ஹாலின் வழி அவனை அழைத்துக்கொண்டு போகும் போது அங்குச் சாதா ஆடைகளுடன் சிலர் மேஜை எதிரில் அமர்ந்து எழுதிக் கொண்டிருந்ததைக் கிருஷ்ணப்பன் கண்டான். எல்லாச் சாமானிய கச்சேரிகளையும் போலவே இதுவும் இருந்தது. நெற்றியில் விபூதி அணிந்து வெள்ளைத் தொப்பியுடன் காட்சி தந்த ஒருவன் மேசை ஒன்றின் எதிரில் அமர்ந்து எழுதியபடியிருந்தான். இங்க் கறை படிந்த டேபிள் க்ளாத்; ஒரு பாத்திரத்தில் வேக வைத்த நாற்றமுள்ள மாவு கோந்து, அதில் ஒரு கம்புத்துண்டு; சுவரில் போஸ், நேரு படங்கள்; மூலைகளில் பீடி இழுத்தபடி போலீஸ்காரர்கள்; பீடியை அணைத்து வீசும்போது சுவரில் தேய்த்த கரி அடையாளங்கள்; மூலையில் இருக்கும் மணலின் மீது வாய் திறந்த நீர் கூஜாக்கள்; எல்லாரும் மெதுவாகப் பேசும் சப்தம்; திறந்த கப்போர்டுகளில் வைத்திருந்த

மஞ்சள் வர்ண ஃபைல்கள்—இவையெல்லாம் பார்த்த கிருஷ்ணப்பன் நிதானமாக விசாலமான ஹாலில் வழி செய்துகொண்டு போனான். இதுதான் மாவட்டத்தின் முக்கிய ஸ்டேஷனாக இருக்க வேண்டும். ஜோஷியும் இங்கேதான் எங்கோ இருக்கிறான். மேலே எவ்வளவோ அறை களில் அவன் மேலதிகாரியும், மேலதிகாரியின் மேலதிகாரியும் இருக்கிறார்கள். அந்த அறைகளில் விசிறிகள் இருந்தன. இந்தக் கட்டிடத்தின் ஓர் அறையில் தன் விசாரணையை மூன்று அதிகாரிகள் செய்தது நினைவுக்கு வந்தது. சவரம் செய்த முகத்தைத் தடவி, கண்ணாடியை மூக்கின் கீழ் இறக்கிக்கொண்டு, காகிதம் மீது பேனாவால் எழுதியபடி அமர்ந்த இவர்கள் ஏழைக் குடும்பஸ்தர்கள் என்று தெரிகிறது. இந்த கட்டடத்திலேயே எங்கோ ஒரு மூலையில், அந்த மைதானம் இருக்கிறது—தன்னை ஏரோப்ளேன் ஏற்றிய இடம். அங்குள்ள கூக்குரல் இந்தச் சாதாரண குமாஸ்தாக்கள் செவியில் விழுவதாய் தெரியவில்லை. ஆனால் சித்திரவதை மூலம், பெறும் விஷயங்களை இந்தக் குமாஸ்தாக்கள் வரிசையாய் இங்கே வாக்கியங்களாக மாற்றிக் கொண்டிருக்கக் கூடும்— நியாயாலயத்தில் சேர்ப்பிக்க.

இங்கு எங்கோ மைதானம் இருக்கிறது. ஆனால் தன் இருட்டு அறை எங்கிருக்கிறது? தப்பித்துக்கொள்ளும் முயற்சியில் முதல் காரியமாக, இந்தக் கட்டிட 'வரைபடம்' ஒன்றைத் தயார் செய்வது. அந்த வரைபடத்தைத் தயார் செய்தால் தப்பித்துப் போவது எளிது என்கிற காரணத்தாலேயே முதல் தடவை தன்னை அழைத்துப் போனபோது கண்களைக் கட்டி அழைத்துச் சென்றார்கள். இன்று தான் ஜோஷியைப் பார்த்த அறை, பின்பு வந்த சித்திரவதை செய்த மைதானம், அங்கிருந்து ஏறி இறங்கிய அறைகள், அதன்மேல் வந்த இந்தப் பெரிய குதிரை லாயம் போன்ற ஹால்— கிருஷ்ணப்பனுக்குக் குழப்பமாக இருந்தது. அடுத்த தடவை எல்லாவற்றையும் தெளிவாக ஞாபகம் வைத்துக்கொள்ள வேண்டும் என்று எண்ணினான். லாயத்தைத் தாண்டும் போதே ஆகாசம் கொஞ்சம் தெரிந்தது. இந்த ஆகாசத்தைச் சுற்றிலும் தொட்டுக் கொண்டு கறுப்புக்கல் மலைகள் தென்பட்டன. இந்தக் கற்களால் ஊரின் உஷ்ணம் இவ்வளவு அதிகரித்துத் தெரிகிறது. புராதன கால ராமப்பா கோயிலுக்கு இந்தப் பாறையிலிருந்தே கற்களைக் கொண்டு சென்றிருக்கவேண்டும்.

இதே கட்டிடத்தின் முன்பகுதி கொஞ்சம் கண்ணில்பட கிருஷ்ணப்பன் ஆச்சரியத்தோடு பார்த்தான். இவ்வளவு நல்ல ஹால்களையும், சித்திரவதை செய்யும் மைதானத்தையும், வாழ்க்கை

நெருக்கடியில் சோர்வடைந்தவர்கள் போல் காணும் குழி விழுந்த கண்களைக் கொண்ட ஏழை குமாஸ்தாக்களையும், ராட்சசன் போன்ற உப்பியமுக அதிகாரியையும் கொண்ட இந்தக் கட்டிடத்தின் முன்பகுதி அழகாகத் தெரிந்தது. இவ்வளவு உஷ்ணத்திலும் பசுமையான புல்வெளி ஒன்று இருந்தது. நீர் ஊற்றும் இருந்தது. நளினமாக இடுப்பில் குடத்தை வைத்தபடி நின்ற பெண் சிற்பம் ஒன்றின் மீது நீர் பொங்கி வந்து விழுந்தது. இந்தக் கட்டிடத்தின் வெளியில் சைக்கிள் ரிக்ஷாக்கள் வரிசையாக நின்றிருந்தன. எந்தப் பயமும் இல்லாமல் வெற்றிலை போடும் விவசாயிகளும் பஞ்ச கச்சம் தூக்கிப் பிடித்த ஊர்க்காரர்களும் நடமாடிக் கொண்டிருந்தனர். கிருஷ்ணப்பன் கட்டிடத்தின் முன்பாகத்தின் திசையையும் இப்போது மத்தியானம் என்பதையும் மனத்தில் குறித்துக் கொண்டான். முதல் பாடம்: தற்சமய வேதனை எதிர்பார்த்திருந்ததைவிட அதிகமாக இருக்கிறது. இரண்டாம் பாடம்: அந்த அறையில் காலமும் இடமும் மறைந்து போகக் கூடியதாக இருந்தால் கால ஓட்டத்தில் தான் எங்கிருக்கிறேன் என்கிற எண்ணம் தன்னிடமிருந்து மாயமாகாத படி பார்த்துக்கொள்ள வேண்டும்.

பசியினால் கால்களில் சக்தி இருக்கவில்லை. அவனோடிருந்ததில் முகத்தில் புள்ளி விழுந்த ஒரு போலீஸ்காரன் கொடுமையானவனாய் காணப்படாததால் அவனிடம் நீர் வேண்டுமென்று கேட்டான். போலீஸ்காரன், அங்கே மூலையிலிருந்த கூஜாவிலிருந்து குளிர்ந்த நீரை எடுத்து அவனுக்குக் கொடுத்தான். கட்டிடத்தின் முன் பாகத்தை இன்னும் நன்றாகப் பார்த்துவிட முடியும் என்று குளிர்ந்த நீரைக் குடிக்கும் சாக்கில் அங்கேயே நின்றான். போலீஸ்காரன் அவசரப்படுத்திப் புறப்பட வைத்தான். அவன் முதலில் போய் வந்த அறைகள் காலியாக இருந்தன. மீண்டும் தான் எங்கே இருக்கிறேன் என்று குழப்பமாயிற்று. எங்கெங்கோ நடந்து கடைசியில் நின்ற போது அவன் எதிரில் இருந்த வாசல் தன் அறையினுடையது என்று விளங்கியது. போலீஸ்காரன் அவனை உள்ளே அனுப்பி வாசலை அடைத்தான்.

உடல்மேல் மூட்டைப் பூச்சிகள் ஏறிக் கடித்தபோது ஆச்சரியமாக வில்லை. உடம்பைத் தடவிக்கொண்டு சிமெண்ட் திண்ணையில் அமர்ந்தான். இந்த மூட்டைகள் மூலமாவது உடம்பு விழிப்பு அடைகிறது அல்லவா? ஊரின் சூழலுக்குத் தக்கபடி தான் பொருந்தி விட்டதாலோ என்னவோ உடலில் வியர்வை அதிகம் ஏற்படவில்லை. அப்படி அமர்ந்தபோது கண்கள் மூடின. யாராவது எழுப்பி

விடுவார்கள் என்று திகிலடைந்து அதற்குள் தனக்கு வேண்டிய உறக்கத்தை எல்லாம் அடைந்துவிட வேண்டுமென்று எண்ணிக் கண்களை மூடி சுவரில் சாய்ந்தான். மூட்டைப் பூச்சிகள் இருக்கின்றன. அவை கடித்தபடியே இருக்கும். இது தவிர்க்க முடியாதென்று தெரிந்தபோது தூக்கம் கண்களை மூடியது.

விழிப்படைந்தபோது இது அதே நாளோ மறுநாளோ, பகலோ இரவோ என்று தெரியாமல் குழப்பமடைந்தான். மூக்கின் இரு பக்கங்களும் மூக்குத்தி அணிந்து, தலைமுடியை வாரிக்கட்டி அதில் சண்பக மலரை வைத்து, 'எனக்கு மடி, தூரத்தில் இருடா' என்று கூறுகிற—தனக்கு, தூரத்திலிருந்து முறுக்கு வீசுகிற —ருக்மிணி அம்மாவின் நினைவு வந்தது. அவளுடன் தனக்கு ஏற்பட்ட சிரிப்புக் கிடமான ஏதாவது ஒரு நிகழ்ச்சியைத் தேடியபடி அமர்ந்தான். அப்போது யோசிக்க விரும்பாத இன்னொரு சம்பவம் அவன் நினைவில் வந்தது.

கிருஷ்ணப்பன், தாயின் வயிற்றில் இருக்கும்போதே அவன் அப்பன் இறந்ததை எண்ணினான். தன் அப்பன் எல்லோரையும் போல் வயதாகிச் செத்திருக்கவேண்டும் என்று பாலகனாயிருந்த போது நினைத்திருந்தான். ஆனால் மகேஸ்வரய்யன், தன்னை ஆடு மேய்ப்பதிலிருந்து விடுவித்து ஸ்கூலில் சேர்ப்பதற்கு அழைத்துக் கொண்டுபோன தினம் தாய் அவனை ஊருக்கு வெளியில் இருந்த ஆலமரத்தினடியில் அமர்த்தி, அப்பன் செத்தது எப்படி என்று அழுதபடி விவரித்தாள். அப்பா ஒரு முரடர். அவருக்கும் அவர் குடும்பத்தவர்களுக்கும் ஒரு பாக்குத் தோட்டத்திற்காக சண்டை நடந்திருக்கிறது. சண்டை அவரது பெரியப்பா மகனோடு. இந்தப் புட்டண்ண கௌடா இருக்கிறானே மிகவும் பொறாமை பிடித்தவன். வைக்கோல் போரில் நெருப்பு வைப்பது போன்ற சிறுசிறு தொந்தரவுகள் கொடுத்தபடியே இருந்தான்.

அப்பன் முரடனாக இருந்ததால் இதற்கெல்லாம் பணியவில்லை. ஒரு கோர்ட்டிலிருந்து வேறொரு கோர்ட்டுக்கு அலைந்து அலைந்து கடைசியாகத் தோட்டத்தின் உரிமை தன்னுடையது என்று ஸ்தாபித்துக் கொண்டார். அது நடந்த மூன்றாவது நாள் அப்பன் வீட்டிற்கு வரவில்லை. ஆடு மேய்க்கும் சிறுவன்தான் பயங்கரமான செய்தி ஒன்றைச் சொன்னான். போய்ப் பார்த்தால், மூங்கில் மரத்தின் கீழே அப்பனை வெட்டிப் போட்டிருந்தார்கள். போலீஸ் கேஸாயிற்று. புட்டண்ண கௌடனுக்கு ஜெயில் தண்டனை கிடைத்தது. அதன் பின்பு

அவன் அம்மா அவளுடைய அண்ணன் வீட்டிற்குப் போய்த் தங்கினாள்.

இந்தக் கதையைச் சொன்ன பிறகே கிருஷ்ணப்பனுக்கு, ஏன் அத்தை தன் மீது கோபம் வரும் போதெல்லாம், 'அப்பனைத் தின்று பிறந்த சனி' என்று திட்டினாள் என்று தெரிந்தது.

இந்தச் சம்பவம் தன்னைப் பாதிக்காதவாறு பார்த்துக்கொண்டான். தன் அப்பன் கொலை செய்யப்பட்டதை யாருக்கும் சொல்லிக் கொள்ள அவன் விரும்பியதில்லை. மகேஸ்வரய்யன் கூட அதைப் பற்றித் தன்னிடம் கேட்டதில்லை. ஆனால் தான் பிறந்ததிலிருந்து 'தமஸ்' என்கிற சிறுமை கவிழ்ந்து தன்னை நாசம் செய்ய முயற்சிப்பதாகவும் அதைத் தான் அடம்பிடித்து வென்றுவிட வேண்டுமென்றும் கிருஷ்ணப்பன் நினைத்தான்.

தன் தந்தையைக் கொல்லுமளவு பகை எதனால் அவன் தந்தையின் பங்காளிக்கு வந்திருக்கும்? இந்தப் பகை உணர்வை வேறு சிலருக்குத் தானும் தோற்றுவித்திருக்கக் கூடும். சிலரைப் பார்த்த போது சிறுமை, அற்பத்தனம், 'தமஸ்' என்று தான் புரிந்துகொண்ட எல்லாக் கெட்ட குணங்களும் அவர்களிடம் காணப்பட்டன. இப்படி, தான் கண்டதெல்லாம் இங்கு—இந்தத் தரையின் தூளில்—இந்தக் காற்றில்லா இருளில் மையங்கொண்டிருப்பதாய் விளங்கியது. இதை நான் வெல்ல வல்லவனோ என்று கிருஷ்ணப்பன் பற்களைக் கடித்துக்கொண்டு எழுந்து நின்றான்.

அண்ணாஜி சொன்னான்: 'சிறுமையை வெல்ல வேண்டியது உன் மனசில் அல்ல, வெளிப் பிரபஞ்சத்தில், அதன் ஆணிவேர் இருப்பது அங்கு.' அவன் சொன்னது நிஜமாயிருக்கலாம். ஆனால் நான் இப்போது என் மனசு சிறுமைப்பட்டு நாசமாகாதபடி மீறி நிற்கிற உபாயங்களைத் தேடவேண்டியுள்ளது. இங்கே நான் ஒருவேளை சாகும்படி வந்தால் பற்களைக் கடித்தபடியே சாக வேண்டும். கடைசி நேரம்வரை என் மனதை இந்த 'தமஸ்' வந்து ஆக்கிரமிக்காதபடி காத்துக்கொள்ள வேண்டும்.

மகேஸ்வரய்யன் சொல்வார்: 'சிந்திக்க வேண்டும்; சிக்கிக் கொள்ளக்கூடாது. வளைந்து வளைந்து செல்லும் கதியை இழந்து விடக்கூடாது. உள்ளிலும் இருக்கவேண்டும், புறத்திலும் இருக்க வேண்டும். பழத்தைத் தின்னவும் வேண்டும்; அதைப் பார்த்துக் கொண்டும் இருக்க வேண்டும். கனமற்ற உடல், பலமான இறக்கை, கூர்மையான நகங்கள், அம்புபோல் மேல்நோக்கி ஆகாசத்தை நோக்கும் அலகு, அபாயம் எவ்வளவு தூரத்தில் இருந்தாலும் அதற்குத்

தெரிந்துவிடும். பிற பட்சிகளை அது விரும்பாது, தானாக இருந்து பாடிக் கொள்ளும்.'

இப்படி யோசித்தபடி கொஞ்சநேரம் இருந்தபோது கால எல்லையைத் தான் இழந்துவிட்டதாகப் பட்டது. இந்த அறையின் சுவருக்கு வெளியில் இன்னொரு அறை இருக்கவேண்டும் — ரோடு அல்ல. அந்த மைதானத்திற்கு வெளியிலிருந்து கேட்டதுபோல் இங்கு ஏதும் கேட்காது. அந்த உப்பியமுக அதிகாரி என்னை மறந்து விட்டிருப்பான் போலிருக்கிறது. கண்ணெதிரில் இருக்கும் போது மிகவும் குரூரமாக அவன் என்மேல் விழுந்து தாக்கக்கூடும் என்று நினைத்துக் கொண்டிருந்தபோது அவன் என்னை அலட்சியப்படுத்தி வேறெங்கோ கவனம் செலுத்தியதை நினைத்துப் பயம் ஏற்பட்டது. அவன், ஜோஷி, மற்றொருவன் — தன்னை மறந்துவிட்டு வேறே யாரையோ தேடிக்கொண்டோ, தண்டித்துக்கொண்டோ இருக்கக் கூடும். தன்னிடம் ஏதும் விஷயம் இல்லாததால் விட்டுவிட வேண்டும் என்று எண்ணியிருக்கக் கூடும். இன்னொரு தடவை தண்டிக்கத் தன்னை வெளியே அழைக்கமாட்டார்களா என்று ஆசைப்பட்டான்.

எவ்வளவு உரசி தேய்த்து வீசினாலும் ஏதோ மூலையிலிருந்து மூட்டைப் பூச்சிகள் கழுத்திலும் தோள் இடுக்கிலும், தொடை யிடுக்குகளிலும் கடித்தன. இந்த இருட்டு அறை ஒரு வயிறு போல. இந்த வயிற்றில் மெதுமெதுவாய் நான் ஜீரணமாகிப் போவதுபோல் தோன்றியது.

இதுபற்றிய யோசனையில் ஆழ்வது வெட்கமாக இருந்தது. சித்திரவதையை மிகத் துல்லியமாய் நிறைவேற்றும் இயந்திரத்தைக் கற்பனை செய்தபடி அமர்ந்தான். இதனால் சோர்வாயிற்று. சாப்பிட்டு எத்தனை நாட்கள் ஆயினவோ —மூன்றா? நான்கா? தாகமெடுக்க ஆரம்பித்தது. இருட்டில் தட்டுத் தடுமாறிப் போய் போணியில் இருந்த நீரை எடுத்துக் குடித்தான்.

தான் என்ன செய்கிறேன் என்பது தெளிவாகாமலே கைவிரலால் நிலத்தின் மீதுள்ள தூசியில் சமயத்தை விளக்கும் ஒரு சக்கரத்தைக் கடிகாரம் போல் தீட்டத் தொடங்கினான். மகேஸ்வரய்யன் எதிரில் அமர்ந்து எல்லாம் விளக்குவது போல் தோன்றியது. ஒருவேளை முன்பு ஒருமுறை நடந்தது போல் புத்தி பேதலிக்கிறது போலும். நான் கடவுளை நம்புவதில்லை என்று எண்ணியபடி கையால் சக்கரத்தை வரைந்துகொண்டு மூட்டைப் பூச்சிகளை உடலிலிருந்து தேய்த்துக் கொன்றபடியே இருந்தான். அந்தச் சக்கரத்தில் கிழக்குப் பக்கத்தில்

ஒரு மூலை வைத்து ஒரு முக்கோண படத்தை, மத்தியில் ஒரு புள்ளியுடன் வரைந்தான். நடுவில் இன்னொரு முக்கோணத்தை மேற்கு நோக்கி வைத்தான். மகேஸ்வரய்யனின் கண்கள் ஒளி உமிழ்ந்தன. நெற்றியில் அகலமான குங்குமம். நீளமான முடி. முதுகில் சிவப்புக் கரையுள்ள வேஷ்டியைப் பஞ்ச கச்சமாய் உடுத்து ஆடையில்லா மார்பில் ருத்திராட்சம் அணிந்திருந்தார்.

ஞானிகளுக்கு இதயக் கமலத்திலேயே பூஜை என்று மகேஸ்வரய்யன் சொன்னார். அப்படிப்பட்ட பூஜைக்கு கிருஷ்ணப்பன் தயாராகும் போது மகேஸ்வரய்யன் சிந்தாமணி என்ற தாந்திரிகத்தில் வரும் 'வீட்டை' வருணித்தார். அந்த 'வீட்டிற்கு' எட்டுக் கால்கள் உள்ள பிரகாரம், பதினொரு இரத்தினக் கால்களுள்ள பிரகாரம், ஆறு தத்துவக் கால்கள் உள்ள பிரகாரம்—இப்படி இருபத்தைந்து பிரகாரங்கள். ஒன்றைவிட அடுத்தது உயரம். எந்தப் பிரகாரத்திலும் உள்ளே புகமுடியாது...

தான் அத்தகைய வியூகத்தில் இருப்பதாகக் கிருஷ்ணப்பன் பாதி பிரமையிலும் பாதி நகையுணர்வுகொண்டும் நினைத்தான். சிரிக்கத் தொடங்கினான். மூலாதார புள்ளியின் மத்தியில் மதனாகார ரூபமான முக்கோணம் இருக்கிறது. அதில் ஊர்த்துவ முகமான சுயம்பு லிங்கம் இருக்கிறது. அதைப் பாம்பு போல் மூன்று முறை சுற்றியபடி மென்மையாகவும் நுட்பமாகவும் குண்டலினிய சக்தி சப்தம் எழுப்புகிறது. சிரித்தபடி வயிறு குலுங்கும்போது அந்தச் சப்தம் தன்னிடமிருந்து புறப்படுகிறதென்று தோன்றியது. பரமசிவ காமேஸ்வர பார்வதி காமேஸ்வரி! இவர்களைச் சம பாவத்தில் இனிமேல் பூஜை செய்வதென்று தயாரானான். ஹே பகவதி, உன்னுடனே புணராவிட்டால் அந்தப் பரமசிவனும் நடனமாடக்கூட முடியாது என்று தியானித்தான். தேவியைக் கண்முன் காட்சியாய் கற்பனை செய்துபார்த்தான். மகேஸ்வரய்யன் பாராயணம் பண்ணிய ஸ்லோகங்களை, அவளின் உச்சிக் கிரீடத்திலிருந்து கீழிறங்கும் முகமாக அவன் உரக்கப் பாடத் தொடங்கினான். ஒளிவிடும் கிரீடம், பாரிஜாத மலரின் வாசனையுள்ள அவளது கூந்தல். முகத்தின் ஒளி; பொங்கிப் பாய்வதற்காக இருக்கும் பாதைபோன்ற அவளது நேர் வகிடு. மன்மதனைச் சுட்ட கண்கள். தும்பிகள் தேன் குடித்தால் வரும் போதைபோன்ற பிரகாசமான முகத்தின் ஒளி, மன்மதனின் வில் போன்ற புருவம், சிருங்காரம், வியப்பு, பயம், நகைச்சுவை போன்றவற்றை மிஞ்சும் கண்கள்; அவள் மூக்குத்தி, அவள் உதடு, தாம்பூலமிட்ட நாக்கு, கழுத்து, கழுத்தில் மூன்று ரேகைகள், நான்கு

கைகள், உள்ளங்கை, மார்பு, சடை, கங்கா நதியில் காணும் சுழி போன்று காட்சி தருவதாயும் சிவனின் கண்களில் தபசு மேற்கொள்ள காரணமானதாய் உள்ள துளை விழுந்த கொப்புள், அவள் மார்புப் பாரத்தால் வேதனையுற்று முறிந்துவிடுமோ என்று இருக்கும் இடுப்பு, அதைக் காப்பாற்றும் பலமான முதுகுத் தசை, இலகுவாகவும் அகலமாகவும் இருக்கும் பிருஷ்டம், அவளது பாதங்கள்— எல்லாவற்றையும் நினைத்தபடி சுலோகங்களை நினைவுக்குக் கொணர்ந்து பாடியபடியே உன்மத்தம் பிடித்தவன்போல் அமர்ந்தான். இந்த மூட்டைப் பூச்சிகள், இந்த இருட்டு அறை, இந்தத் தூசி — எல்லாவற்றையும் தெளிவாகக் கண்டு, தான் வெல்கிறேன் என்ற உணர்வெழுந்தது. தன்னிடமிருந்து புறப்படும் நாதம் பாம்பு வடிவக் குண்டலியினுடையது என்று தெரிந்துகொண்டால் தன் உள்மனதை ஒருமைப்படுத்தி நிலைநிறுத்தலாம் என அதற்கு முயன்றான். இல்லை — இது பிரமை அல்ல என்று மீண்டும் மீண்டும் எண்ணிய போது மனம் கலவரம் கொள்ளத் தொடங்கியது. பெருமூச்சுவிட்டு எழுந்து நின்றான்.

ஸ்ரீ சக்கரத்தில் மூன்று கோடுகள் சேர்ந்து இருபத்து நான்கு மர்ம ஸ்தானங்களானால், இரு கோடுகள் சேர்ந்து இருபத்து நான்கு சந்தி ஸ்தானங்கள் ஆகும். மேலும் படைப்புமுறை மற்றும் அழிவை ஏற்படுத்துவதற்கான முறை என்று இரு பிரகாரங்கள் இருக்கின்றன. அழிவுக்கான முறையில் எழுதுவது வாமாச்சாரிகளான கௌல மதத்தவர்களுடையது.

என்னுடையது வாம மதத்தைச் சேர்ந்தது என்றால் உப்பியமுக அதிகாரியினுடையது கௌல மதம் சார்ந்ததாக இருக்கலாம். சம்போக யக்ஷிணி சித்தி, பரஸ்திரி கவனம், மக்கள் நாக்கை வெட்டும் மகா சம்மோகன தந்திரம் போன்ற வாமமத வழிமுறைகளில் தேவியைப் பூஜை செய்யும் அவன், இந்தத் தெலுங்கு நாட்டின் பிரசித்தமான கபாலிகனாக இருக்கவேண்டும்.

இப்படி யோசித்தபடியிருந்த கிருஷ்ணப்பனுக்கு மீண்டும் சிரிப்பு வந்தது. இருட்டில் வெகு விரைவில் சோர்வடைந்து சிமெண்ட் படுக்கையில் படுத்துக் கண்களை மூடினான். வியர்வையில் ஈரமான தன் வேஷ்டி, ஜிப்பாக்கள் புழுதியினால் அழுக்குப் படிந்திருந்ததால் அவற்றைக் கிழித்து எறிந்துவிட வேண்டும் என்று தோன்றியது. ஜிப்பாவைக் கிழித்து அதனைத் தலைக்கடியில் வைத்துப் படுத்தான். அடித்தளம் இல்லாத ஓர் ஆழத்தில் மிதப்பது போல் பட்டது.

மீண்டும் எவ்வளவு நேரமாயிற்றோ? போலீஸ்காரன் ஒருவன் வந்து கையைப் பிடித்து இழுத்தான். கிருஷ்ணப்பன் எழுந்து அமர்ந்து நான் எங்கிருக்கிறேன் என்று நினைத்துப் பார்த்தான். அவன் இழுத்த படியிருந்ததால் இழுக்கப்பட்ட திசையில் போனான். உருதுவில் ஏதோ திட்டினான். அவன்தான் கீச்சுக் குரல் கொண்ட போலீஸ்காரன் என்று அறிந்துகொண்டான்.

அறையின் வெளியில் இருட்டாக இருந்தது. ஆனால் இரவுக் காற்று இதமாக வந்தது. காற்றை சுவாசித்தபடி கிருஷ்ணப்பன் நடந்தான். விளக்குகளால் மைதானம் பிரகாசமாக இருந்தது. ஏரோப்ளேன் ஏற்றும் ராட்டையிலிருந்து இறங்கிய கயிறு ஆடியபடியே இருந்தது. ஒரு நாற்காலி மீது உப்பியமுக அதிகாரி அமர்ந்து பாட்டிலிலிருந்து 'ரம்'மை டம்ளரில் ஊற்றினான். அவனது காலருகே நிறைய பூக்கள் வைத்த இரு பெண்கள் அமர்ந்திருந்தனர். அவர்களின் கைகளிலும் 'டம்ளர்'கள். இருவரும் உடுத்திய சேலைகள் விளக்கில் பிரகாசித்தன. அவர்கள் உதடுகள் சிவப்பாகத் தெரிந்தன. செவியில் ஒளிவிடும் ஜிமிக்கி. கைகளில் ஹைதராபாத்தின் கல்வளைகள் இருந்தன.

உருதுவில் ஏதோ சொல்லிச் சிரித்தான். இரு பெண்களும் ஒவ்வொருவர் மற்றவரைத் தொட்டுச் சிரித்தனர். தன்னையும் ஒரு நாற்காலியில் போலீஸ்காரன் அமர வைத்ததைப் பார்த்துக் கிருஷ்ணப்பனுக்கு ஆச்சரியம். உப்பியமுக அதிகாரி கால்களைச் சாய்த்து ஓய்வாக அமர்ந்திருந்ததால் மனிதத்தன்மை உள்ளவனாய் தென்பட்டான். ஒருவேளை அப்படித் தெரிய இன்னொரு காரணமும் இருக்கலாம். அவன் இப்போது தொப்பி தரித்திருந்ததால் ஒட்ட முடி வெட்டிய அவன் தலை பெரியதாகக் காட்சி தந்தது. குழந்தை களுக்குத் தலையருகில் துணியை உருட்டிச் சுற்றி வைத்து மத்தியில் இடம் விட்டுப் படுக்க வைப்பார்கள் அல்லவா, தலை பெரிதாக ஆகக்கூடாதென்று? தன் தலை சரியாக இருப்பதற்குத் தன் தாய் கொடுத்த வியாக்கியானம் இது.

'குடிக்கிறியா?'

இவன் கபாலிகன்தான். 'குடிக்கிறியா?' என்று கேட் பதால், தன் கடினமான முகம் மென்மையானதை அவனும் கவனித்திருக்க வேண்டும்.

‘நீ அட்ரஸ்களைக் கொடுக்காவிட்டால் எனக்குத் தொந்தரவு தெரியுமா? அந்த ஜோஷி இருக்கிறானல்லவா, அவன் என்னை ‘இன் எஃபிஷியண்ட்’ என்று ‘கான்ஃபிடன் ஷியல் ரிப்போர்ட்’டில் எழுதி விடுவான்.’

தான் கூறுவதைக் கேட்டு அதிகாரி இப்போது திருப்தி யடையக் கூடும் என்று நினைத்த கிருஷ்ணப்பன், ‘எனக்கேதும் தெரியாது - நிஜமாகவே’ என்றான்.

‘அப்படியானால் அவன் என்ன உன் அக்கா புருஷனா அல்லது அவளை வைத்திருப்பவனா? இவ்வளவு தூரம் வந்திருக்கிறாய் அவனுக்காக.’

அதிகாரி தன் காலருகில் அமர்ந்திருந்தவளை உதைத்துக் கொண்டே சிரிக்கத் தொடங்கினான்.

‘அவனுக்குப் பெண் பைத்தியம் என்று அறிந்திருக்கிறேன். இங்குப் போலவே உங்களுக்குள்ளும் குருக்களுக்கு சப்ளை செய்ய வேண்டுமா? நீ அவனுக்கு மாமா வேலை செய்திருக்கிறாயா? எனக்கு இங்கு அழைத்து வந்திருக்கிறாங்க பாரு இந்த இருவரையும். ஃபஸ்ட் கிளாஸ் வேசிகள் இவர்கள். எப்படிக் காலைத் தூக்கு வார்கள் தெரியுமா? உன் ஆணுறுப்பை ஆட்டம் காட்டிவிடுவார்கள். இவர்களில் ஒருத்தியைக் கூட்டிக்கொண்டு போ. எனக்கு அட்ரஸ் மாத்திரம் கொடு, இல்லாவிட்டால் என் பிரமோஷனுக்குத் தொந்தரவு ஆகும். உனக்கு என் கஷ்டம் தெரியுமா, என்ன! எனக்குப் பத்துப் பிள்ளைகள், ட்வென்டி ஃபோர் அவர்ஸ் ட்யூட்டி. அந்த ஜோஷி அழைத்தால் இங்கே இருக்கணும். ஜோஷி மந்திரிகளுக்கு வாக்குக் கொடுத்திருப்பான். மந்திரி, பெரிய தெய்வ பக்தன். வாரத்திற்கு ஒரு தடவை திருப்பதி போவான். கம்யூனிஸ்டுகளை அழிக்கிறேன் என்று ஜோஷி உறுதி சொல்லிவிட்டு, பாரு, உனக்கும் எனக்கும் இப்படித் தொந்தரவு ஆகியிருக்கிறது. இவளை அழைத்துக் கொண்டுபோ... போ.’

அவன் குனிந்து பெண்களின் முந்தானையை இழுத்தான். ரவிக்கையைத் திறக்கப் போனபோது அவள் அவனைத் தடுத்தாள். அவன் தடுமாறியபடி எழுந்து நின்றான். கிருஷ்ணப்பன் இவற்றை வெறுப்போடு பார்த்தபடி இருந்ததைக் கண்டு அவன், ‘பார் இந்தப் படவா, எப்படி ‘ரோப்’ ஆக்குகிறான் — இழுங்கடா இந்தப் பன்றியின் துணியை’ என்றான். திடீரென்று கிருஷ்ணப்பன் பாய்ந்து தடுத்தாலும் விடாமல் போலீஸ்காரர்கள் அவனைப் பிடித்துக் கொண்டு போய் அம்மணமாக்கினார்கள்.

'இன்று உன்னிடமிருந்து எப்படியாவது விஷயத்தைக் கறந்துவிடு என்று சொல்லியிருக்கிறான் ஜோஷி. என்னை உனக்குத் தெரியாது' என்று தடுமாறியபடி கிருஷ்ணப்பன் எதிரில் வந்து நின்றான். தன் கைத்தடியால் அவன் குறியைக் குத்தியபடி, பெண்கள் பக்கம் பார்த்து,

'கொட்டையை உடைத்துவிடுவேன், உஷார்' என்று சப்தமாகச் சிரித்தான்.

கீச்சுக் குரல் போலீஸ்காரன் ஓடிப்போய் கிளாஸில் இன்னும் கொஞ்சம் 'ரம்' விட்டுக்கொண்டு வந்து கொடுத்து அதிகாரியை மெதுவாய் அழைத்துக்கொண்டுபோய் நாற்காலியில் அமர வைத்தான். ஏப்பம்விட்டபடி அதிகாரி வெற்றித் தொனியில் சொன்னான். 'அவன் வாயில் மூத்திரம் பெய்.' போலீஸ் சும்மா நின்றதைக் கண்டு உருதுவில் மீண்டும் உரக்கச் சொன்னான். ஒரு பெண் எழுந்து வந்து அவன் தொடையில் அமர்ந்து கைகளினால் அவனது கழுத்தைக் குனியவைத்து ஏதோ சொன்னாள்.

'ஏய்!' என்று அதிகாரி யாரையோ அழைத்தான். கட்டு மஸ்தான இளைஞன் ஒருவன் எழுந்து வந்துநின்றான். அதிகாரி சிரித்தபடி ஏதோ சொன்னான். இளைஞன், அதிகாரி சொன்னதைக் கேட்க வில்லை. அதிகாரி தானே எழுந்துபோய் ஒடுங்கி அமர்ந்திருந்த இன்னொருத்தியை எழுப்பி அவள் ஆடையை உருவினான். இளைஞனும் தன் ஆடையைக் களைந்தான். கிருஷ்ணப்பன் கண் மூடினான். ஓடலாம் என்று எழுந்து நின்றான். அதிகாரி ஓடிவந்து, கிருஷ்ணப்பனைப் பிடித்துக்கொண்டு, அவன் கைகால்களைக் கட்டி நிலத்தில் மல்லாந்து கிடக்க வைத்து, தன் கையிலிருந்த தடியால் அவன் குறியைத் தூக்கிவைத்து, 'கொடியேற்றி வைப்பேன் - சல்யூட்' என்று ஆர்ப்பாட்டம் செய்தான். எல்லாரும் சிரித்தவுடன் சந்தோஷமாகி அம்மணமாக நின்ற இளைஞனின் புட்டத்தைத் தட்டியபடி நின்றான். கிருஷ்ணப்பன் திறந்த கண்களை மீண்டும் மூடி அதிகாரி சிரிப்பதையும் உற்சாகப்படுத்துவதையும் கேட்டான். அதிகாரி மீண்டும் கீச்சுக் குரல் போலீஸ்காரனை அழைத்து மூத்திரம் பெய்யச் சொன்னான். கிருஷ்ணப்பன் பயந்து கண்திறக்க, பெண் மீது அம்மணமாய் கிடந்த இளைஞனையும் அவனைக் குனிந்து பார்த்தபடி நின்று ஆர்ப்பரித்த அதிகாரியையும் கண்டான். அதிகாரி இதை யெல்லாம் பார்த்தபடியே கீச்சுக் குரல் போலீஸ்காரனைக் கம்பால் தள்ளினான்.

இரண்டு போலீஸ்காரர்கள் வந்து பிடித்துப் பலாத்காரமாய்த்

துணியை அழுத்தித் தன் வாயைத் திறந்து வைத்தார்கள். அதிகாரியின் 'பாண்ட்'டை இன்னொரு பெண் திறக்கத் தொடங்கினாள். கீச்சுக் குரல் போலீஸ் தன் காக்கி அரை நிக்கரின் பட்டனைத் திறந்து யாரையோ சபித்தபடி வந்தான். கிருஷ்ணப்பன் மார்பில் கால் முட்டியை வைத்து அமர்ந்தான். அசையாதபடி இரு போலீஸ்காரர்கள் பிடித்துக்கொண்டிருந்ததால், திமிர முயல்வதில் பயனில்லை என்று கிருஷ்ணப்பன் சும்மா படுத்துக் கிடந்தான். வாய்க்குள் விழுவதைக் குடிக்காதபடி மூச்சுப் பிடித்தான்.

அதிகாரி அட்டகாசமாகக் கர்ஜித்து இளைஞனை உற்சாகப்படுத்தி அம்மணமாக நின்ற பெண்ணைப் பிடித்துத் தடவினான். 'ஆச்சா' என்று உடைந்த குரல் போலீஸை அழைத்துக் கேட்டான். அவன் 'ஆச்சு' என்று எழுந்து நின்று பட்டன்களைப் போட்டான். அவன் மூத்திரம் பெய்யவில்லை என்பது கிருஷ்ணப்பனுக்கு ஆச்சரியத்தைத் தந்தது. இது நடந்தபின் அதிகாரி கிருஷ்ணப்பனை மறந்துவிட்டு அம்மணப் பெண்களைப் பக்கத்தில் அமர்த்திக் கொண்டு குடித்தபடி எழுந்தான். கிருஷ்ணப்பனுக்கு எல்லாம் மங்கியபடி தெரிய ஆரம்பித்தன.

கண் திறந்தபோது மைதானத்தில் ஏதோ நடக்கப் போகிற தயார் நிலைக்கான சப்தம் கேட்டது. நாற்காலி அங்கேயே இருந்தது. 'த்ரீ எக்ஸ்' ரம்மின் பாட்டிலும் கிளாஸ்களும் இருந்தன. விளக்குகளை எல்லாம் அணைத்திருந்தாலும் அவை பார்வைக்கு அப்பால் கனவில் என்பதுபோல் காணப்பட்டன. ஆகாசத்தில் தெளிவாக இருந்த நட்சத்திரங்கள் தெளிவற்று மறைய ஆரம்பித்தன. பறவைகளின் சப்தம் கேட்டது. எதோ நல்லது நடக்கப்போகிற அடையாளம் தெரிந்தது. கிருஷ்ணப்பன் ஆழமாக மூச்சு இழுத்துவிட்டான். ஒரு பெரிய சுகம் தனக்குக் கிடைக்கப் போகிற தென்ற ஆசுவாசம் தரும் வாசனையைக் கவனித்தான். இந்த மைதானத்தில் பூத்திருந்த ஒரு கூட்டம் செண்டு பூச்செடிகள் சில தெரிந்தன. மைதானத்தில் வளர்ந்திருந்த ஒவ்வொரு காட்டுச்செடியையும் வாத்சல்யத்துடன் பார்த்தபடி வரப்போகிற நிகழ்ச்சிக்குக் காத்திருந்தான். ஆகாசம் சிவப்பாயிற்று. சூரியனின் கிரணங்கள் மைதானத்தில் நுழைவதை எதிர்பார்த்தான். தன் உடம்பின் மேல் வேஷ்டியைப் போர்த்தியிருந்தார்கள் — யாரோ? - கீச்சுக் குரல் போலீஸாக இருந்தாலும் இருக்கலாம். வெளிச்சம் ஆகாசத்தை எல்லாம் நிறைத்துக் கொண்டு பரவியது.

இந்தக் கணம் ஆதியும் அந்தமும் இல்லாதது; ஒருவேளை தான் இப்போது இறந்திருக்கக்கூடும் என்று நினைத்தான்.

இருட்டு அறையில் தன்னைத் தள்ளிய பின்பு இவ்வளவு நேரம் ஆயிற்று என்கிற எண்ணம் மீண்டும் தனக்கு மறந்துபோகக் கூடும் என்று பயம் தோன்ற ஆரம்பித்தபோது திடீரென்று வாசல் திறந்தது. கீச்சுக்குரல் போலீஸ்காரன் ஆடைகளைக் கொடுத்தான். வெளியே அழைத்துக்கொண்டு போனான். ஆபீஸில் மகேஸ்வரய்யன் காத்திருந்தார். ஒன்றும் பேசாமல் அவர் வந்த காரில் அமரவைத்துப் புறப்பட்டார். ஹோட்டல் ஒன்றின் எதிரில் காரை நிறுத்தி, அறைக்கு அவனை அழைத்துக்கொண்டு போனார். அங்கு அவரே அவனைக் குளிப்பாட்டி, புது ஆடைகளை அணிவித்து, ஆரஞ்சு ஜூஸ் குடிக்க வைத்தார்.

தூங்கி எழுந்தபோது மாலையாயிற்று. மகேஸ்வரய்யன் ரூமிற்கு உணவு வர வைத்தார். கிருஷ்ணப்பன் கண்ணாடி ஜன்னல் எதிரில் அமர்ந்தான். ஊர் வீதிகளையும் வர்ணம் போன கட்டிடங் களையும் பார்த்தபடி கிருஷ்ணப்பன் சாப்பாட்டிற்குக் கொஞ்சம் தயிர் கலந்து சாப்பிட்டான். மகேஸ்வரய்யன் நிதானமாக, தம் உணர்வுகளைக் காட்டாதபடி கிருஷ்ணப்பன் விடுதலையான விதத்தைச் சொன்னார்.

ஜோஷியினால் பிரயோஜனமில்லை என்பது தெரிந்தபின் மகேஸ்வரய்யன் வாரங்கலில் தங்கி இருந்த ஒரு புகழ்பெற்ற கவிஞரிடம் போனார். சிவன், பார்வதி திருமணம் பற்றி மகா காவியம் எழுதிய இந்தக் கவி, தெலுங்கு இலக்கிய உலகில் புகழ்பெற்றவர். புகழ்பெற்ற வைதிகக் குடும்பத்தில் பிறந்தவர். இவர் பெயரில் மாத்திரமல்ல அஷ்டாவதானி—நிஜமாகவே அஷ்டாவ தானிதான். இந்தக் கவி தெய்வ பக்தன். தேவி உபாசகன். இவர் புகழுக்கு இலக்கியவாதி என்பது மட்டுமே காரணமாயிருக்கவில்லை. உள்துறை அமைச்சருக்கு இந்தக் கவி மிக வேண்டியவர். பார்வதி திருமணம் பற்றிய கவிதையை அந்த அமைச்சருக்கே அர்ப்பணித் திருந்தார். மந்திரி அந்த மகா காவியத்திற்குப் பல பரிசுகள் கிடைக்க ஏற்பாடு செய்திருந்தார். அஷ்டாவதானி, இரவு வந்தவுடன் நடத்தும் 'தர்பாருக்கு' மகேஸ்வரய்யன் ஒரு பெரிய பாட்டில் விஸ்கி வாங்கிக்கொண்டு போனார். அஷ்டாவதானி தன் கவிதைகளை உரக்க வாசித்தபடி அமர்ந்திருந்தார். கூடியிருந்தவர்கள் தலையாட்டி ரசித்தபடியிருந்தனர். தான் கர்நாடகத்தில் உள்ள கவிஞரின் ரசிகன்

என்று சொல்லிக்கொண்டு விஸ்கியைக் கொடுத்த போது கவிஞர் சிரித்தபடி சொன்னார்: 'என் சுராபானத்தின் புகழ் கர்நாடகம்வரை பரவியிருக்கிறது. அப்படித்தானே?'

மகேஸ்வரய்யனும் அவரும் அதிக நேரம் கன்னடக் கவிஞர் சர்வக்ஞர் மற்றும் தெலுங்குக் கவிஞர் வேமனா போன்றோர் பற்றிப் பேசினார்கள். கவிஞர் இரவு நேரம் போகப்போகத் தெளிவு பெற்றார். தனக்குத் தெரிந்த தெலுங்கு போதாமல் போனபோது மகேஸ்வரய்யன் சம்ஸ்கிருதத்தில் பேசத் தொடங்கினார். சம்ஸ்கிருதம் புரியாத கவிஞரின் பிற அபிமானிகள் இவர்கள் இருவரின் சம்ஸ்கிருத உரையாடலைக் கேட்டுப் புளகாங்கிதம் அடைந்து விஸ்கியைக் குடித்தனர். பாட்டில் தீர்ந்தவுடன் அவர்களில் ஒரு பெரிய வியாபாரியும் வைசிய சாதியைச் சார்ந்தவனுமான வெங்கடரமணய்யா என்பவன் தன் காரில் போய் இன்னொரு பாட்டிலைக் கொண்டுவந்தான். அவர்கள் எல்லோருக்கும் இன்று ஒரு 'மகத்தான இரவு' என்று பட்டது. அதிக நேரம் போனதும் கவிஞர், மகேஸ்வரய்யன் வந்த காரணத்தைக் கேட்டார். மகேஸ்வரய்யன் அப்பாவியான கிருஷ்ணப்பன் கைது பற்றிக் கூறியவுடன் கவிஞர் உள்துறை மந்திரிக்கு ஃபோன் பண்ண எழுந்து நின்றார். வெங்கடரமணய்யா தன் காரில் இருவரையும் தன் வீட்டிற்கு அழைத்துக்கொண்டு போய் உள்துறை அமைச்சருக்கு 'லைட்னிங் கால்' புக் பண்ணினான். கவிஞர் தொலைபேசியை எடுத்தபோது நிதானமான உரையாடல் சுமார் ஐந்து நிமிடம் நடந்தது. உள்துறை அமைச்சர், 'இப்போது என்ன எழுதுகிறீர்?' என்று கேட்டிருக்க வேண்டும். கவிஞர் தெளிவான குரலில் சமீபத்திய கவிதைகளை மெல்லிய குரலில் பாடியபோது வெங்கடரமணய்யா சந்தோஷத்தில் மிதந்தான்.

மகேஸ்வரய்யனுக்குப் பயம், எங்கே கவிஞர் கிருஷ்ணப்பனின் விஷயத்தை மறந்துவிடுவாரோ என்று. கவிதை பாடி முடிந்ததும் கவிஞரைத் தொட்டு, 'பெயர் கிருஷ்ணப்ப கௌடா' என்றார். கவிஞர் இது ஒரு சாதாரண விஷயம் என்பதுபோல் கைது பற்றிச் சொல்லி, தான் ஃபோன் செய்யும் நம்பரையும் அது உள்துறை அமைச்சரின் அபிமானியான வெங்கடரமணய்யாவினது என்றும் தெரிவித்தார். வெங்கடரமணய்யா இதனால் சந்தோஷப்பட்டது தெரிந்தது. கவிஞர் ஃபோனைக் கீழே வைத்து இன்னும் பத்து நிமிஷத்தில் உம் வேலை முடிந்துவிடும் என்று மகேஸ்வரய்யனுக்குச் சொன்னார். வெங்கட ரமணய்யா 'கப்போர்டி'லிருந்து ஸ்காட்சை எடுத்து

மூவருக்கும் ஊற்றினார். ஏற்கனவே நடுஇரவு ஆகியிருந்தது. இதெல்லாம் தன் வாழ்வின் பயங்கரமான அந்த இரவில் நடந்தனவா என்று கிருஷ்ணப்பன் ஆச்சரியப்பட்டுக் கொண்டிருந்தான். பத்து நிமிஷத்திற்குப் பின் ஃபோன் வந்தது. ஜோஷி ஃபோனில் கிடைக்கவில்லை என்றும், காலையில் மந்திரியே ஜோஷிக்கு ஃபோன் செய்வாரென்றும் பின் வெங்கடரமணய்யா வீட்டிற்கு ஜோஷியே ஃபோன் செய்வான் என்றும் மந்திரியின் பி.ஏ. தெரிவித்தான். மகேஸ்வரய்யன் வெங்கட ரமணய்யா வீட்டிலேயே இரவைக் கழித்தார். காலையிலும் ஃபோன் வரவில்லை. வெங்கடரமணய்யா குளித்துக் கடைக்குப் புறப்பட்டுப்போனார். படுத்த கவிஞர் எழுந்தது மத்தியானம் ஆன பின்புதான். மகேஸ்வரய்யன் தேவியை மனத்திலேயே துதித்தபடி காத்திருந்தார்.

கடைசியாக ஃபோன் வந்தது. 'உனக்கு விடுதலையாயிற்று. பார் கிருஷ்ணப்பா, ராஜனுடைய கண்ணில் விழாமல் வாழணும்... ஆனால் அது உன் வாழ்க்கையில் சாத்தியமில்லை. உன் தலை யெழுத்து... விடு... மாலையில் புறப்பட்டுப் போவோம்' என்று நீண்ட பெருமூச்சுவிட்டார்.

பாகம் மூன்று

'நாகேஷ்... நாகேஷ்!'

வெளியில் பத்திரிகை படித்தபடி அமர்ந்திருந்த நாகேஷ் அவசரமாக எழுந்து கிருஷ்ணப்பன் படுத்திருந்த அறைக்கு வந்தான். தான் அழைத்தால் அதற்காக மகிழும் நாகேஷைக்கண்டு கிருஷ்ணப் பனுக்குச் சந்தோஷம். கிஷோர் குமார் என்பவன் ஹாஸ்டலில் இப்படித் தனக்குச் சேவை செய்தான் — இப்போது அவன் இன்ஜினீயர். இடமாற்றத்திற்கு ஒரு தடவை சிபாரிசுக்கு வந்தான். நாகேஷ் வந்து நின்றபோது எதற்கு அழைத்தேன் என்பதே மறந்து போனது. நாகேஷ் கேட்டான்:

'பேப்பர் படித்துச் சொல்லவா கௌடரே? இன்று முக்கிய செய்தி எதுவும் இருப்பது போலத் தோன்றவில்லை.'

'இந்தத் தேசத்தில் அதென்ன செய்தியிருக்கும்?'

கிருஷ்ணப்பன் ஜன்னலின் வெளியே பார்த்தபடி சொன்னான். தன்னிடமிருந்து பதில் எதிர்பார்த்துக் கௌடர் பேசவில்லை என்று அறிந்த நாகேஷ் சும்மா நின்றான். பேச்சு எப்போது தேவையில்லை என்று தெரிந்த இந்த நாகேஷ் போன்றவர்கள் அரசியல் உலகில் கிடைக்கமாட்டார்கள் என்பதால் கிருஷ்ணப்பனுக்கு அவனிடம் பிரியம்.

'சீதா பேங்கிற்குப் போனாளோ என்னவோ?'

'போனார் கௌடரே! வீரண்ணன் அவர்களுக்குக் கார் அனுப்பியிருந்தார். கௌரியும் நர்சரிக்குப் போயிருக்கிறாள்.'

'காலையிலே என்ன தகராறு?'

'ஸ்கூலுக்குப் போகல்லே என்று!'

'எனக்கும் அவள் வயதில் ஸ்கூலுக்குப் போக இஷ்டம் இருந்ததில்ல. புரோகிதர் மகாபாரதம் சொல்லித் தருகிறேன் என்று ஆசை காட்டி அழைத்துக்கொண்டு போனார்.'

நாகேஷ் நாற்காலியை இழுத்துப் போட்டு அமர்ந்தான்.

'சொல்றீங்களா? எழுதிவிடுகிறேன்' என்று கட்டாயப் படுத்தாத தொனியில் கேட்டான்.

'இன்று ஏதும் சொல்ல வேணும் என்று தோன்றவில்லை. நாகேஷ், என் காலை... இன்னும் கொஞ்சம் தூக்கலாம் என்று பட்டது. முயற்சி பண்ணினேன். முடியும் என்று படுது; அதுவும் பிரமையோ, நிஜமோங்கிற மாதிரி. உன்னைக் கேட்கலாம் என்று கூப்பிட்டேன், அவ்வளவுதான்.'

கிருஷ்ணப்பன் கால் பாதத்தை இழுக்க முயல்வதில் மனதைச் செலுத்தினான்.

'நேற்றைவிட இன்று கொஞ்சம் எழ முடிகிறதா நாகேஷ்?'

பொய் சொன்னால் கிருஷ்ணப்பனுக்குப் பிடிக்காதென்று தெரியும் நாகேஷுக்கு.

'எனக்கு அப்படி படல்ல கௌடரே, கை எப்படியிருக்கு?' என்றான்.

'கை....!' என்று இழுத்தபடி கிருஷ்ணப்பன் நாகேஷ் கொடுத்த ரப்பர் பந்தை சுற்றிலும் விரல்களை வைத்து மடிக்கப் பிரயத்தனப் பட்டான். தன் சக்தியை எல்லாம் தீவிரமாக விரல்களில் செலுத்திப் பல்லைக் கடித்தான். பந்தின் தண்மையான நைசான பரப்பை விரல்கள் சுற்றிக்கொண்டன. மெதுவாகப் பந்தை அழுத்த வேண்டுமென்ற வேண்டுகோள் தேகம் முழுவதிலிருந்தும் புறப்பட்டு விரல்களுக்கு வந்து குவிந்தது. பந்தை விரல்களால் பிடிக்கமுடியும் நிலை வந்ததால் வெற்றி உணர்வு ஏற்பட்டது. இந்த ஜெய உணர்வு நாகேஷ் கண்களிலும் காணப்பட்டதால் கிருஷ்ணப்பனுக்குச் சந்தோஷ மாயிற்று. அப்படியே பந்தைப் பிடித்து அழுத்தும் தன் விடாமுயற்சிக்குப் பந்து விட்டுக் கொடுக்கவில்லை என்று அதனுடன் நடத்தும் போட்டியை நினைத்து மகிழ்ந்தான்.

'நான் மிகவும் நன்றாகப் பம்பரம் விடுவேனய்யா' என்றான். உடனே அவனுக்கு வாரங்கலிலிருந்து வந்த பின்பு சேற்றில் கைகளைப் புதைத்து உழவுகாலத்தில் நெற்பயிரை நட்டது நினைவிற்கு வந்தது. அப்போது சிறையிலிருந்து விடுதலை பெற்று கிராமத்திற்குப் போகும் முன்பு மகேஸ்வரய்யன்கூட கௌரி தேஷ்பாண்டேயைப் பார்க்கப் போனான். தேர்விற்கென்று படித்துக் கொண்டிருந்தவள் வெளியே வந்து வரவேற்றாள். அவள் தலை வாரப்படாமல் காட்சி தந்தது. படித்துக்கொண்டிருந்ததால் முகம் வாட்டமுற்றிருந்தது. தானாகவே அழகியாய் காணப்பட்டாள்.

சிறை என்னும் நரகத்திலிருந்து வந்த கிருஷ்ணப்பன் ஏதும் பேசாமல் அவளைப் பார்த்தபடி நின்றான். தனக்கு ஏற்பட்ட அனுபவங் களினால் அவளுக்கு தான் ஒரு பாரமாகிறேன் என்று எண்ணி மனசு கல்லாயிற்று.

'இவர் மகேஸ்வரய்யன். கிராமத்திற்குப் போகும்முன் உங்களைப் பார்க்க வேணும்னு தோன்றியது' என்றான்.

அனுசூயாபாய் காப்பி கொண்டு வந்து கொடுத்து உபசரித்தாள். கிருஷ்ணப்பன் ஏன் பலவீனமாய் இருக்கிறான் என்று கேட்டாள். கிருஷ்ணப்பனுக்கு எரிச்சல் வராத ரீதியில் மகேஸ்வரய்யன் சூட்சுமமாய் நடந்ததையெல்லாம் தெரிவித்தார். கண்கலங்கி ஆதுரத்துடன் கௌரி தன்னைப் பார்த்தபடி அப்போது அமர்ந்திருந்தாள் அல்லவா?

'பரீட்சை முடிந்ததும் ஒருமுறை எங்கள் கிராமத்திற்கு வந்து போங்கள்.' கிருஷ்ணப்பன் சம்பிரதாய தொனியில் பேசினான். ஏன் கண்டிப்புத் தொனியுடன் தன்னால் பேச முடியவில்லை? கௌரி தன் சம்பிரதாயமான பேச்சில் ஏமாற்றம் அடைந்ததுபோல் காட்சி தந்தாள் அல்லவா? இந்த நுட்ப விஷயங்கள் எல்லாம் இப்போது கிருஷ்ணப்பனைப் பாதிக்கின்றன. தன் வாழ்வு உயர்தசையில் இருந்தபோது ஒரு வாழ்வின் எல்லா சாத்யங்களையும் தான் திறந்தபடி முழு பிரக்ஞையுடன் வாழ்ந்தேனோ இல்லையோ என்று இப்போது சந்தேகமாயிருக்கிறது. எந்தக் காரணத்தால் தான் அன்று பேச வேண்டியதைப் பேசாமல் போனேன்? 'நீ வேண்டும்' என்று சொல்லாத கர்வமோ? ஒரு வாழ்க்கைத் துணைக்காகக் காத்திருக்கக் கூடாதென்ற எனது கொடூரமான எண்ணமோ? அல்லது வாரங்கல் போலீஸ் ஸ்டேஷன் என்ற நரகத்திலிருந்து எழுந்துவந்த தான் ஒரு பிரேதம் போல இருந்தேன் என்று அறிந்துகொண்ட செயலா? ஆம், என் தேகம் அசிங்கமாக இருக்கிறது—சுத்தமான, முகத்தில் ஒளியுடனும் விரித்த தலையுடனும் நின்ற கௌரியைப் பார்த்தபடியே அவள் பேசாமல் நின்றதைக் கண்டு இப்படிக் கேட்டான்:

'நீங்கள் இனி என்ன செய்வதாக உத்தேசம்?' ஒருவேளை தன் கேள்வியின் தோரணை யாரிடமோ சாதாரணமாய் பேசும் முறையில் இருந்ததாலோ என்னவோ கௌரி ஏதும் பேசாமல் நின்றாள். கௌரிக்கு வருத்தமாக இருந்திருக்க வேண்டும். ஏனோ அவள் பதில் சொல்லவில்லை.

'எதற்கு நாகேஷ், நாம் தீவிரமாய் விரும்பியதைப் பெறும்

தைரியம் பெறுவதில்லை? பெற்ற பின்பு அது முன்பு போல் மதிப்பிற்குரியதாய் இருக்காது என்ற பயமா?'

நாகேஷுக்கு இக்கேள்வி புரியவில்லை. ஆனால் கிருஷ்ணப்பன் என்ன யோசிக்கிறான் என்பதை யூகித்துச் சொன்னான்.

'கௌரி தேஷ்பாண்டேக்கு வரும்படி எழுதியிருக்கிறேன், டெல்லி விலாசத்துக்கு.'

கிருஷ்ணப்பன், எதிர்பார்ப்புக் கொண்ட கண்களுடன் நாகேஷை யே பார்த்துத் தீர்க்கமாக மூச்சுவிட்டான். அவள் வரும் முன் காலும் கைகளும் இன்னும் கொஞ்சம் அசைக்கும்படி ஆகிவிட்டால் என்று ஆசையாக இருந்தது. அப்படி அசைக்க முடிந்தால் மீண்டும் கிராமத்திற்குப் போவேன். சேற்றில் காலை வைத்து மீண்டும் நெல் நாற்றுகளை நடுவேன். ஆடு மேய்த்தபடி அமர்ந்திருந்த அதே அரச மரத்தின் அடியில் மீண்டும் அமர்வேன். அதன் எதிரிலிருந்த அந்தக் கொய்யா மரத்தில் மீண்டும் பஞ்சவர்ணக் கிளிகள் வருவதற் காகக் காத்திருப்பேன்.

'மகேஸ்வரய்யனும் வந்தால் நன்றாக இருந்திருக்குமோ?'

'எழுதலாம் என்றால் அவருடைய விலாசம் இல்லையே!'

'அவர் அப்படித்தான். திடீரென்று வந்து விடுவார். அவருக்கு ரேஸ் பைத்தியம். பெங்களூரில் நாளையிலிருந்து சீசன் அல்லவா? வந்தாலும் வரலாம்' என்று கிருஷ்ணப்பன் சொல்லிவிட்டுப் படுத்தான். சரிந்து படுக்கும் சக்தி இந்தத் தேகத்திற்கு என்றைக்கு வருமோ? அதற்குள் இன்னொரு 'ஸ்ட்ரோக்' வந்து சாகவும் கூடும். எங்கேயோ ஓர் இடத்தில் இரத்தம் கட்டியிருக்கிறது. அது தானாகவே கரைந்து போகவும் கூடும். ஒவ்வொரு கணமும் பிரக்ஞா பூர்வமாக வாழ்வது மட்டுமே தனக்கு எஞ்சியுள்ளது. இந்தத் தேகம் இப்போது இந்த நிலைமைக்கு ஆளாகியிருக்கிறதே, சொல்லாமல் கொள்ளாமல், எச்சரிக்கைகூட கொடுக்காமல்!

கிருஷ்ணப்பனின் வாழ்க்கையில் பிரவேசித்த யார்தான் முழுசாய் எஞ்சியிருக்கிறார்கள்? யாரும் இல்லை... அவனுக்குத் தெரியாது. வெளி அடையாளங்களைப் பார்த்து யார் எப்படிப் பட்டவர் என்று சொல்வது சாத்யமில்லை. உதாரணத்திற்கு உமா. அண்ணாஜியின் சாவின் மூலம் அவளுக்கு ஏற்பட்ட அதிர்ச்சி கிருஷ்ணப்பனுக்கு மட்டுமே தெரியும். அவள் யாருக்கும் சொல்லமுடியாமல் உடல் சரியில்லை என்று கூறி, தாய் வீட்டிற்குப் போய்விட்டாள். அப்போது அவள் கர்ப்பிணி. அண்ணாஜியின் அந்த மகன் இப்போது வளர்ந்து

விட்டான். ஹிப்பி போல் முடி வளர்ந்து அவன் மோட்டார் சைக்கிளை ஓட்டிக் கொண்டு போவதைக் கிருஷ்ணப்பன் பார்த்திருக் கிறான். அவன் பிறந்த பிறகு உமாவுக்கு இன்னும் இரு குழந்தைகள் பிறந்தனவாம். அவளைப் பற்றிய இரகசியத்தை இவ்வளவு நாள் கிருஷ்ணப்பன் மூடி வைத்திருந்தான். தன் வாழ்க்கை வரலாற்றை எழுத வைக்கும்போது இந்த சம்பவத்தை நாகேஷுக்குக் கூட அவன் சொல்லவில்லை. ஒருவேளை அண்ணாஜியின் மனசு அரசியலி லிருந்து ஒதுங்கி, தாம்பத்தியத்தின் நிம்மதியை நாடும் போது அவனைக் கொன்றுவிட்டார்களா? அவனது வாழ்வில் அவன் செய்த அந்தத் தேர்வுகூட சிந்தனைபூர்வமாக நடந்ததுதானா என்று இப்போது சந்தேகமாக இருக்கிறது. ஆனால் செத்ததால் தன் கேள்விக்கும் சந்தேகத்திற்கும் அப்பாற்பட்டவனாய் இருப்பதாகவும் தோன்றுகிறது. தான் கண்ட ஓர் அபூர்வ மனிதன் அவன் ஒருவனே. எவ்வளவு சிறுமைகளுக்கு உள்ளானாலும் அவன் புத்தி மாத்திரம் சதா ஒளிமயமானதாக இருந்தது. அவன் உயிருடன் இருந்தபோது அவன் உண்மையானவனா என்ற கேள்வி கிருஷ்ணப்பனிடம் எழுந்தது. என்றாலும் அண்ணாஜி தன்னையும் மீறியவனாய்த் தென்படுவதால் அவன் லட்சியத்திற்காய் இறந்தவனாகவே காட்சி தருகிறான். உமா, அவள் தனக்கு எதிராகப் போய்விட்டவற்றை ஏற்றுக்கொண்டு வாழ்வது போல் படுகிறது.

அப்புறம் அந்த அம்மணச் சாமியான பைராகி...? அவரைப் பற்றி மாத்திரம் கிருஷ்ணப்பனுக்கு இன்னும் சரியாகப் புரிந்துகொள்ள முடியவில்லை. அவரது அக வாழ்க்கை ஒளிமயமானதோ அல்லது உள்ளே புழுத்துப் போய் வெளியே தெரியாமல் இருக்கும் காய்கறி போன்றவரோ? எப்படிச் சொல்வது? ஆட்கள் மட்டும் அவரை நம்பினார்கள். அவர் இருக்கும் இடத்தில் ஒரு கோயில் கட்டி யிருக்கிறார்கள். கனவில் அவர் வந்து கேள்விகளுக்குப் பதில் சொல்வதாக ஒரு பிரச்சாரம் பரவி எங்கிருந்தெல்லாமோ ஆட்கள் வரத் தொடங்கியுள்ளார்கள். அவர் மாத்திரம் யாரிடமும் பேசுவதில்லை. நித்திய கடமை யென்று காலையில் எழுந்து வீதி முனையில் நின்று பகவத்கீதை ஓதுவார். தன் ஆகாரத்தைச் சம்பாதித்து வேக வைத்துத் தின்கிறார். இது அன்றுபோல் நடக்கிறது. ஆனால் முன்பு போல் சாதாரணமாக இல்லை. அவர் போகும் வீதிக்குத் தோரணம் கட்டப்படுகிறது. அவர் கீதையை ஓதும் இடத்தில் மேடை எழுப்பி மைக்கூட வைத்திருக்கிறார்கள். பைராகியை 'சித்தேஷ்வரன்' என்று அழைக்கிறார்கள். எதையும் பைராகி நிராகரிப்பதில்லை.

வேண்டுமென்று சொல்வதுமில்லை. ஆனால் ஜனங்களின் தேவை இப்படி நிறைவேறுவதற்காக அவர் சந்தோஷப்படுவது போல் தெரிகிறது — அவர் உடல் பருத்திருப்பதைப் பார்த்தால், கொடுப்பதையே ஏற்பேன் என்கிற அவர் எண்ணமே அவருக்கு விசேஷமான சத்துணவு கிடைக்கும்படியும் செய்திருக்க வேண்டும்.

அவர் பதில் சொல்லத் தக்கதென்று எண்ணும் கேள்வியைத் தன்னால் கேட்கமுடியாத தனது மனநிலை குறித்துக் கிருஷ்ணப்பன் பலவேளை சந்தேகப்படுவதுண்டு. அப்போது கோபம் அடைந்ததும் நிஜம். ஆனால் அதற்குக் காரணம், தனக்குத் தெரிந்திருந்ததெல்லாம் ஒருவேளை பொய்யாக இருந்திருக்கக் கூடும். அதனாலேயே பைராகியிடம் கேள்வி கேட்காமலேயே போனேன் என்று நினைத்தான். பைராகி கிருஷ்ணப்பனுக்கு இப்படித் தன்னை அளவிடும் மன அளவையாக இருந்தார். அந்தப் பாம்பு அவர் குகையில் நுழைந்ததும் அவருக்கு ஏற்பட்ட மன உபாதையைத் தாள முடியாமல் இருந்தார் என்பது அவரது ஆமை வடிவத்தில் நடத்தும் தபசைப் பற்றிய ஆழமான சந்தேகத்தை ஏற்படுத்துகிறது. வாழ்வின் எல்லாச் சாத்தியப்பாடுகளையும் எதிர்நோக்கும் திறமையுடன் தன் வாழ்வு அமைய வேண்டுமென்ற கிருஷ்ணப்பனின் லட்சியத்திற்கு இது எதுவும் சமம் அல்ல என்று தோன்றுகிறது அவனுக்கு.

தன்னிடம் ஏற்பட்டுள்ள பிளவு எங்கே எப்படி வெளிப் பட்டது? இறக்கும் முன்பு இதைப் புரிந்துகொள்ள வேண்டும். அதுமட்டுமே இப்போது என்னிடம் எஞ்சியுள்ளது என்று யோசித்தபடியே ஒருபக்கமாகச் சரிந்து படுக்க முயல்கிறான்.

'நாகேஷ், என் தாயை அழைத்துக் கொண்டுவர யாரையாவது அனுப்ப வேண்டுமே!'

'நானே போய் வரட்டுமா, கௌடரே?'

'வேண்டாம். நீ இங்கே இருக்க வேண்டியது அவசியம். உன் நண்பர்களில் யாரையாவது அனுப்பு.'

வீட்டின் வெளியில் கார் வந்துநின்றது. அதிலிருந்து வீரண்ணன் இறங்கினான். காதி ஸில்க்கின் க்ளோஸ் காலர் கோட்டும் பாண்டும் அணிந்த வீரண்ணனுக்கு சுமார் அறுபது வயதிருக்கும். பெங்களூரின்

✤ 113

இரண்டு பெரிய ஹோட்டல்கள் மற்றும் மூன்று தியேட்டர்களின் முதலாளி இந்த வீரண்ணன். அவன் தந்தை ஒரு சிறிய காண்ட்ராக்டராக இருந்தார். வீரண்ணன் தன் புத்தி சாமர்த்தியத்தால் லட்சாதிபதி இன்று. திருப்பதி வெங்கட ரமணனின் பரமபக்தனான வீரண்ணன் உள் நாட்டிலும் வெளி நாடுகளிலும் வெங்கடரமணனின் கோயில்களைக் கட்ட முன் வருபவன். சோஷலிஸ்ட் தலைவன் என்றும், பணக்காரர்களின் விரோதி என்றும் பெயர் படைத்த கிருஷ்ணப்பனை இந்த வீரண்ணன் ஆராதிப்பதைக் கண்டு எல்லாரும் ஆச்சரியப்பட்டார்கள். எப்பேர்ப்பட்ட மந்திரிகளே வீரண்ணனின் கடைக்கண் பார்வைக்கு ஏங்கும்போது எதையும் யாரிடமும் கேட்காத கர்வம் படைத்த கிருஷ்ணப்பனிடம் மட்டும் வீரண்ணன் மிக விநயத்துடன் நடந்து கொள்வான். கிருஷ்ணப்பனுக்கு 'ஸ்ட்ரோக்' ஏற்பட்ட போது அவன் வாசம் செய்தது பெங்களூர் காந்தி பஜாரின் பக்கமுள்ள ஒரு பழைய வீட்டில். 'ரெண்ட் கண்ட்ரோலில்' இருந்து வந்த வீடு அது. மாதத்திற்கு நூறு ரூபாய் வாடகை. வீட்டின் வெளியில் கக்கூஸ். உடல் நலமில்லா கிருஷ்ணப்பனுக்கு இது மிகவும் தொல்லை என்று வீரண்ணன் சதாசிவ நகரில் இருக்கும் தான் வாடகைக்குக் கொடுத்திருக்கும் ஃபிளாட்டுகள் ஒன்றிற்கு வரும்படி வேண்டிக் கொண்டான். கிருஷ்ணப்பனின் மனைவி சீதாவும் தான் வேலை செய்யும் 'பாங்கி'ற்குப் பக்கம் அது என வாதித்தாள். ஆனால் தனக்கு எம்எல்ஏவாக வரும் சம்பளத்தில் நூறு ரூபாய்க்கு அதிகம் கொடுத்து வாடகை வீட்டில் இருப்பது இயலாது என்று கிருஷ்ணப்பன் நிராகரித்தபோது, 'அப்படியெனில் நூறே எனக்கும் வாடகை கொடுங்கள், போதும்' என்று வீரண்ணன் கேட்டுக் கொண்டான்.

'ஆனால் அதற்கு உண்மையில் எவ்வளவு வாடகை? எழுநூறு இல்லையா, வீரண்ணா?'

'நான் என்ன செய்யப்போகிறேன், அவ்வளவு பணத்தை உங்களிடமிருந்து வாங்கி? நான் உங்களுக்குச் சும்மா கொடுக்க வில்லை அல்லவா?'

கிருஷ்ணப்பன் தானிருந்த பலவீனமான தேகஸ்திதியில் சதாசிவ நகர் ஃபிளாட்டுக்குத் திருப்தியில்லாத மனதுடன் வந்தான். சீதா தினமும் ரகளை செய்வது வராது என்பது இப்படி வருவதற்குக் காரணமாயிற்று. பக்கத்திலேயே கௌரிக்கு இங்கிலீஷ் நர்சரி வேறு இருந்தது சீதாவுக்கு மகிழ்ச்சியாயிற்று.

கிருஷ்ணப்பனுக்கு ஸ்ட்ரோக் ஏற்பட்டபோதுதான் அவன் எவ்வளவு பெரிய மனிதன் என்பது எல்லோருக்கும் தெரிந்தது. மாநில கவர்னரே ஆஸ்பத்திரிக்கு வந்து அவனைப் பார்த்தார். கிருஷ்ணப்பன் மிகக் கொடூரமாக எதிர்த்த முதலமைச்சர் பம்பா யிலிருந்து ஒரு ஸ்பெஷலிஸ்டை வரவழைத்தார். தேசத்தின் எல்லா வி.ஐ.பி.களும் ஆஸ்பத்திரிக்கு வந்து அவனைப் பார்த்தார்கள்.

தான் எதையும் விரும்பாமலேயே எல்லாம் தனக்குக் கிடைப் பதைக் கண்டு கிருஷ்ணப்பன் ஆச்சரியப்பட்டான். எந்தப் பலனை யும் விரும்பாமலே வீரண்ணன் தனக்கு உதவுகிறான் என்று அறிந்தான். அவனுக்கு நான் என்ன செய்ய முடியும்? எதிர்த்தது சமூக அமைப்பையேயன்றி நபர்களை யல்ல அல்லவா? வீரண்ணன்கூட இந்த அமைப்பில் எல்லாரையும் போல் ஒருவன்தானே?

ஆனால் இப்படியெல்லாம் விவாதம் செய்துகொண்டே நான் வீரண்ணனை ஒப்புக்கொள்ளத் தொடங்கிவிட்டேன் என்ற நினைவு கிருஷ்ணப்பனை அவ்வப்போது வதைக்கும். அது நாகரிகமற்றது என்றும் சந்தேகப்படுவான். அவனது சவரம் செய்த மிருதுவான முகம், செவிமேல் நிற்கும் முடி, கண் மீது தெரியும் பெரிய புருவம், பெரிய கழுத்து, தன் அருகில் விநயமாய் தன்னைச் சுற்றி அவன் நடக்கும் முறை, 'அம்மா, அம்மா' என்று சீதாவை அழைத்து மார்க்கெட் டிலிருந்து கொண்டுவந்த காய்கறிப் பெட்டியைக் கொடுத்தபடி அவளின் பாராட்டைப் பெறும் பேச்சுலாவகம் எல்லாமும் கிருஷ்ணப்பனுக்கு எரிச்சலை உண்டுபண்ணும். தன் புரட்சிகர ஆளுமைக்கு அடிமையான நாகேஷ் போன்ற இளைஞர்கள் தன் அருகில் இருக்கையில் பரம ஆப்த நண்பன்போல் வீரண்ணன் நடந்துகொள்வது கிருஷ்ணப்பனுக்குச் சங்கடமாக இருக்கும்.

'எப்படி இருக்கிறீர்கள், கௌடரே?' என்று வீரண்ணன் உள்ளே வந்து, 'தினம் தினம் இம்ப்ரூவ் ஆகிறீர்கள், அது நம் தேசத்துப் புண்ணியம்' என்று நாற்காலியை இழுத்துப் போட்டு அமர்ந்தான். தன் தேகத்தின் நிலமை பற்றி வந்தவர்கள் எல்லாம் சாதாரணமாகப் பொய்யே சொல்வார்கள். கிருஷ்ணப்பன் இத்தகைய உபசார வார்த்தைகளுக்குப் பதில் சொல்லமாட்டான்.

'சும்மா பார்த்து விட்டுப் போகலாம் என வந்தேன், கௌடரே! இன்று மத்தியானம் டெல்லியிலிருந்து ஒரு ஸ்பெஷலிஸ்ட் வந்திருக் கிறார். அவரை அழைத்துக்கொண்டு வந்து உங்களைக் காட்ட வேண்டும், 'எக்ஸ்பர்ட் ஒப்பினியனுக்கு அம்மாவுக்குக் கஷ்டமாகும்

என்பதால் நாளையிலிருந்து ஒரு நர்ஸ் வந்து உங்களைக் கவனித்துக்கொள்வாள். இப்போது நான் போகட்டுமா?'

வீரண்ணன் எழுந்து புறப்பட்டான். வெளியே போனவன் ஏதோ நினைத்துக்கொண்டு மீண்டும் உள்ளே வந்தான்.

'மறந்துபோனேன், கௌடரே! உங்களுக்குக் கார் மிகவும் அவசியம். அம்மாவுக்கு வீட்டுவேலை முடித்து பாங்கிற்குப் போகவும், அஸெம்பிளி ஆரம்பித்தபிறகு உங்களை அழைத்துக் கொண்டு போகவும் ஒரு கார் வேண்டும். டாக்ஸிக்கு மிகவும் செலவாகும். என் கார் இருக்கு. ஆனால் டைமுக்குக் கிடைக்க வேண்டுமல்லவா? அதனால் இந்த பாரத்தில் ஒரு கையெழுத்துப் போடுங்க. ஒரு ஃபியட் கார் உடனே கிடைக்கும். எம்.எல்.ஏ.யாக அது உங்கள் உரிமை..'

வீரண்ணன் நிரப்பிய அப்ளிகேஷனையும் பேனாவையும் தயார் செய்து, கையெழுத்து வாங்க கட்டிலின் மேல் பாகத்தில் அமர்ந்தான்.

'வேண்டாம் வீரண்ணன்! கார் வாங்கும் அளவு பணம் என்னிடம் இல்லை.'

'ஐயோ பணம், பணம்! ஏன் எப்போதும் பணம் பற்றியே பேசுகிறீர்கள்? அதை என்னிடம் விடுங்கள்.'

'அதெல்லாம் முடியாது. கடன் வாங்க எனக்கு இஷ்டமில்லை.'

'வேண்டாம். கடன் வாங்க வேண்டாம். உங்க காரை நானே வாங்கி விடுகிறேன். என் மகனும் ஒரு ஃபியட் வேணுமென்று கேட்கிறான். எவ்வளவோ உபகாரம் நீங்க செய்வதற்கு நீங்க விரும்பும்போது நான் அந்தக் காரைத் தரமுடியும் அல்லவா?'

நாகேஷ் அறையிலிருந்து எழுந்து போனான். என் மனம் இந்த வீரண்ணனின் உபகாரங்களுக்கு நன்றிக்கடன்படுவதில் பலவீன முறுவதை நாகேஷ் கவனிக்கிறான். எனக்குத் தர்மசங்கடம் ஏற்படக் கூடாதென்று வெளியே போகிறான்.

கிருஷ்ணப்பன் வேண்டவே வேண்டாம் எனத் தலையை ஆட்டியபடி வீரண்ணனுக்குச் சொன்னான்.

'போகட்டும். உங்களுக்கு வேண்டாம். எனக்கு இந்த உப காரத்தைச் செய்யலாமில்லையா நீங்க?'

லட்சாதிபதியான வீரண்ணனுக்குப் பத்தோ பன்னிரண்டோ ஆயிரம் கொடுத்து ஒரு ஃபியட்டை வாங்குவது கஷ்டமா? அதற்காக அவன் தன்முன் கைநீட்டிக் கொண்டு நிற்பானா? ஆனாலும் உபகாரம் செய்யும்படி கேட்கிறான் என்று கிருஷ்ணப்பன் மெல்ல

பாரத்தில் கையெழுத்திட்டான். வீரண்ணன் புறப்பட்டுப் போனதும் நாகேஷ் உள்ளே வந்தான்.

'இதுகூட 'கரப்ஷன்' தான் நாகேஷ். வீரண்ணன் ஓராயிரமாவது இந்தக் காரிலிருந்து லாபம் பெறுவான். எனக்காக வாங்குகிறேன் என்கிறான். உண்மையோ, என்னவோ?'

'விடுங்க கௌடரே, அந்தக் கார் அவனுக்கென்ன பெரிசா? உங்கள் தேவைக்கென்று வாங்குகிறான். அவன் கடமை அது என நினைக்கிறான்.'

நாகேஷ் பேச்சிலிருந்து கிருஷ்ணப்பனுக்குச் சமாதானம் ஆயிற்று. எனவே கடுமையாகப் பேசுவது அவனுக்குச் சுலபமாயிற்று.

'உனக்கு இன்னும் அனுபவம் போதாது, நாகேஷ்! நான் முதுமை அடைந்துகொண்டே வருகிறேன். உள்ளே புழுத்துப் போய் விட்டேன். பத்து வருஷங்களுக்கு முன்பு இப்படிப்பட்டவங்க நிழல்கூட என் மீது பட்டிராது.'

இந்தப் பேச்சிலிருந்து நாகேஷுக்குத் தன்னைப் பற்றிய அபிப்ராயம் கூடியது கண்டு தன்னை வெறுத்தபடி கிருஷ்ணப்பன் கண்மூடி...

'என்னை வீல் செயரில் உட்கார வைக்கிறாயா, நாகேஷ்? வெளியில் யாரோ இருக்கிறார்கள். அவர்களையும் கூப்பிடு உதவிக்கு' என்றான்.

அக்டோபர் மாத காலநிலை பெங்களூரில் இதமாக இருந்தது. சிமெண்ட் முற்றத்தில் வீசும் வெயிலில் தன் கால் கைகளைக் காய வைத்துக்கொண்டு அவற்றில் இரத்தம் பாய்வதைக் கற்பனையில் அனுபவித்தபடி அமர்ந்திருந்தான் கிருஷ்ணப்பன்.

வாரங்கலிலிருந்து வந்து கிராமத்திற்குத் திரும்பிய பிறகு கிருஷ்ணப்பன் சிறியதொரு குடிசை கட்டிக்கொண்டு மாமனிடமிருந்து தந்தைக்குச் சேரவேண்டிய வயல்களைத் தன் பொறுப்புக்கு எடுத்துக்கொண்டு தாயோடு வாழ்ந்து வந்தான். பால் கறக்கும் இரு பசுக்கள் இருந்தன. காலையில் எழுந்து கிருஷ்ணப்பனே பால் கறப்பான். இப்போது ஜீவன் இல்லை என்றிருக்கும் விரல்கள் அன்று பசு மடுவில் பாலை மேலிருந்து கீழாக இரண்டு கைகளாலும்

லயத்துடன் மெதுவாய்க் கறந்தன. முதன்முதலில் கை வேகமாகப் பாலைக் காலியாக்கிய உணர்வு. பின்பு கறுப்பு வெள்ளைப் புள்ளி கொண்ட காவேரி என்ற பசு, பின் காலை விரித்தபடி நின்று, தன் மடியின் பாரம் கிருஷ்ணப்பனின் லயம் கூடிய இழுப்புக்கு வசப்பட, தாரை தாரையாகப் பாலை இறக்கிச் சுகப்பட்டு ஆழமாக மூச்சு விட்டது. அழுத்தும்போது மெதுவாய் மிருதுவாகி பால் பீச்சியதும் சுருங்கியது மடி. தாய் காய்ச்சிக் கொடுத்த பாலைக் குடித்துக் கிருஷ்ணப்பன் வயலுக்குப் போவான். வெயில் காலத்தில் கிணறு வற்றி, கால் அளவு நீர் இருந்தபோது கிணற்றில் இறங்குவான். சேற்றை எடுத்துப் பக்கெட்டில் நிறைத்ததும் மேலிருந்து சேஷப்பன் கயிற்றால் அதை இழுப்பான். மூடிய ஊற்றுகளைத் தொட்டுத் திறக்கச் சேற்றில் கைகள் பாயும். இரும்பு சல்லடையின் வழி இப்படிச் சகதியையும் தண்ணீரையும் மேலே தூக்கும்போது குளிர்ந்த நீர்ஊற்றுத் திறந்து விரல் முனைகளைத் தாக்கி முழு தேகத்தையும் சிலிர்க்க வைக்கும்.

'எதற்கடா இந்தக் கல் விக்கிரகத்தைப் பூஜை செய்துகொண்டு சோம்பேறியா அமர்ந்திருக்கீங்க? அது ஒரு கல் இல்லையா? எடுத்து வீசுங்க. உங்களைப் பிடித்தாட்டுகிற தெய்வம் யார் தெரியுமா? மடத்திற்கு ஏஜெண்ட் வேலை செய்யும் நரசிங்கபட்டன்தான். நீங்கள் சம்பாதித்ததை எல்லாம் வந்து எடுத்துக்கிட்டுப் போகிறான்...'

கிருஷ்ணப்பன் தன்னைச் சுற்றியுள்ள விவசாயிகளிடம் சொல்வான். இது புரோகிதர் காதில் விழும்.

'கிருஷ்ணப்பா!' என்று வாழையிலை கிள்ளும் சாக்கில் புரோகிதர் வந்து சாவடியில் அமர்ந்து கிருஷ்ணப்பன் கொடுத்த பாலைக் குடித்து அதுவும் இதுவும் பேசியபடி, 'என்ன கிருஷ்ணப்பா, கல் கடவுள், வெறுங்கல், வீசுங்கடான்னு சொன்னியாமே உண்மையா?' என்று கேட்பார். புரோகிதர் வந்ததால் அவன் தாய் வந்து வெற்றிலை போட்டபடி அமர்ந்திருப்பாள். புரோகிதரின் பலவீனமான உடலையும், அங்கங்கே முளைத்த வெள்ளைத் தாடியையும், பெரிய குடுமியையும், சந்தோஷமான கண்களையும் பார்த்துக் கிருஷ்ணப்பன் நிதானமாகப் பேசுவான்.

'நீங்கள் நம் தெய்வமான நரசிம்ம வடிவத்தை வணங்கு பவர் அல்லவா? அப்படியெனில் எப்படி உம் தோட்டத்தை இழந்தீர், சொல்லும்? யார் அதற்குக் காரணம்?'

'இருப்பது நானும் என் மனைவியும். கொஞ்சம் பென்சன் வரும்.

உன் மாமா மற்றும் நாலைந்து கௌடர்கள்—ஏனோ ஜோதிடம் பார்க்கிறான்கள் இல்லையா? ஊரில் ஒரு பிராமணன் இருக்கட்டும் என்று வீட்டுக்கு வேண்டிய அரிசி, விறகு, காய்கறி, வாழையிலை, பழங்கள் தருகிறார்கள். எனக்கு எதுக்குத் தோட்டம் வேணும், சொல்?'

'சரி, புரோகிதரே, நம்ம மடத்து ஏஜண்டான பட்டன் இருக்கிறானே அவனல்லவா உங்களைத் தோட்டத்திலிருந்து விரட்டிவிட்டு அந்த நிலத்தைத் தன் சொந்த சாகுபடிக்காக வைத்திருப்பது?'

'வாடகை கொடுக்கவில்லை என்று எடுத்துக்கொண்டான்... சரி, இந்தக் கஷ்டங்களில் இருந்தெல்லாம் தப்பமுடியுமா?'

'முடியும் புரோகிதரே.'

'இப்போதுள்ள சட்டங்கள் எனக்குத் தெரியாது. ஆனால் கோர்ட் படி ஏறி முன்னேறியவர்களை நான் பார்த்ததில்லை. போகட்டும் விடு. நான் கேட்ட கேள்விக்கும் இந்த எதிர் கேள்விக்கும் ஏனோ எனக்குச் சம்பந்தமே தெரியவில்லை.'

'சம்பந்தம் இருக்கு.'

'அப்படியென்றால் சொல். 'ஷிஷ்யாதிச்சேத் பராஜெயம்' என்பார்கள்.'

'எப்படியென்றால், புரோகிதரே, இப்ப பாருங்க, கல்லாக இருக்கும் கடவுளை நம்பிக்கொண்டு இந்த முட்டாள் சூத்திரர்கள் அந்த நரசிம்மபட்டனுக்குப் பயப்படுகிறார்கள். தம் தினசரி வாழ்க்கை முறையில் எந்த மாற்றத்திற்கும் இடமில்லை என்று நினைக்கிறார்கள். அந்த ஆடு கோழி தின்னும் கல்கடவுளே தங்களை முன்னேற்றுவான் என்பது அவர்கள் எண்ணம்.'

'உங்க சனங்கள், நிர்குண பிரம்மாவை அறியும் மட்டத்திற்கு வர வேண்டும் என்பதை நானும் ஒப்புக்கொள்வேன் கிருஷ்ணப்பா. தர்மகர்மங்களின் முகாந்திரம் அவர்கள் மேலே வரவேண்டுமே ஒழிய...'

'அதல்ல நான் சொல்வது புரோகிதரே, கேளுங்கள், நரசிம்ம பட்டனுக்கு எதிராக அந்த மக்கள் போராடித் தம் தினசரி வாழ்வை நிலைநிறுத்திக்கொண்டால் பின்பு ஆடு, மாடு, கோழி தின்னும் கடவுள்களைப் பூஜிப்பதிலிருந்து விடுதலை பெறலாம். ஆனால் நரசிம்மபட்டனை எதிர்க்க இந்தக் கல்கடவுளைப் பற்றிய நம்பிக்கை தடுக்குமே, சொல்லுங்க. அதனால் எனக்கு என்ன தோன்றுகிற தென்றால் கல்கடவுளை வீசி எறிந்துவிட்டுத் தைரியம் பெற்று

நரசிம்ம பட்டனின் தொப்பை வயிற்றைக் கரைக்கணுமா அல்லது இரண்டாவதை முதலில் செய்து கல்கடவுளைப் பூஜை செய்யும் நிலைமையிலிருந்து தப்பி மேலே வரவேண்டுமா என்பதுதான்.'

நரசிம்மபட்டனைத்தான் ஏக வசனத்தில் அவமானித்ததால் பிராமணரான புரோகிதருக்குச் சங்கடமாகிப் போனதைக் கிருஷ்ணப்பன் கவனித்தான். புரோகிதர் தானே நரசிம்மபட்டனின் குறைகளை வேதனையுடன் சொல்லி, மடமே தர்மங்களை அழித்த பின் என்ன கதி என்று கிருஷ்ணப்பனிடம் முன்பு பெருமூச்சுவிட்டுப் பேசியதுண்டு. மடத்தின் தலைவர் வேசியை வைத்துக்கொண்டு காரியங்களைத் தன் தம்பியான இந்தப் பட்டனின் கையில்விட்டு, புரோகிதர் போன்ற தர்மவான்களுக்குச் சங்கடமேற்படுத்தினான். அண்ணாஜி தனக்குள் விதைத்திருந்த சிந்தனைகளாகட்டும் அல்லது தான் வாரங்கல் ஸ்டேஷனில் கண்ட நரகமாகட்டும், அவற்றை இந்தப் பிராமணனுக்குச் சொல்லி அவருக்குச் சங்கடம் ஏற்படுத்துவது சாத்தியமில்லை என்று கிருஷ்ணப்பன் அதனைக் கைவிட்டான். ஆனாலும் புரோகிதரும் அவர் மனைவியும் கிருஷ்ணப்பனிடம் நம்மவர்கள் என்கிற உணர்வை எழுப்பியதுண்டு. கிராமத்திற்கு வந்த ஆரம்பத்தில் புரோகிதர் குளிரில் பெரிய வேஷ்டி கட்டிக் கொண்டு, இன்னொரு ஆடையைத் தோளில் போட்டிருப்பதைக் கிருஷ்ணப்பன் பார்த்து அவருக்கு 'உல்லன் ஷால்' கொடுத்து ருக்மிணி அம்மாவின் ஒளிரும் கண்களில் கண்ணீரை வரவைத்த துண்டு.

கிருஷ்ணப்பன் மாமிசம் தின்பதில்லையாதலால் புரோகிதருக்கு இன்னும் நெருக்கமானவனாக இருந்தான். இந்த லோகத்தில் இன்னும் மழை பெய்து விளைந்துகொண்டிருந்தது, மிகவும் சில பிராமணர்களாவது மூன்று வேளை குளித்து சந்தியாவந்தனம் செய்வதால் தான் என்ற புரோகிதரின் நம்பிக்கையை அன்புடன் கிருஷ்ணப்பன் சகித்துக் கொள்வான். தன் ஜெபதவங்களினால் கிருஷ்ணப்பன் வளர்ந்து கொண்டிருக்கிறான் என்று புரோகிதர் நினைத்துக் கொண்டிருப்பது கிருஷ்ணப்பனுக்குத் தெரியும். அதனையும் அவன் பரவாயில்லை எனச் சகித்துக்கொள்வான். அவரது ஜெபதவங்களின் பலனாக வளர்ந்த நான் நரசிம்மபட்டன் எவ்வளவோ தவறு செய்தாலும் அவனுக்குப் பூர்வஜன்ம புண்ணி யத்தால் கிடைத்த பிராமணப் பிறப்புக்குக் கொஞ்சமும் மதிப்புக் கொடுக்காமல் இருப்பது புரோகிதருக்குப் பிரச்சினையாகியுள்ளது என்று அவன் நினைத்தான்.

வசூல்காலம் வந்துவிட்டால் நரசிம்ம பட்டன், அவன் பக்கத்து அமீனா மற்றும் வரிவாங்கும் கணக்குப்பிள்ளை போன்றோர் கிராம விவசாயிகளுக்குச் சிம்ம சொப்பனமாகிவிடுவார்கள். இந்தத் தடவை ஒரு சம்பவம் நடந்தது. கொடுக்கவேண்டிய குத்தகை கொடுக்க வில்லை என்று வீரேகௌடா என்கிற விவசாயியின் வீட்டில் நரசிம்மபட்டன் தன் ஆட்களுடன் நுழைந்தான். வீரே கௌடாவின் குழந்தைக்கோ காய்ச்சல். அவன் மனைவி குழந்தைக்கு என்று பித்தளைப் பாத்திரத்தில் பால் காய்ச்சிக்கொண்டிருந்தாள். உள்ளே எங்கோ வீரே கௌடா பாக்கை ஒளித்து வைத்திருக்கிறான் என்று நினைத்து உள்ளே புகுந்த பட்டனுக்கு வெறும் வீட்டைக் கண்டு கோபம் வந்தது. பாக்கை வேறு எங்கோ கௌடா வைத்திருக்கிறான் என்று நினைத்தான். 'நற நற'வென்று பற்களைக் கடித்துக் கொண்டு பட்டன் வீட்டினுள் இருந்ததை எல்லாம் வெளியே வீசும்படி ஆட்களுக்குச் சொன்னான். கௌடனின் மனைவி அவனது காலைப் பிடித்துக் கெஞ்சியும் மனமிளகாமல் அடுப்பு மேலிருந்த பாலை முற்றத்தில் எடுத்து வீசினான். இந்தச் சம்பவம் கிராம மக்களுக்குத் திக்பிரமை ஏற்படுத்தியது. செவியில் ஒரு கம்மல் போட்டு, நெற்றிக்கு விபூதி அணிந்து, பஞ்சக் கச்சத்தின்மீது கறுப்புக் கோட்டு அணிந்து கையில் கம்புடன், வெளியே தள்ளிய பல்லுடன் கன்னங்கரேல் என்று காட்சி தரும் இந்தப் பட்டன் வீரே கௌடனுக்கு எமனைப் போல் தோன்றினான். அன்று மாலையே காய்ச்சல் வந்த குழந்தை இறந்து போனது.

வாரங்கல் ஸ்டேஷனில் நடந்த அநியாயத்தின் வேர்களைச் சுற்றிலும் கண்ட கிருஷ்ணப்பன், வீரே கௌடனின் குழந்தையைப் புதைக்க, தானே போனான். அங்கு கூடியிருந்த விவசாயிகளுக்குச் சொன்னான்:

'மடத்தைச் சார்ந்த பட்டன் வருஷா வருஷம் அதிகமாக வரி வசூலிக்கிறான். அவன் வசூல் அளக்கக் கொண்டுவரும் மரக்கால் பெரிதாகிக்கொண்டே போகிறது. பழைய மரக்காலில் மட்டும் வாடகைக்கான தானியம் தரமுடியும் என்று நீங்கள் சொன்னால் அவன் சண்டைக்கு வருவான். முதலிலேயே உங்கள் வீட்டுப் பெண்களுக்கு ஒரு பாத்திரத்தில் சாணி நீரைக் கலக்கி, அதில் விளக்கு மாற்றைப் போட்டு வைக்கச் சொல்லுங்கள். பட்டன் வீட்டுக்கு உள்ளே வந்தால் விளக்குமாற்றால் அவனை அடியுங்கள். பிராமணன் இதனால் திக்பிரமை அடைவான்.'

மறுநாளே பட்டன் ஓர் ஏழை கௌடாவின் வீட்டில் போனதும் பட்டனின் வெள்ளை ஆடை, 'கோட்' மேலே சாணிநீர் அபிஷேகம் நடந்தது. இந்தச் செய்தி தாலுகா முழுவதும் பரவியது. இந்தச் சம்பவத்தால் பல விளைவுகள் ஏற்பட்டன. போலீஸ் உதவி பெற்றுப் பட்டன் தொல்லை கொடுக்க ஆரம்பித்தான். விவசாயிகள் ஒரு சங்கம் வைத்துத் தம் வயல்களில் உழப் போனார்கள். அவர்களைச் சட்டத்தின் படி போலீஸ்காரர்கள் கைது செய்தனர். இந்தச் செய்தி பரவி, தேசத்தில் பல இடங்களிலிருந்து சோஷலிசவாதிகள் கிருஷ்ணப்பனின் ஊரான புலியூருக்கு வந்தனர். அங்கு அவர்கள் கைது செய்யப் பட்டார்கள். இந்த நிகழ்ச்சியின் மூலம் புலியூர், கர்நாடகத்தின் தெலுங்கானா என்று புகழ்பெற்றது.

விவசாயிகள் தம் போராட்டத்தில் முழுமையாய் வெற்றி பெறா விட்டாலும் மடம் கொஞ்சம் பணிந்தது. மரக்காலின் அளவு பெரிதாவது நின்று, ஐந்து வருஷங்களின் முன்பிருந்த அளவுக்குக் குறையலாயிற்று. இந்தச் சம்பவத்தின் மூலம் விவசாயிகள் எல்லாரும் ஒன்றுபட்டார்கள். மக்களின் தூண்டுதலால் கிருஷ்ணப்பன் தேர்தலில் நின்று ஜெயித்தான். மூன்றாவது முறையாக அவன் அசெம்பிளிக்குத் தேர்ந்தெடுக்கப்பட்டான். கொஞ்சம் கொஞ்சமாகவாவது விவசாயிகளின் பிரச்சினைகள் தீர்க்கப்படுவதில் கிருஷ்ணப்பனின் பாத்திரம் மகத்தானது என்று தேசத்தில் எல்லோரும் இப்போது ஒப்புக்கொள்கிறார்கள். முதலில் பிராமணர்களுக்கு எதிராய் இருந்த அரசாங்கம் இனாம்தாரி முறையை ரத்து செய்தது. ஆனால் ஜமீன்தார் வர்க்கமான 'ஒக்கலிக' சாதியினரும் 'லிங்காயத்' சாதியினரும் அதிகாரத்தில் இருந்ததால் நில உச்சவரம்பு போராட்டம் தீவிரமாக வேண்டியிருந்தது. உழுபவனே நிலத்தின் சொந்தக்காரன் என்கிற முழக்கத்தைப் பேச்சளவிலாவது அரசாங்கம் இப்போது ஒப்புக்கொள்கிறது. ஆனால் உழுபவர்கள் எல்லோரும் நிலத்தின் சொந்தக்காரர்கள் ஆகவில்லை. சமீபகாலமாய் ஆனவர்கள் பிறர் அப்படி ஆவதை விரும்பவில்லை.

மனிதனின் சுயமரியாதை வளர இந்தச் சொத்துப் போராட்டம் முக்கியம் என்று அண்ணாஜி சொன்னதுண்டு. இது கிருஷ்ணப்பனின் அனுபவமாகிவிட்டது. ஆனால் தான் சேர்ந்துள்ள அரசியல் போராட்டம் கொஞ்சம் கொஞ்சமாக மனிதனைச் சிறுமையிலிருந்து விடுதலை பெறவைக்கும் என்பதில் அவனுக்கு இன்னும் சந்தேகம் இருக்கிறது. மூன்று வேளையும் மக்கள் மத்தியில் அமர்ந்து அவர்களின் கஷ்டநஷ்டங்களைக் கேட்டபடியே இருப்பதால்

அவனுக்குச் சோர்வுண்டாகிறது. அவ்வப்போது ஒருவனாய் தனியாக வாழும் ஆசை தோன்றும். சதா போராட்டத்தில் மூழ்கியிருக்கும் தனக்கு எங்கெங்கோ வெளிப்பட்டுக் கொண்டிருக்கும் வாழ்வின் சிறுசிறு சுகங்கள் காணப்படாமல் போகின்றன என்று சிலவேளை ஆதங்கமுண்டாகிறது. அவன் வாடகைக்கு இருந்த காந்தி பஜார் லே அவுட்டில் என்றாவது மாலை தனியாய் இருப்பது சாத்தியப்படும் போது காம்பவுண்டில் அமர்ந்து வெளியே பார்க்கிறான். எந்த உத்தேசமுமில்லாமல் நடத்தும் ஒரு விழாவிற்கு நீண்ட பாவாடை அணிந்த சிறுமியர்கள் சந்தோஷமாக நடந்து செல்வது கண்டு பொறாமையாக இருக்கிறது. வாழ்வில் வரப் போகும் கஷ்ட நஷ்டங்களோ நடுத்தர வர்க்கத்தைச் சார்ந்த தம் தாய் தந்தையரின் ஆசைகளோ அச்சிறுமியரைச் சற்றும் பாதித்ததாகத் தெரியவில்லை. தலைக்கு மல்லிகைப்பூ வைத்துக் கூட்டமாக நின்று ஏதோ பேசி விளையாடியபடி விளக்கின் கீழ் அல்லது மரங்களின் கீழ் அவர்கள் கழிக்கும் ஒய்யாரமான அரைமணி நேரத்தைக் கிருஷ்ணப்பன் அக்கறையோடு கவனிக்கிறான். சிறுவர்களைக் கண்டால் நாணப்படும் சிறுமிகளும் அவர்களைக் குறும்பு செய்யும் சிறுவர்களும் இருந்தனர். கிருஷ்ணப்பனையே கூட அவனுடன் இருந்த சிறுமியர்கள் முன்பு ஒரு காலத்தில் 'ஆப்பிரிக்கன் பிரின்ஸ்' என்று அழைத்தார்கள் அல்லவா? ஆனால் நான் மட்டும் என்றும் அந்த அழைப்புகளுக்கு மசியாமல் உறுதியான ஆசாமியாகவே இருந்திருக்கிறேன்.

கௌரி தேஷ்பாண்டே பிலடெல்ஃபியாவில் என்ன செய்து கொண்டிருக்கக் கூடும் என்று யோசிக்கிறான். அவளிடமிருந்து கடிதம் இல்லாமல் தானும் எழுதாமல் பல நாட்களாகிவிட்டன. அவளும் சமீபமாய் அரசியலில் ஈடுபட்டிருக்கிறாளாம். அவளோடு இருப்பவன் மார்க்ஸ்வாதி சோஷலிஸ்டாம். பார்லிமெண்டரி அரசியலினால் இந்தியாவுக்குப் பயனில்லை என்று அவள் வாதிக்கிறாள். கௌரி முன்பு இப்படியிருக்கவில்லை. இப்போதைய நிலைப்பாடு அவளே உருவாக்கிக் கொண்டதோ அல்லது வேறு ஆட்கள் மூலம் பெற்றதோ —தெரியாது. அவளைத் திருமணம் செய்யும் ஆசையை நான் வெளிப்படுத்தினதே இல்லை. இதனால் வருத்தமாக உள்ளது. என்னைத் திருமணம் செய் என்று சொன்ன போது லூசினா அதை மனதில் வாங்கவேயில்லை. ஆனால் இந்த வேதனைகள் இப்போது மனதைப் பாதிக்கவில்லை. தனிமைக்கு ஆளாகி, நான் ஒன்றுமில்லாதவனாகிப் போய்க்கொண்டிருக்கிறேன் என்று பயமாக இருக்கிறது. இல்லையென்றால் எனக்குள் ஒரு ஜீவிதம் இருக்கிறது

என்பதைக் கொஞ்சமும் அறியாத சீதாவைத் திருமணம் செய்து கொண்டிருப்பேனா, கவலையாகயிருக்கிறது. கோபாலரெட்டி இறந்தபின்பு தான் தனியாக இருக்க முடியாதென்று எண்ணிச் செய்து கொண்ட திருமணம் அல்லவா? அவனது நண்பர்கள், உணவு மற்றும் வசதிகளைப் பார்த்துக்கொள்ளும் பெண் ஒருத்தி தேவை என்று சீதாவைத் திருமணம் செய்துகொள் என்ற போது அவ்வளவுக்கே லாயக்கானவளைத் திருமணம் செய்ய அவனும் விரும்பினான். ஆனால் பெண்களில் தீவிரமானவர்களுக்குப் பயந்து சீதா போன்ற சாதாரண பெண்ணை விரும்பிவிட்டு பின்பு இன்று தீவிரமான உணர்வும் சிந்தனையும் உள்ளவள் வேண்டுமென்று விரும்பும் என் ஆளுமையில் ஏதோ ஒரு குறை இருக்கவேண்டும். ஒரு வேளை அண்ணாஜி சொன்னதுபோல் நானும் ஃப்யூடல் மனநிலையுள்ளவன் என்பதாலோ, திருமணம் செய்யும் தேவையில்லை என்பதாலோ என்னவோ லூசினாவுடன் தீவிர காதல் எனக்குச் சாத்தியமாகி இருக்கவேண்டும். திருமணத்தின் மூலம் வீட்டுவேலை செய்பவள் ஒருத்தியை விரும்பினேனே ஒழிய ஒரு தோழியை அல்ல. அதனாலேயே ஒருவேளை கௌரியை இழந்தேன் என்று நினைத்தபடி சிகரெட் பற்ற வைக்கிறான். பையன்களும் பெண்களும் வீதியிலிருந்து மறைந்து விட்டார்கள். பக்கத்து வீட்டில் குழந்தை எண்சுவடி படிக்கிறது. உள்ளே சீதா ஏதோ பேசிக் கொண்டிருக்கிறாள். கணவனைத் தனியாகச் சந்திப்பதே அபூர்வ மாதலால் கிடைத்த இந்தச் சமயத்தில் தன் கோபத்தை எல்லாம் அவன் செவிக்கு எட்டவைக்கிறாள். கிருஷ்ணப்பன் உள்ளே போய் ஒவ்வொரு மாலை நேரத்திலும் தான் குடிக்கும் குவார்ட்டர் விஸ்கியை முன்பு வைத்துக்கொண்டு மேசைமுன் அமர்கிறான்.

இன்று நடந்தது நாளை நினைவில் இருக்காது. நாளைக்கப்புறம் அடுத்த நாள் என்று நாட்கள் உருண்டோடுகின்றன. அசெம்பிளியில் முக்கியமான உரை. வெளியில் மேடைகளில் முழக்கம். அதை எதிர்த்து—இதை எதிர்த்துப் போராட்டம். காலையிலிருந்து அது வேண்டும், இது வேண்டும் என்று குவிகிற ஜனங்கள். அதைக் கண்டித்துக் கையெழுத்து—இதைக் கண்டித்து கையெழுத்து—இப்படியே நடக்கிறது வாழ்வு.

இதன் நடுவில் கிருஷ்ணப்பனுக்கு ஒரு பணக்கார நண்பன் கிடைத்தான். கோலார் பக்கத்திலிருந்து அசெம்பிளிக்குத் தேர்ந் தெக்கப்பட்ட அந்தக் கோபால் ரெட்டி பணக்காரனானாலும் மார்க்சியவாதி. சுத்தமான வெள்ளை ஆடையைக் கச்சையாய்

உடுத்து, மென்மையான ஜிப்பா அணிந்து பென்ஸ் காரில் போய்க் கொண்டிருந்த சுகமான தேகம், நீளமான முகம்கொண்ட இந்த மார்க்சிஸ்ட் தன் வர்க்கத்தின் அழிவை விரும்பிய உற்சாகத்தைக் கண்டு கிருஷ்ணப்பன் அவனிடம் மனத்தை இழந்தான். கோபால ரெட்டி ஒரு தடவை தன்னுடன் ஜெயிலில் இருந்தபோது அவனது செயல்திறன், கஷ்டம் சகிக்கும் பண்பு போன்றவற்றைக் கவனித்து ஆச்சரியம் அடைந்தான். பணம், சொத்து, பதவிகளை அசட்டை யாகப் பார்க்கும் கோபால் ரெட்டி சினிமா, சங்கீதம், இலக்கியம் எல்லாவற்றிலும் அதி உன்னதமானதைத் தேடி ஓடுபவன். கல்கத்தாவில் அலி அக்பரின் கச்சேரி இருக்கிறதென்று பேப்பரில் படித்து, கிருஷ்ணப்பனை விமானத்தில் அழைத்துப் போகும் பைத்தியக்காரன் அவன். பம்பாயின் தாஜ்ஹோட்டலில் இருப்பது போலவே சுகமாகக் குடிசையிலும் ஜெயிலிலும் இருக்கக்கூடியவன். எதிலும் ஒட்டாமல் அதனதன் சுகத்தைக் காணத்தெரிந்தவன். பனை மரத்தின் கள், பச்சை மிளகாய் போண்டா, 'ஸ்காட்ச்' மற்றும் 'சீஸ்' மீது அவனுக்கு ஆசை. அபாரமான செல்வம் வாழ்வுக்கு ஒரு தோற்றத்தை மட்டுமே தரமுடியும் என்ற கிருஷ்ணப்பனின் கருத்துக் கோபால ரெட்டி சகவாசத்தால் மாறியது. செல்வமும் வளமும் இருக்குமிடத்தில் வாழ்வின் இலட்சியங்களே வேறு என்று கண்டான். கிருஷ்ணப்பனோ தேர்தலுக்குப் புலியூருக்கு ஓடிவந்து எந்த விவசாயியின் வீட்டு முன் திண்ணையிலாவது படுத்துக் காலையில் வாழையிலையில் விட்ட பழையதுக்கு மாவடு ஊறுகாயைக் கடித்துக்கொண்டு மிகவும் ருசியாய் தின்கிற மனிதன். கோரம் புல்லினால் செய்த பாய், தாளால் செய்த தொப்பி, கோணித் துண்டு, பலாப்பழத் தின்பண்டம், பிரம்புக் கோல்—இப்படி தினமும் நாம் சாதாரணமாய் காண்பதெல்லாம் அவனுக்கு விசேஷமான பொருள்கள். அவன் புணரப் பெண்களைப் பெறுவது, ஒரு பாட்டுப் பாடுவது போல் சுலபம்.

கோபால ரெட்டியின் ஊருக்குப் போனபோது மட்டும் கிருஷ்ணப்பன் தன் நண்பனுக்கும் சில எல்லைகள் உண்டு என்று கண்டான். அங்கு அவன் ஓர் எஜமானன். அவன் தந்தை எதேச் சாதிகாரி. வேலைக்காரர்கள் முதுகு காட்டி நடக்க முடியாது. அரண் மனை போன்ற அவன் வீட்டில் குழந்தைகள் அழுவது கேட்காது. பெண்கள் சிரிப்பதும் கேட்காது. ரெட்டியின் அப்பா நிற்கும்போதும் அமரும் போதும் எல்லாம் நிசப்தமாக இருக்கும். கோபாலரெட்டி மிகவும் சங்கடத்துடன் ஒருநாள் மட்டும் கிருஷ்ணப்பனை அங்கு

வைத்திருந்தான்—அவ்வளவே. தன் செல்வத்தைக் கண்டு கிருஷ்ணப்பன் நாணப்பட்டதைக் கண்டு கோபால ரெட்டிக்கு அவன் மீது மதிப்பு அதிகரித்தது. இத்தகைய சொத்தைக் காப்பதற்கென்றே வாரங்கலில் கண்டது போன்ற போலீஸ் ஸ்டேஷன்கள் இருந்தன என்பது கோபால ரெட்டிக்குத் தெரியாததா, என்ன?

கோபால ரெட்டியின் ஆழமான அபிமானத்தினால் கிருஷ்ணப்பன் பலவீனனானான்; வளைந்தும் கொடுத்தான். அப்படி அவனுக்காக விட்டுக் கொடுப்பதற்காய் மகிழ்ந்தான்; உற்சாகம் கொண்டான்; குடிக்கவும் பழகினான்; பெண்களோடு படுத்தான். தேகத்தில் வியர்வை வந்தால் எப்படித் தெளிவாய் தெரியுமோ அதுபோல தெளிவாய் தெரியும் கிருஷ்ணப்பனிடமிருந்த சமூக அமைப்புக் கெதிரான கோபம், அதன் ஆரம்ப காலத் தீவிரம், அதனதன் எல்லை களைக் களைந்து எல்லாவற்றையும் முழுமையாகப் பார்க்கும் சிந்தனைகளாயின இப்போது. கோபால ரெட்டி எப்போதும் கிருஷ்ணப்பன் கூறும் புரட்சியோடு தன் கருத்துகளைச் சேர்த்தான். ஒன்று இன்னொன்றோடு தொடர்பு உள்ளதால் பெண், விஸ்கி, சங்கீதக் கச்சேரி, விமானப் பயணம் எல்லாம் ஒன்றுபோல பட்டன. இவை கிருஷ்ணப்பனுக்குப் பாதிப்பை ஏற்படுத்தவில்லை. சிறிய விஷயங்களால் பாதிப்படையாமல் இருப்பது, பணத்திற்காகக் கஷ்டப்படாமல் இருப்பது, நிஷ்டூரமாகப் பேசுவது, தேகத்தைப் பெண், உணவு, விஸ்கி முதலியவற்றால் சுகப்படுத்திக் கொள்வது, விரும்பியதைப் பெறுவது — எல்லாம் ஒரே நேரத்தில் கிடைத்ததால் கிருஷ்ணப்பன் இப்படியே வாழ்ந்தான். தான் அதி உன்னத சிகரத்தில் வாழ்வதாய் எண்ணினான். நேற்று எந்தப் பெண்ணோடு சுக மடைந்தேன் என்பது இன்று மறந்தது. மறந்துபோகாமல் தங்குவது சிறுத்தையின் அழகை நினைவிற்குக் கொண்டுவரும் லூசினாவின் அழகு மட்டுமே. அவ்வப்போது வாரங்கல் ஸ்டேஷனில் கழித்த பகலும் இரவும் நினைவில் வரும். ஆனால் வாழ்வைக் களை குன்ற வைக்கும் சிறு விஷயங்களை அபாரமான செல்வம், மற்றும் அதை உதாசீனப்படுத்தும் பண்பு மூலம் சுட்டெரிக்கும் சாமர்த்தியம் கோபால ரெட்டிக்கு இருக்கிறதே! ஆஸ்திபாஸ்திகளால் கட்டுப் படுத்தப்பட்டதும் தான் கனவு கண்டதுமான புதுவாழ்வு அதன் தினசரி வடிவத்தில் இப்படித்தான் எப்போதும் இருக்குமென்று கிருஷ்ணப்பன் நினைத்தான்.

மகேஸ்வரய்யன் ஒரு தடவை வந்தவர், அவர்கள் இருவரையும் சேர்த்துப் பார்த்து ஏதேதோ முனகிக் கொண்டதாய் தெரிந்தது.

பொதுவாக, பெண் என்றால் சஞ்சலப்படும் அவர் தான் பெறும் சுகத்தை ஆதரித்திருப்பார். அப்படியானால் அவர் வேறு ஏதோ நினைக்கிறார். 'கிருஷ்ணப்பா, இதுரொம்ப காலம் போகாது. உனக்கு மீண்டும் அரச மரத்தின் கீழே ஆடு மேய்த்துக்கொண்டு அமர விருப்பமா?' என்றார். ஆமாம், அவர் சொன்னது போலவே அது நெடுநாள் போகவில்லை. கோபால் ரெட்டி கான்சர் வந்து செத்தான். அதன்பின் கிருஷ்ணப்பன் பலநாள் ஈடுபாடில்லாமல் இருந்து வேண்டியவர்கள் வற்புறுத்தியதால் சீதாவைத் திருமணம் செய்து கொண்டான்.

கோபால ரெட்டியிடம் தான் கொண்ட நட்பு, இப்போது பிரமையோ என்று தோன்றுகிறது. தன்னைவிட அதிகம் படித்த ஞானி அவன். நல்ல விளையாட்டு வீரன். சங்கீதத்தில் நல்ல ரசனை. தன்னுடன் இருக்கும் பெண் பணம் கொடுத்துப் பெறப்பட்டவள் என்பது அவளுக்கேகூட மறக்கும்படி செய்யத்தக்க பண்பு. அவனது செல்வத்தை நான் பொருட்படுத்துவதில்லையென்று அவன் என் நட்பை விரும்பியிருக்க வேண்டும். பணம் சாதாரணமானதென்று அதைச் சுட்டுப் பொசுக்கும் மனம் தன் மூலம் அவனுக்கு வாய்த்த தனால் ஒரு விடுதலை உணர்வு கிடைத்திருக்க வேண்டும். நண்பனாக இருந்தும் தன்னை அவன் ஒருவித மதிப்புடன் பார்த்தான். தன் உறுதியான மனசு இளக, அத்தகைய அவனது பார்வை தேவையாக இருந்தது. மகேஸ்வரய்யன், அண்ணாஜி மற்றும் கௌரி போலவே இவனும் தன்னிடம் ஏதோ புனிதமான ஒன்று இருக்கிறதென்று கண்டான். உள்ளே என்னுள் எரிந்துகொண்டிருந்த நெருப்பில் அவன் தன் தேகத்தைக் காய வைத்தான். என் தீவிரமான வேதனை களை அவனது நட்பின் மூலம் காவியங்களாய் மாற்றினான். இதி லிருந்து கிருஷ்ணப்பன் தன் அந்தரங்க ஜீவிதம் தனக்கே வெளிப் படுவதில் ஏற்படும் ஒரு விசேஷ ருசி - அதன் உச்சபட்ச ருசி - குறைய ஆரம்பித்ததைக் கண்டான். தான் அநாதை உணர்வு பெறக் காரணம் கோபால ரெட்டியின் சாவே என்று பட்டது.

'நாகேஷ்!'

தன்னை வெளியில் வெயிலில் விட்டுவிட்டு உள்ளே அமர்ந்திருந்த நாகேஷ் வந்தான்.

'உள்ளே போகலாம். வெயில் ஜாஸ்தி.'

நாகேஷ் நாற்காலியைத் தள்ளிக்கொண்டு அறைக்கு அழைத்துப் போனான்.

' 'ட்ரா'வில் பர்ஸ் இருக்கு. எடு.'

நாகேஷ் எடுத்துக் கொடுத்த பர்ஸிலிருந்து இருநூறு ரூபாய் எடுத்து அவனுக்குக் கொடுத்தான். நாகேஷ் எதுவும் புரியாமல் கிருஷ்ணப்பனின் முகத்தைப் பார்க்க, 'உன்னிடம் வேறொரு ஜோடி ஆடை இருப்பதாய்த் தெரியவில்லை. தைத்துக் கொள்' என்றான்.

'வேண்டாம் கௌடரே'

'எடுத்துக்கொள். வீம்பு பண்ணாதே, உங்கள் பர்சில் இவ்வளவுதான் இருக்கிறது.'

'பார் நாகேஷ், வலது கை இன்னும் அசைகிறது. அதற்கும் ஸ்ட்ரோக் வரும் முன்.'

தான் நகைத்தபடி பேசிய இந்தப் பேச்சைக் கேட்டு நாகேஷ் ஆச்சரியப்பட்டது கண்டு, 'பைத்தியக்காரா, உனக்குத் தெரியாது. என் மனைவி இருக்கிறாள் அல்லவா? பெரிய கஞ்சப் பேர்வழி. என் சம்பளத்தில் மிச்சம் பிடித்துப் பாங்கில் பத்தாயிரம் சேர்த்து வைத்திருக்கிறாள். வாங்கு இந்தப் பணத்தை வாயை மூடிக் கொண்டு' என்றான்.

கிருஷ்ணப்பனுக்கு நாகேஷின் பின்னணி தெரியும். ஏழை பிராமணக் குடும்பம். தந்தை எப்போதும் கோபமாக இருக்கும் ஒரு குமாஸ்தா. அண்ணன் ஒரு எஞ்சினியர். அவர் மனைவி கருமியாகையால், அவனால் குடும்பத்திற்குப் பயனில்லை. திருமணமாகாத ஆறு பெண்கள். மகன் பாதியில் படிப்பை நிறுத்தி, ஊர்வலம் அது இது என்று அரசியலில் காலம் கழிக்கிறான் என்று தாய்க்குப் பயம். நாகேஷ் படுப்பது கட்சி ஆபீஸில். சாப்பிடுவது அங்கும் இங்கும். காபிக்கும் சிகரெட்டுக்கும் காசு கிடைத்தால் போதும் அவனுக்கு. வரவிருக்கும் சம உடைமை சமூகத்தில் தன் கஷ்டம் போய்விடும் என்று கனவு காண்கிறான். காலத்தை எப்படிக் கழிப்பது என்பது அவனுக்குத் தெரிந்தது. எச்.எம்.டியில் வேலை வாங்கித் தரட்டுமா என்று கேட்டால் வேண்டாம் என்கிறான். அப்படிக் கேட்டால் அவமானப்பட்டுக் கோபப்படுவான். எல்லோரையும்போல் உத்தியோகம் பார்த்து வாழ்வது கீழ் என்பது அவன் கருத்து. அப்படி ஒரு திறமையானவனும் அல்ல. ஆனால் கிருஷ்ணப்பனின் ஆளுமைக்கு மயங்கிய பல இளைஞர்களில் இவனும் ஒருவன். தன் அரசியல் சிந்தனைகள், வாழ்வுமுறை முதலியன இத்தகைய பல இளைஞர்களைச் சிக்க வைத்துள்ளன என்று கிருஷ்ணப்பனுக்குப் பச்சாதாபமாக இருந்தது. இத்தகையவர்களுக்கு அவர்கள் வயதாவதை

நினைத்தால் பயம் ஏற்படும்.

'நாகேஷ், உனக்கொரு கதை சொல்லப் போகிறேன்' என்று புரோகிதர் பற்றித் திடீரென்று நினைவுக்கு வர, கிருஷ்ணப்பன் ஆரம்பித்தான். நாகேஷ் நோட்டுக் வைத்துக்கொண்டு இவற்றை யெல்லாம் குறித்தபடி இருந்தான்.

புலியூரின் விவசாயிகள் விளக்குமாற்றைச் சாணியில் அப்பி, நரசிம்ம பட்டனை அடிக்க ஆரம்பித்தபோது தினம் தினம் அவன் பூணூல் மாற்றவேண்டி வந்தது. பிராமணனை இப்படிச் செய்வதைத் தாங்க முடியாது துக்கம் கொண்ட புரோகிதரிடம், 'நீங்க செய்யும் பூணூல் இப்போது அதிகம் விற்கிறது அல்லவா? நீங்க எதற்கு வருத்தப்பட வேண்டும்?' என்று கேலி செய்ய வேண்டுமென்ற ஆசையைக் கிருஷ்ணப்பன் தடுத்துக்கொண்டான். கிருஷ்ணப்பனின் தாய்க்குத் தான் இப்படிக் கேட்பது பிடிக்காது, எனவே கிருஷ்ணப்பன் நிதானமாய்க் கேட்டான்:

'நான் உங்க மகனைப்போல என்று நீங்கள் நினைக்கிறீங்க இல்லையா புரோகிதரே...'

'அதென்ன கேள்வி நீ கேட்பது? இல்லாதிருந்தால் உனக்கு நான் புத்தி சொல்ல வந்திருப்பேனா?'

'சாகும் குழந்தைக்கென்று வைத்த பாலை வீசுவது அதிகம் தப்பா அல்லது அந்த பிராமணனை விளக்கு மாற்றால் அடிப்பது அதிகம் தப்பா?'

'இரண்டும் தப்பு. பட்டன், அவன் செய்த பாவங்களுக்கு நாசமாகப் போவான். ஆனால் அது பிராமண ஜன்மம் இல்லையா? அவனை விளக்குமாற்றால் அடிக்க வைத்து நீ ஏன் பாவம் கட்டிக் கொள்ளணும்?'

கிருஷ்ணப்பனின் தாயும் புரோகிதர் பேச்சைக் கேட்டபடி, வெற்றிலைக்குச் சுண்ணாம்பு தடவி வாயில் போட்டபடி ஆதங்கத் துடன் தானும் புரோகிதர்போல நினைப்பதைச் சுட்டிக் காட்டினாள். இவர்களிடம் பேச முடியாது. உபநிஷத்துகளை எல்லாம் படித்த இந்த ஏழை பிராமணனும்கூட எவ்வளவு மூர்க்கனாய் இருக்க முடியும் என்பது கண்டு கிருஷ்ணப்பனுக்குத் துக்கமாக இருந்தது.

'நீங்களும் ஜாதிக்காக, பட்டனுக்காகப் பரிந்து பேசுவது கண்டால் துக்கமாக இருக்கிறது, புரோகிதரே.'

கிருஷ்ணப்பன் உண்மையிலேயே வேதனையுடன் பேசியது

கேட்டுப் புரோகிதர் குழம்பினார்.

'இந்த மாயா உலகில் வாழும்வரை, ஜாதி கீதி எல்லாம் உள்ளதுதானே, அப்பா?'

'அப்படியென்றால் நான் பாவம் செய்து சூத்திரனாய்ப் பிறந்தேன் என்பது உங்கள் எண்ணமா? பின் என்னைக் கண்டால் உமக்கும் பெரியம்மாவுக்கும் ஏன் மகன் என்று படுது, சொல்லுங்க...'

ருக்மிணி அம்மாவைக் கிருஷ்ணப்பன் பெரியம்மா என்றே அழைப்பான்.

'பட்டனைப் போன்ற பாவிகளினால் நம் மூதாதையர்கள் செய்த புண்ணியமெல்லாம் நீரில் ஹோமம் செய்தது போலாயிற்று. உன்னைச் சொல்லி என்ன பயன், சொல்? ஒரு காலத்தில் ஆதி சங்கரரே காலடியிலிருந்து பத்ரிநாத்துக்குப் போகும் வழியில் புனிதமான ஒரு சக்தி இங்கு இருப்பது கண்டு இந்த நரசிம்ம வடிவத்தை இங்கே ஸ்தாபித்தார் என்று ஐதிகம் இருக்கிறது. எப்படி இருந்த மடம் இப்போது எப்படியாயிற்று? வாயில்லாத பிராணிகளைக்கூட இம்சை செய்யக்கூடாதென்று வைதீக தர்மம் சொல்கிறது...'

புரோகிதர் கண்களில் நீர் முட்டியது. அவருடைய ருத்ராக்ஷம் தரித்த எலும்புகள் தெரியும் மார்பைப் பார்த்தபோது கிருஷ்ணப்பனின் மனம் கசிந்தது.

'தூரத்திலிருந்து பார்க்கும்போது வன்முறையைப் போலவே எதிர் வன்முறையும் சரியில்லைதான் புரோகிதரே. ஆனால் விளக்கு மாற்றால் அடிக்கக்கூடத் தயாராகும்போது இவர்களிடம் சுய மரியாதை எவ்வளவு வளர்ந்திருக்கிறதென்று பார்க்கவேண்டும். உங்களுக்குத் தெரியவில்லை இது. இவர்கள் எல்லாம் புழுக்களைப் போல் செத்துக்கொண்டு இருந்ததாலேயே இந்த நிலை வந்தது. உங்க பட்டனும் சிறுபுழுவைத் தின்னும் பெரிய புழு ஆவது சாத்தியமாயிற்று.'

புரோகிதர் புரியாமல் எழுந்து நின்றார். கிருஷ்ணப்பன் நகைச் சுவை தொனியில் அவரைத் தன்பக்கம் இழுக்க முயன்றான்.

'பிராமணர் என்றால் நம் ஜனங்களுக்கு இன்னும் மதிப்பு இருக்கு புரோகிதரே. விளக்குமாற்றால் அடிக்கிறார்கள், நிஜம். ஆனால் உள்மனசில் அந்தக் கல்லாலான கடவுளுக்குத் தப்பு செய்ததற்குக் காணிக்கையும் வைக்கிறார்கள்.'

'நீ தர்மத்தின் வழி நடக்கிறவன் என்று தெரியும். அந்தப் பட்டன்

எங்கே, நீ எங்கே, ஆனால்...?'

புரோகிதருக்குப் பேச்சு வராமல் எழுந்து போனார். கிருஷ்ணப்பன் இந்த நிகழ்ச்சியை மறக்கவில்லை. தான் நலம் பெற்றால் ஊர் ஜனங்கள் கல்கடவுளுக்குக் கோயில் கட்டுவதாக முடிவு எடுத்த செய்தி கேட்டுத்தான் ஒருவேளை எல்லாம் நினைவிற்கு வருகின்றனவோ? நாகேஷ் சொன்னான்:

'கௌடரே, இன்னும் இந்தப் பிராமணர்களை அடிக்கணும்; அப்படியானால்தான் இந்த ஜாதியை அழிக்க முடியும்.'

கிருஷ்ணப்பன் சிரிக்கத் தொடங்கினான். நாகேஷ் எதற்கு என்று கேட்டான்.

'பன்னி, ஆடு தின்னும் நம் கௌடா சாதியார் உன்னைப் போன்ற ஒரு புளியோதரை தின்கிற ஏழையை அடிக்கணும்னு சொல்றியே - அதை நினைத்துச் சிரிப்பு வந்தது. எங்கள் ஜாதி ஜமீன்தார்கள் எல்லாரும் யோக்கியர்களா?'

'ஏ, நாகேஷ், இந்த வார இல்லஸ்ட்ரேட்டட் வீக்லி படித்தாயா?'

கிருஷ்ணப்பன் மகிழ்ச்சியுடன் கேட்டான். சாயங்கால நேரம் கிருஷ்ணப்பனைப் பார்க்க வந்த அவன் கட்சியின் இருபது எம்.எல்.ஏ.க்களின் பேச்சைக் கேட்டு வராண்டாவில் அமர்ந்த நாகேஷ், 'எதுக்குக் கௌடரே?' என்று கேட்டபடி அறையில் வந்தான்.

'பார்' என்று மடித்த வீக்லியைக் கொடுத்தான்.

கிருஷ்ணப்பனின் முகம் பெருமையால் மலர்ந்ததைப் பார்த்து நாகேஷ் படிக்கத் தொடங்கினான்.

கோவணம் கட்டிய பைராகியின் படத்தினடியில் 'சர்ப்ப சித்தேஷ்வரானந்தன்' என்று எழுதப்பட்டிருந்தது.

அம்மண சாமியாரான பைராகிக்கு நீண்ட வெள்ளைத் தாடி வளர்ந்திருந்தது. அவர் இந்தப் படத்தில் சிரித்தபடி காட்சி தந்தார். இன்னொரு படம் இருந்தது. அதில் பைராகி மரக்கொம்பு ஒன்றில் அமர்ந்து உடம்பைச் சொறியும் குரங்குபோல் இருந்தார். பல்விழுந்த வாயை விரித்துச் சந்தோஷமான ஒரு நண்பன்போல் காணப்பட்டார்.

'நான் சொல்வேன் இல்லையா? நம் ஜில்லாவைச் சார்ந்த பைராகி,

மௌனி இவரே. உரக்கப்படி.'

எழுதியவன் உப்பும் காரமும் சேர்த்திருக்கவேண்டும் என்று சந்தேகம் வந்தாலும் கிருஷ்ணப்பனைக் கவர்ந்தது. கீதை வாசிக்க மட்டும் தன் மௌனத்தை முறித்த பைராகி, பின்பு பிரசித்தியடைந்த கதை பத்திரிகையில் காணப் பட்டது. பக்தர்களின் கனவில் காட்சி தந்து பேசுபவன் என்ற செய்தி பரவி, ஜனக்கூட்டம் வர ஆரம்பித்த பின் ஒருநாள் பைராகி குகைக்குள் போய்விட்டார். வெளியே வரவேயில்லை. இரண்டு மூன்று தினங்களான பின்பு மலையில்கூடிய சனங்களுக்கிடையில் ஒருவன் இவர் என்ன செய்கிறார் என்று பார்க்கக் குகைக்குள் புகுந்தான். குகையிலிருந்து பாம்பின் புஸ் என்ற சப்தம் வந்தது. மகாத்மாவான அவர் கடவுளின் சிரசின் மீது சர்ப்ப வடிவில் தபஸில் இருக்கிறார் என்று அவன் ஆட்களுக்குச் சொன்னான். தினம் தினம் அவர்கள் நைவேத்தியத்தைக் குகை வாயிலில் வைத்துவிட்டுக் காத்திருப்பார்கள். கொஞ்சம் தின்று மீதியைப் பைராகி வெளியில் வீசுவார். அப்பிரசாதத்தைப் பக்தர்கள் கொஞ்சம் கொஞ்சம் பங்கு வைப்பார்கள். ஒருநாள் நைவேத்யத்தை அவர் ஏற்காததைக் கண்ட ஜனங்கள் குகைக்குச் சென்று பார்த்தார்கள். இருட்டில் ஏதும் தெரியவில்லை. ஆனால் 'புஸ்' சப்தம் தெளிவாகக் கேட்டது — கோபத்தில், உள்ளே எட்டிப் பார்த்தவர்களை விரட்டும் விதத்தில், மகாத்மாவான பைராகி இப்போது பாம்பாகிவிட்டார் என்று பக்தர்கள் அறிந்தனர். அன்றிலிருந்து பால் வைக்க ஆரம்பித்தார்கள்.

இப்படியே ஒன்றரை மாதம் கழிந்த பின்பு குகையி லிருந்து ஒரு பெரிய பிரகாசம் தோன்ற மகானான பைராகி வெளியே வந்தார். இப்போது அவர் கீதை படிப்பதில்லை. பேசுவதுமில்லை. ஒவ்வொரு தடவை பெரிதாய்ச் சிரிப்பதுண்டு. அல்லது மரம் ஏறி அமர்ந்திருப்பார்.

ஒவ்வொரு நாளும் இவரை—இந்த சர்ப்ப சித்தேஷ்வரானந்தரைப் — பார்க்க நாடு முழுவதிலிருந்தும் ஆயிரமாயிரமாய் ஜனங்கள் வர ஆரம்பித்தனர். இங்குப் பல ஆச்சரியங்கள் நடக்கும் கதைகள்கூட உண்டு. சில வேளை சர்ப்ப சித்தேஸ்வரானந்தர் மீண்டும் குகைக்குள் போய் வருவார், அப்போது சர்ப்ப வடிவம் எடுப்பார். சர்ப்ப ரூபத்தில் இருக்கும் அவரைப் பார்க்கக்கூடாதென்றும், பார்த்தால் சாவு உறுதி என்றும் சனங்கள் நினைத்தார்கள். சில நாள் கழிந்தபின் அவரே வெளியில் வருவார், சிரிப்பார், மரத்தில் ஏறுவார்.

'உனக்கு என்ன தோணுது ?'

கிருஷ்ணப்பன் குதூகலமாய்க் கேட்டான்.

‘மூட நம்பிக்கை, அவ்வளவுதான்.’

‘இந்த பைராகி பைத்தியமாய்க்கூட இருக்கலாம், பெரிய ஞானியாகவும் இருக்கலாம். அப்படியொரு சந்தேகம் வரல்லையா நாகேஷ்?’

‘இப்படிப்பட்டவைகளை நம்பிக்கொண்டே நம் தேசம் கெட்டுப் போயிற்று. நமக்கு வேண்டியது சோறு. ஆன்மிகம் அல்ல.’

கிருஷ்ணப்பன் சும்மாயிருந்தது கண்டு நாகேஷ் அவனை கேலி செய்யும் தைரியம் பெற்றான்!

‘இப்போதெல்லாம் கௌடர் படுக்கையானபின் இந்த முட்டாள் களை நம்புவதுபோல் தெரிகிறது.’

‘அண்ணாஜியும் இப்படித்தான் சொல்வானப்பா.’

கிருஷ்ணப்பன் யோசனையில் ஆழ்ந்துவிட்டு பிறகு மெல்லச் சொன்னான்:

‘பார் நாகேஷ், கடவுள் இருக்கிறார் என்று ஒருவனுக்குத் தெரிகிற தென்று வை. நம்பிக்கையில்லை, நான் சொல்வது, நிச்சயமாகவே தெரிகிறதென்று வை. அப்படித் தெரிய முடியுமானால் அப்படிப் பட்டவன் ரிலிஜியஸ் ஆவது பெரிய விஷயம்தானே, பேங்கில் பணம் வைத்திருப்பது போல் வட்டி காரண்டி. ஆனால் கடவுள் இருக்கிறாரோ இல்லையோ என்ற சந்தேகம் இருப்பவன் கடவுளை நம்பும் தீர்மானம் எடுப்பது இருக்கே பார், அது நிஜமான வீரம். அப்படியே அரசியலில் நம் போராட்டத்தின் மூலம் முன்னேற்றம் வரும். இந்த முன்னேற்றத்திலிருந்து எல்லா நல்லதும் ரொம்ப எளிதாக வந்துவிடும் என்று தெரிந்து கொண்ட ஏழைகளின் பக்கம் நின்று புரட்சிக்குச் செயல்படுவது ஒருமுறை. சனங்களின் வழிமுறை அது. ஆனால் நான் வாரங்கலில் இருந்து திரும்பி வந்தபின், அரசியலுக்குப் போகும் முன்பு, நாம் கொண்டுவரும் முன்னேற்றம் எல்லாம், நல்லதையே செய்யும் என்று உண்மையாய் நம்பி இருக்கவில்லை. இப்போது அதை நான் நம்பவில்லை. ஆனால் சுற்றியுள்ள சிறுமைகளுக்கும் துக்கங்களுக்கும் எதிராய்ப் போராடுவது தேவை என்பது மட்டும் தெளிவாய்ப் புரிகிறது. தினசரி வாழ்வில் நிம்மதி பெறவேண்டும் என்ற ஆசை மட்டும் நிறைவேறவில்லை. ஏனென்றால் அன்று உதை வாங்கிக் கொண்டிருந்த வீரே கௌடன் இன்று வேறு ஆட்களை உதைக்கிறான். ஆனால் இப்படிச் சொல்லும் போது சமூகம் முன்னேறுவதில் எந்தப் பொருளும் இல்லை என்கிற தொனி வந்துவிட்டால் அதுவும் எளிதான பேச்சாகிவிடும்.

எதையும் செய்யாத முட்டாளும், எதையும் செய்யக்கூடாது என்கிற விவஸ்தை கெட்ட குரூரனும் இந்த மாதிரி சொல்வான் அல்லவா? எனவே நான் சொல்ல விரும்புவது, நாகேஷ்…'

நாகேஷ் புரியாமல் கிருஷ்ணப்பனைப் பார்த்தான். எழுத பென்சில் எடுத்து வைத்திருப்பதைப் பார்த்துக் கிருஷ்ணப்பன் பார்வை மூலம் அதைத் தடுத்துவிட்டுச் சொல்கிறான்:

'தப்பு அர்த்தம் வந்துவிடக்கூடாதென்று நினைப்பதால் நான் சொல்ல வந்ததைத் தெளிவாகச் சொல்லமுடியவில்லை, நாகேஷ் இந்தப் பூமியில் பிறந்தபின் தப்பிலேயிருந்துதான் தொடங்கணும். போராடத்தான் வேண்டும். வாழ்வைச் சிறுமைப்படுத்தும் 'தமஸை' விரட்டிக்கொண்டே இருக்கவேண்டும். அதாவது நம் செயல்களின் விளைவு இப்படியும் போகும், அப்படியும் போகும் என்கிற ஆதங்கத்தை இழந்துவிடாமல்…'

கிருஷ்ணப்பன் பேச்சை முடிக்காமல் முகம் திருப்பி, 'வெளியில் அமர்ந்திருப்பவர்களை வரச்சொல்' என்றான். உடனே நடக்கப் போகிற கட்சிமாறல் குழப்பத்தில் நாம் எந்தப் பாத்திரம் வகிக்க வேண்டும் என்று விவாதிக்க அவனது கட்சியின் எம்எல்ஏக்கள் வந்திருந்தனர். அவர்களில் சிலர் ஆளும் கட்சியில் இருக்கும் பிளவைத் தமக்கு அநுகூலமல்ல என்றும், தாம் முன்னெடுத்துச் செல்லும் புரட்சிப் பாதையில் யாரையும் அண்டவிடாமல் பவித்திரம் பாதுகாக்க வேண்டும் என்றும் வாதித்தனர். ஆனால் பலரும் ஆளும் கட்சியின் உள்பிளவைப் பயன்படுத்திக்கொண்டு வேறொரு மந்திரி சபையை அமைக்க நீங்கள் உதவி செய்யவேண்டுமென்றும், இப்படி உதவி செய்து ஒரு 'டைம் பவுண்ட் மினிமம் ப்ரோகிர'முக்கு வரவேண்டும் என்றும் வாதித்தார்கள். இவர்களில் இப்போதிருக்கும் முதலமைச்சருக்குத் துணைபோக வேண்டுமென்பதும் சிலரின் வாதம். முக்கிய மந்திரிசபை எதிர்க்கும் வேட்பாளரை ஆதரிக்க வேண்டுமென்பது வேறு சிலரின் வாதம். இப்போதே முக்கிய மந்திரியுடன் பேசியிருப்பார்கள் என்றும் 'அ' குழுவினரின் மேல் 'இ' குழுவினர் ஒப்பந்தம் செய்துகொண்டிருக்க வேண்டும் என்று 'அ' குழுவினருக்குச் சந்தேகம். வீரண்ணன் கிருஷ்ணப்பன் மீது தனக் கிருக்கும் தொடர்பைப் பயன்படுத்தி 'அ' குழுவினர் கையைப் பலப்படுத்த முயன்றான். இந்த மாதிரி அரசியலே சரி யில்லை என்கிற தீவிரவாதி இளைஞர்கள்தான் அதிகம் பேசினார்கள். ஆனால் பக்குவமற்ற இளைஞர்களாக அவர்கள் இருந்தனர். அவர்களின்

லட்சியத்தைக் குறைசொல்ல முடியாது. பிறரும் மோசமானவர்கள் அல்லர். சனங்களுக்காக உழைத்தவர்கள்; உண்மையிலேயே உழைத்தவர்கள்; உழைத்து உழைத்து ஓய்ந்தவர்கள். புரட்சிப் பிழம்பால் மட்டும் மாற்றம் சாத்தியம் என்பது ஒருவரின் வாதம் என்றால் ஆட்சியில் பங்கெடுப்பதன் மூலம் மக்களைப் புரட்சித் திசையில் திருப்ப முடியும் என்பது இன்னொரு சாரார் வாதம்.

இன்று இந்த விவாதங்களில் பங்கெடுக்கும் ஆசை கிருஷ்ணப்ப னுக்கு இல்லையென்றாலும் அவர்களிடம் விவாதிக்கத் தயாரானான்.

உடன் இருப்பவர்களிடம் எவ்வளவுதான் மாறுபட்ட கருத்து இருந்தாலும் தன் பேச்சை அவர்கள் மீறுவதில்லை என்பது கிருஷ்ணப்பனுக்குத் தெரியும். வாழ்வையும் சாவையும் வைத்துத் தீர்மானம் எடுப்பதில் தன் திறமை இன்னும் குறையவில்லை என அறிந்தான். டெல்லி டாக்டர் வந்து சோதனை செய்து, 'எக்ஸ் டென்ஸிவ் டேமேஜ் ஆகவில்லை; ஃபிஸியோதெரபி இப்போது முக்கியம்' என்றார். கிருஷ்ணப்பன் மொத்தத்தில் இப்படி திருப்தி யான மனநிலையில் இருந்தபோது இரவு கௌரி தேஷ்பாண்டேயின் தந்தி வந்தது - நாளை மறுநாள் ஞாயிறு மாலை விமானத்தில் வருகிறேன் என்று. அவள் அமெரிக்காவி லிருந்து டெல்லிக்கு வந்து ஆறு மாதத்திற்கும் மேலாயிற்று. அவளைப் பார்த்து எவ்வளவோ வருஷங்களாகிவிட்டன. இப்போது எப்படி இருப்பாளோ? டெல்லிக்கு வந்தவள் தன்னையும் வந்து பார்ப்பாள் என்று ஆசைப் பட்டான். வரவில்லை என்பதால் அவள் தன்மீது ஈடுபாடில்லாமல் இருக்கலாம் என்று எண்ணினான். இப்போது வருகிறாள், இரண்டு நாள் கழித்து. அதாவது அவசரப்படாமல் இப்படிப் படுத்தபிறகு அவளிடம் ஏற்பட்ட காமம் பெருகியதால்தான் இப்படி யோசிக் கிறேன் என்று தன் மீது வெட்கம் ஏற்பட்டது.

சீதா கொண்டுவந்த 'பானில்' காலை நேரத்து மல மூத்திரம் கழித்தபின்னர் மகேஸ்வரய்யன் வந்துவிட்டார். கிருஷ்ணப்பன் பெரிதாய் மூச்சுவிட்டபடி இருந்தபோது அவர் வீட்டுக்கு வெளியி லிருந்து பேசுவதைக் கேட்டான். நாகேஷ் கிருஷ்ணப்பனின் உடல்நலமின்மையைத் தெரிவிக்கிறான். மகேஸ்வரய்யன் பேசுவதே யில்லை. தன் உணர்வைக் காட்டிக்கொள்ளாத மனிதருமல்ல அவர்.

135

அவரது வேதனைகளை ஊகித்தபோது கிருஷ்ணப்ப னுக்கு வருத்தம் ஏற்பட்டது. எழுபது வயதான அவருக்கு என்னால் இப்படிக் கஷ்டம் வரக்கூடாது.

வெந்நீரில் நனைத்த துணியால் சீதா கிருஷ்ணப்பனின் உடலைத் துடைத்தாள். நாளையிலிருந்து இந்த வேலை செய்ய நர்ஸ் வந்துவிடுவாள். பாங்குக்குப் போகும் அவசரத்தில் முணுமுணுத்தபடி சீதை செய்யும் இந்தக் காரியத்தில் அவனுக்கு இஷ்டமில்லை. இன்று அவள் முகத்தில் கண்ட கோபத்திற்கு வேறு காரணம் உண்டு. எனக்கு மிகவும் வேண்டியவர்கள் யார் வீட்டிற்கு வந்தாலும் அவளுக்கு எரிச்சல், வெறுப்பு, பாதுகாப்பின்மை ஏற்படுகிறது.

'குதிரைவாலைப் பிடித்துக்கொண்டு வந்திருக்க வேண்டும். இந்த மனிதன் முகம் கண்டு வருஷங்களாயிற்று.' முதுகைத் துடைத்தபடி சீதா சொன்னாள்.

கிருஷ்ணப்பனுக்குச் சட்டெனக் கோபம் வந்தது. தான் என்ன செய்கிறேன் என்று யோசிப்பதற்குள் அசைக்க முடிந்த தன் வலது கையால் அவளைக் குத்தினான். அவள் அதனால் ஏற்படும் வலியை விட அதிகம் வலி வந்ததுபோல் காட்டி, 'அய்யோ' என்று அமர்ந்து அழ ஆரம்பித்தாள். கிருஷ்ணப்பனுக்குத் தன்னைப் பற்றியும் அவளைப் பற்றியும் வெறுப்பு ஏறிச் செத்துப் போக விரும்பினான். 'பெண் மீது கைநீட்டி அடிக்கிற இவர், புரட்சி செய்யப்போகிறாராம்' என்று ஆரம்பித்தது சீதாவின் புலம்பல். அடித்தபின் அவனுக்குக்கூட அப்படியே பட்டதால் வெறுமையாய் அமர்ந்து காத்திருந்தான். அவளே இன்னும் இவனுக்குத் துணி அணிந்துவிட வேண்டும். அவனது ஒருமாத வெள்ளை மற்றும் கறுப்புத் தாடியில் வலது கையின் விரலை ஓட்டி சும்மா அமர்ந்திருந்தான். ஸ்ட்ரோக் வந்தபின் வளர்ந்த இந்தத் தாடியை மெச்ச முடிந்தது, தன்னை லெனினாகப் பார்க்கும் நாகேஷுக்கு. இப்படி ஏதேதோ யோசித்தவாறு, மூக்கைச் சிந்தியபடி அழுது கொண்டிருக்கும் சீதாவை மறக்க முயன்றான். அவள் முணுமுணுத்தபடி, இவனுக்கு வேட்டி கட்டி, ஜிப்பா போட்டு, தலைசீவும் சீப்பை இவன் வலதுகையில் வைத்தாள். அவன் அமர்ந்திருந்த வீல் செயரை அறைக்குள் தள்ளிவைத்துவிட்டு முணுமுணுத்தபடியே சமையல் அறைக்குப் போனாள். சமைய லறையில் அடம்பிடித்துக் கொண்டிருந்த மகள் கௌரிக்கு 'தட்தட்' என்று அடிவிழப் போகிறது.

மகேஸ்வரய்யன் உள்ளே வந்து அமர்ந்தார். பேசவில்லை.

ஒரு வருடத்தில் எவ்வளவு முதுமையடைந்துவிட்டார் என்று அவர் முகத்தையே பார்த்தபடியிருந்தான். அவரின் நடையில், முகத்தில் பழைய திடம் இருக்கவில்லை. கண்ணின் கீழே கன்னத்தில் தோல் சுருங்கிவிட்டது. உடுத்தியிருந்த ஆடையில் பழைய சுத்தம் இருக்க வில்லை. நெற்றியில் குங்குமம் இல்லை.

'எங்கே, இங்கே?'

'உன் பழைய வீடு காந்தி பஜாரில் இருந்ததல்லவா அங்கே போனேன். அங்கிருந்து நீ வந்துவிட்டதை அறிந்து வழியில் ஒரு ஹோட்டலில் 'பெட்டியை' வைத்துக் குளித்துவிட்டு வந்தேன்' என்று கிருஷ்ணப்பனை அக்கறையுடன் பார்த்தார்.

'ஆனால் அங்கு வந்தவர்கள் யாரும் இங்கு வரமாட்டார்கள். விவசாயிகளுக்கு இங்கு வர பஸ் வசதி போதாது. இது பெரிய ஆட்கள் இருக்கும் பகுதி இல்லையா? வந்தாலும் பிரமித்து நிற்பார்கள். முன்போல தரைமீது அமர்ந்து பேச மாட்டார்கள்.'

கிருஷ்ணப்பன் முணுமுணுத்தபடி பேசியதைக் கேட்ட மகேஸ்வரய்யன், 'இப்போ உனக்கு இவ்வளவு சௌகரியம் வேண்டாமா?' என்று அவன் பேச்சை நிராகரித்தார். இருவரும் மௌனமாக அமர்ந்தார்கள். கௌரி பெரிதாய் அழுதபடி அறைக்கு ஓடிவந்து அங்கு மகேஸ்வரய்யனைக் கண்டு அழுகையை நிறுத்தி, அப்பாவின் பக்கம் நின்று விம்மினாள். மகேஸ்வரய்யன் கைப்பை யிலிருந்து பெரிய சாக்லேட் பொதியை அவள் கையில் வைத்து, 'அம்மாவிடம் கொடு. இப்போ நீ ஒன்று தின்னு' என்று ஒரு சாக்லேட்டைப் பிய்த்து அவள் வாயில் இட்டார்.

மகேஸ்வரய்யன் ஏதோ சொல்ல முயன்றதுபோல் தெரிந்தது. அவர் சலனமில்லாமல் அமர்ந்து ஏதாவதொரு வஸ்துவைக் கூர்ந்து பார்த்தால் ஏதோ சொல்ல வருகிறார் என்று அர்த்தம். இப்போது ஏதாவது எனக்காகச் சொல்லவேண்டும் என்ற கட்டாயம் இல்லை என்று காட்டுவது போல் கிருஷ்ணப்பன் அன்றைய பத்திரிகையைப் படித்தபடி அமர்ந்தான். கைகால்களைத் தூக்க முயலும் பயிற்சிகூட அவர் மனோநிலைக்கு உகந்தது அல்ல என்று சும்மா படுத்திருந்தான்.

உடம்பெல்லாம் செவியாய், கண்ணாய், ஓர் அசைவைக்கூட உணர்ந்துவிடும் பறவையைச் சுட்டிக்காட்டி மகேஸ்வரய்யன் சொல்வார்: 'அப்படியிருக்கணும் நாமும். பிரபஞ்சம் எப்போதும் நம் கண்ணெதிரில் இருக்கும். ஆனால் எதையும் நாம் பார்ப்பதில்லையே. பார்க்கிறதென்றால் உள்ளே பிரவேசிப்பதுதான். பிடிப்பது—

சட்டெனப் பிடிப்பது.' கிருஷ்ணப்பன் பேப்பர் படித்தபடியே மகேஸ்வரய்யன் சொன்ன சொற்களை நினைத்தபடி இருந்தபோது அறைக்குள் யாரோ ஒருவர் 'வணக்கம் கௌடருக்கு' என்று உரக்கக் கூறியபடி வந்தார். இருவரும் ஆச்சரியமாய் பார்க்க எதிரில் பஞ்சலிங்கையா நின்றார். சிக்கமகளூரில் காப்பித் தோட்ட முதலாளி.

'என்ன கௌடரே! சே... சே..! இதென்ன உங்களுக்கு இப்படி ஆயிற்று? எவ்வளவு உறுதியா இருந்தீங்க?'

கிருஷ்ணப்பன் குனிந்து அமர்ந்திருந்தான்.

'இங்கொருத்தர் ஸ்பெஷலிஸ்ட் எனக்குத் தெரியும். காரில் போய் அழைத்துக்கொண்டு வருகிறேன்.'

முதலாளி பஞ்சலிங்கையனின் உதவியை நிராகரித்தபடி, 'வேண்டாம். டெஸ்ட் செய்தாயிற்று. என்ன விஷயம் சொல்லுங்க' என்று கிருஷ்ணப்பன் கேட்டான்.

'உடுப்பியில் ஒரு மெடிக்கல் காலேஜ் இருக்கிறதல்லவா? அதை நடத்துகிறவர்களுக்கு உங்கள் மீது பெரிய கௌரவம். எவ்வளவு டொனேஷன் வேண்டுமென்றாலும் கொடுக்கலாம். ஆனால் நீங்கள் ஒரு வார்த்தை சொல்லவேண்டும், பாருங்க, என் மகனுக்கு காலேஜ் ஸீட்டுக்கு. எல்லாரும் சொல்றாங்க — கௌடர் எவ்வளவு கேட்டாலும் ஏற்றுக்கொள்ளமாட்டார் என்று. அதனால்தான் உம் பேச்சுக்கு அவ்வளவு மதிப்பு. ஒரு செய்தி கேட்டு ரொம்ப சந்தோஷம். ஆனால் இப்படிப் படுத்திட்டீங்களே?'

கிருஷ்ணப்பன், அவர் பேச்சுத் தனக்கு விளங்கவில்லை என்று கேள்வியாய்ப் பார்த்தான். பஞ்சலிங்கையன் சிரித்தார். தன் பின்னே நின்ற மகனைக்காட்டி, 'இவனே, ஃபஸ்ட் அட்டெம்ப்டில் பாஸாகி இருக்கிறான். பரீட்சைக்குப் போகையில் கொஞ்சம் உடம்பு சரியில்லை அல்லது ஃபஸ்ட் கிளாஸ் எடுத்திருப்பான். என்னிடம் இருக்கும் பணத்தை வைத்துச் சாகவா? இருப்பவன் ஒரே மகன். ஃபாரினுக்குப் போகணும்னு ஆசை. மெடிக்கல் மெடிக்கல்னு அடம்பிடிக்கிறான். என்ன செய்ய பணத்தை? உங்களைப் போலுள்ள வங்க செய்யும் நல்ல வேலைக்கோ கல்விக்கோ அதெல்லாம் செலவிடுவதென்று தீர்மானம்... சரியா? உங்களுக்குத் தெரியவே தெரியாதா? முழு பெங்களூரே பேசுது. நேற்று கால்ஃப் கிளப்பிலும் இதே பேச்சு. உங்களுக்குத் தெரியாதென்றால் ஆச்சரியமய்யா, நீங்களே முக்கிய மந்திரி ஆவதாய் செய்தி. சந்தோஷம். ஆனால் உங்களிடம் அதற்குப் பிறகு இப்படிப் பேசமுடியாது. எதோ பேசிக்

கொண்டிருக்கிறீர்கள். சாயங்காலம் வருகிறேன். இப்போது நீங்க உம் என்றும் சொல்ல வேண்டாம், ஊஹூம் என்றும் சொல்ல வேண்டாம். நீங்கள் அவர்களுக்குச் சொல்லக்கூடாது. சீப்பாகிவிடும்—எனக்குத் தெரியும்—வேறு ஒருவழி இருக்கு. வீரண்ணனிடம் சொல்கிறேன் —சாயங்காலம் பார்க்கலாம்... ரொம்ப நல்ல டாக்டர் அவரய்யா, சாயங்காலம் அழைத்துக்கொண்டு வருகிறேன்' என்று பஞ்சலிங்கையன் வணக்கம் போட்டுவிட்டுச் சிரித்தபடி அறையிலிருந்து புறப்பட்டார்.

'பாருங்கள், இப்படிப்பட்டவர்கள் என்னைத் தேடி வருகிறார்கள்.' இப்போது கிருஷ்ணப்பன் துக்கத்துடன் பேசியதைக் கேட்டு மகேஸ்வரய்யன் 'எனக்கு இப்போதெல்லாம் மனதை ஓரிடத்தில் நிறுத்த முடியவில்லை. அறுந்த ஆடை படபடப்பதுபோல அலை கிறது மனம்' என்று சிரித்தார். ஒருகணம் மௌனமாக இருந்தது.

'உனக்கு மீண்டும் அந்த மரத்தின் கீழே உட்காரணும்னு தோணுதா? கொய்யா மரத்துப் பறவைகளுக்காகக் காத்தபடி அமர்ந்து இருக்கவேண்டுமென்று நினைத்தபடி உட்காரப் போகிறாயா நீ? அது என்னவோ சொல்ல வேணும்னு படுது. சொல்கிறேன். உனக்கு ஸ்ட்ரோக் ஆனபோது எனக்கும் ஏதாவது தோணனுமே. ஆனா பாரு, என் மனசுக்குக் குதிரைப் பந்தயம் மீது ஒரு சபலம். எப்போதும் ஏதாவது ஒரு தீவிர போதையில் இருக்கணும்னு படுது. குடிக்க ஆரம்பித்தால் அப்படியே விடியும்வரை குடித்துக்கொண்டே இருக்கிறேன். இல்லை இப்படி அலைவதற்கு ஆரம்பித்திருக்கிறேன். பாரு, இப்போதே பாரு என்னை. எப்படி என் மனசு அலைகிறதென்று. இப்போ யோசித்து ஏதோ சொல்லவந்தபோது அந்த நான்கு விரல்களுக்கும் மோதிரம் போட்டவர் வந்துவிட்டார். அதொன்றும் இல்லை. நீ உஷாராயிருக்கிறாய் என்று தெரிகிறது. நான் அதைத்தான் சொல்லப் போனேன்.'

கடைசி வாக்கியத்தைக் கேட்டுப் பற்றற்ற தொனியில் இப்படிக் கேட்டான்: 'என்னைச் சமாதானப்படுத்தத்தானே நீங்கள் இப்படிப் பேசுவது?' மகேஸ்வரய்யன், கிருஷ்ணப்பனைப் பார்த்துக் கம்பீரமாக 'அல்ல' என்றார். சற்றுப் பொறுத்து, 'பாரய்யா, இந்தக் குதிரை விஷயத்தில் மட்டும் ஏதும் தெரியாது. மொத்தத்தில் புத்திமந்தமாகி விட்டது. இப்போது நினைப்பது அடுத்த விநாடி மறந்துவிடும்.'

'நீங்கள் இங்கேயே வந்து தங்குங்கள்.'

'உன் மனைவிக்குக் கஷ்டமாக இருக்குமப்பா.'

'இல்லை. வாங்க.'

'சரி' என்று மகேஸ்வரய்யன் சொல்லிவிட்டு நின்றபடியே, 'இன்று என் அதிர்ஷ்டத்தைப் பரீட்சை செய்யப்போகிறேன். இரவு வருகிறேன்' என்று புறப்பட்டார்.

கிருஷ்ணப்பன் உற்சாகம் பெற்றான். குஷியாய், 'நாகேஷ்' என்றான். நாகேஷ் ஒரு மாதிரியாய் இருப்பது கண்டு 'ஏன்?' என்றான். 'ஏதுமில்லை, கௌடரே' என்றதற்குச் 'சொல்' என்று உறுதியுடன் சொன்னார்.

'அதுவா, என் அக்கா கிளார்க் ஆக இருந்தாளல்லவா? அவள் வேலை போயிற்றாம்.'

'அதுக்கென்ன யோசிக்கிறாய்? வீரண்ணனுக்குச் சொல்லி அவன் தியேட்டரில் வேலை வாங்கலாம்.'

'உம்மிடம் இந்த மாதிரி காரியம் கேட்க எனக்கு விருப்பமில்லை கௌடரே.'

'பேஷ். உனக்கொருத்தனுக்காவது அப்படிப்பட்டிருக்கே. கௌரி தேஷ்பாண்டே நாளை ராத்திரி வருகிறாள் இல்லையா?'

'ஆம்.'

'அவளை எங்கே தங்க வைப்பதென்பது யோசனையாக இருக்கிறது. வீட்டில் தங்க வைக்கலாம். ஆனால் சீதா கலவரம் பண்ணுவாள். ஹோட்டலில் ஒருத்தியை எப்படி விடுவது? எங்கே தங்க வைக்கலாம்?'

'வீரண்ணன் கெஸ்ட் ஹௌஸ் இருக்கே, கௌடரே!'

'பார்த்தாயா, ஒவ்வொன்றுக்கும் நான் வீரண்ணன் வலையில் போய் விழுந்துகொண்டிருக்கிறேன்.'

'உம்மை யார் கட்டிப் போட முடியும்?'

'உனக்குத் தெரியாது. அவ்வளவுதான். இதெல்லாம் நான் என் கடைசிக் காலத்தை நெருங்கிக்கொண்டிருக்கும் அடையாளங்கள்.'

நர்ஸ் வந்தாள். வீரண்ணன் ஒரு மிருதுவான கண்களுள்ள பெண்ணையே அனுப்பியிருந்தான். அவள் மெதுவாகக் கான்வாஸ் ஷூவுடன் ஓடியாடிக்கொண்டிருந்தாள். கிருஷ்ணப்பனின் இடதுகை இடதுகால்களைத் தடவினாள். வேதனை இல்லாதபடி மேலிருந்து கீழேயும் கீழிருந்து மேலேயும் தடவிக் கொடுத்தாள். வீல் செயரைத் தள்ளும்போது மனம் நிம்மதி பெறும்படி எவ்வளவு வேண்டுமோ

அவ்வளவு மட்டும் பேசினாள்.

கோபால ரெட்டியுடன் தொடர்பு கொண்டிருந்தபோது, தன்னுடன் ஒருவருடம் முழுவதும் நட்புடனிருந்த லூசினா, கிருஷ்ணப்பனின் நினைவுக்கு வந்தாள் மீண்டும் மீண்டும். லூசினா டெல்லியில் நர்ஸிங் படித்துக்கொண்டிருந்தாள். அவள் கதை துன்பகரமானது. மத்திய வர்க்க வீட்டுப் பெண். வியாபாரி வீட்டுப் பையன் ஒருவன் அவளை நம்பவைத்து, கல்கத்தாவிலிருந்து டெல்லிக்கு அழைத்துக் கொண்டுவந்து, அவளைத் திருமணம் செய்வதாய்ச் சொல்லி, தன் நண்பர்களுடன் அவளைப் பகிர்ந்து கொள்ள முயன்றான். இதைச் சிலநாள் சகித்து, அது எல்லை மீறியபோது, அவன் கட்டுப்பாட்டில் இருந்த லூசினா ஓரிரவு தப்பி எங்குப் போவது என்று தெரியாமல் பார்லிமெண்ட் உறுப்பினர் பங்களா ஒன்றில் தங்கிய கோபாலரெட்டி மற்றும் கிருஷ்ணப்பனின் வாசலைத் தட்டினாள். பயந்து நின்ற பெண்ணை ரெட்டி சமாதானப் படுத்தித் தானிருந்த பங்களாவில் ஓர் அறையில் படுக்கச் சொன்னான். லூசினா முழு இரவும் இருவரில் ஒருவர் அவள் அறைக்கு வரக்கூடும் என்று பயத்துடன் காத்திருந்தாள். காலையாயிற்று. அவள் நன்றியுடன் எங்களை டைனிங் ஹாலில் வந்து பார்த்து அழுதாள். ரெட்டி அவளை நர்சிங் காலேஜில் சேர்த்தான். பின்பு அவளுக்குக் கிருஷ்ணப்பனைப் பிடித்துப்போயிற்று. கிருஷ்ணப்பனுக்கும் அவளைப் பிடித்தது. ஆனால் ரெட்டியின் பணத்தில்தான் காலம் கழிப்பதால் அவள் தன்னை விரும்புவதா என்று சங்கோஜத்தால் அவளைத் தூரத்திலே வைத்திருந்தான் கிருஷ்ணப்பன். விடுமுறையில் ஒருமுறை அவள் அவனுக்கு எழுதிவிட்டு பெங்களூருக்கு வந்தாள். ரெட்டியின் பங்களாவில் அப்போது கிருஷ்ணப்பன் தங்கியிருந்தான். ஒரு ராத்திரி லூசினா வாசலை மெல்லத் திறந்து கிருஷ்ணப்பனின் மடியில் வந்து படுத்தாள்.

'ஏன் இப்படிச் செய்கிறே?' என்று கேட்டான்.

'உன் மீது ஆசை எனக்கு. அவ்வளவு உனக்குத் தெரியாதா?'

'என்னைத் திருமணம் செய்வாயா அப்படியென்றால்?'

'இனி படிக்க இங்கிலாந்து போகிற எண்ணம் எனக்கு. நீ கண்டிப்பா சொன்னா செய்வேன்.'

அவளைக் கட்டி அணைத்துக் கொண்டான். அவனுக்குச் சிரிப்பு வந்தது.

'வேறு பெண்கள்கூட நான் படுக்கிறவன் என்பது உனக்குத்

தெரியாதா?'

'தெரியும். ஆனா நேற்று வந்தாளே, நன்றாக இருக்கிறாள் என்றா நீ அவளுடன் படுத்தாய்?' என்று கேட்டு கோபத்தால் அவனைக் கன்னத்தில் அடித்தாள்.

'நீ மாடிமேலே படுத்திருந்தாய் அல்லவா? உனக்குத் தெரியாது என்று நினைத்தேன்.'

இவ்வளவு உரிமையுடன் எந்தப் பெண்ணும் அவனுடன் பேசியதில்லை.

'நான் ஒண்ணும் முட்டாளல்ல. நான் இங்கு இருக்கும் வரை யாரையும் சேர்த்துக்கொள்ளக்கூடாது. நான் நர்ஸிங் சேர்ந்த பிறகு உன்மீது ஆசைவைத்த நாளிலிருந்து யாரையும் என் அருகில் சேர்த்ததில்லை. தெரியுமா?'

'தெரியும்.'

அவள் தன்னிடம் இருப்பதன் மூலம் சந்தோஷம் அடைவதைப் பார்த்ததால் அவனிடம் குற்ற உணர்வு வரவில்லை. முன்பெல்லாம் பெண் சகவாசம் கொள்ள நன்றாகக் குடிப்பதுண்டு. போதையில் தன் உடல் ஆசை களைக் களைந்துவிட்டு, காலை மாலையில் சோர்வை மறக்க தீவிரமாக ரெட்டியுடன் நுட்பமான ஏதேதோ விஷயங்களை விவாதிக்க முயல்வான். ஆனால் இப்போது ஓசினா அருகில் இருப்பதே சுகம் எனப்பட்டது. முன்பு தன் கம்பீரத்தைச் சம்போகத் திலும்கூட விட்டுக்கொடுக்காத தான் எப்படிப்பட்ட ஹாஸ்யத்துக் குரிய ஆள் என்று அறிந்தான். அவளது மிருதுவான யோனி, சிறிய தானாலும் கனமான மார்பகங்கள், சற்றுப் பருத்தத் தொடைகள், எண்ணெய்ச் சிவப்பான தோல், அவள் பிருஷ்டத்தின் மீதிருந்த மச்சம், அவளது ஒளிபொருந்திய கண்கள், முதுகளவு நீண்ட கறுப்புக் கூந்தல் — எல்லாம் வாரங்கல் ஸ்டேஷனில் தான் தியானித்த தேவியின் பாதாதிகேச வருணனையுடன் ஒப்பிட்டான். அந்தச் சம்ஸ்கிருத ஸ்லோகங்களை மெதுவாய் அவளுக்கு இஷ்டமாகும்படி பாடுவான். சம்போகம் என்பது அவசரமான உடல்நீரை வெளியேற்றல் என்று அறிந்திருந்த கிருஷ்ணப்பனுக்குத் தேகத்தின் எல்லாப் பாகங்களும் இன்பத்துக்குரியவையென்றும், உணர்வு மயமானவையென்றும் ஓசினா கற்பித்தாள். சம்போக இன்பம் முழுமையாயிற்று, ஒரு பாட்டுப்போல.

ஆனால் மெதுமெதுவாகப் பின்பு அவளை விட்டுவிட்டு இருக்க முடியாதென்ற மனநிலை ஏற்பட்டது. ஆனால் அவனது தீவிர ஆசை

ஒருவகையில் குறைந்து போனதும் உண்டு. ஒருமுறை ஏன் அவள் தந்தையை வெறுக்கிறாள் என்று அறியும் ஆசை கூடியபோது அவளுக்குப் பெரும் வெறுப்பு ஏற்பட்டதை அவன் அறிந்தான். ஒருநாள் அதைச் சொன்னாள். நடந்தது இதுதான். அவள் தந்தையே அவளை விரும்பினான் - அதனால் அவள் தாய் அவளை வெறுத்தாள் - பின் வீடு நரகமாக ஆரம்பித்தது. அப்படியானால் அவள் தந்தை அவளுடன் படுத்திருந்தானா? எப்படிக் கேட்பது அதை? அதைப் பற்றிச் சஞ்சலப்படுவது கண்டு லூசினா, 'நீ வேறு மாதிரி ஆள் என்று நினைத்தேன்' என்று ஏமாற்றத்தில் ஒரு தடவை சொன்னாள்.

'வேறு மாதிரி என்றால்...?'

'இந்த நேரம் உனக்குப் போதாதா? என் பழைய கதை எதுக்கு உனக்கு?'

'உன்னை நான் திருமணம் செய்யவேண்டும் —அதுக்குத்தான்.'

'நான் திருமணங்களை வெறுக்கிறேன்.'

'கௌரி கூட இப்படித்தான் சொன்னாள்.' கிருஷ்ணப்பன் சிந்தனையில் ஆழ்ந்து பேசினான். லூசினா வேறெதோ நினைத்தாள். 'அவளுக்கு உன்னோடு இப்படிச் செய்யமுடியுமா?' லூசினாவின் மொட்டுப் போன்ற முலைகளை முத்தமிட்ட கிருஷ்ணப்பன் அவள் பேச்சிலிருந்த விளையாட்டுத்தனத்தைக் கண்டு, 'நீ கௌரியைப் போலத்தான். ஆனால் அவள் சீரியஸாகவும் இருப்பாள். நீ விளையாட்டுப் பெண்' என்றான். தனக்கு ஏற்பட்ட ஏமாற்றத்தை மறக்க கிருஷ்ணப்பன் முயன்றான்.

'இதையெல்லாம் செய்துகொண்டே அரசியலும் விவாதிக்கும் பெண் உனக்கு வேண்டுமா?'

'நான் சொல்வது உனக்குப் புரியாது.'

இந்த லூசினா இதெல்லாம் எங்கே கற்றாள் என்று அவன் அசூயைப்பட்டான். எந்த ஆண் இதையெல்லாம் இவளுக்குக் கற்பித்தான்?

'திருமணப்பேச்சை நீ ஆரம்பித்தபின் உன் தேகத்திலிருந்த புளகாங்கிதம் எல்லாம் வற்றிப்போயிற்று. என்னதும் போயிற்று.'

லூசினா எழுந்து ஷவருக்குப் போனாள். கிருஷ்ணப்பன் அவள் பின்னால் போய் அவளுடன் ஷவரின் தண்மையான நீரில் நின்று அவள் மேல் சோப்பைத் தேய்த்தான். மீண்டும் அவளுடன் உறவு கொண்டான். இவளின் பலவீனத்தை நான் உபயோகித்துக்

143

கொள்கிறேனா என்ற சந்தேகத்தால் அவளை முத்தம் இட்டு ஆராதித்தான். இந்த ஆண்-பெண் உறவில் சம உணர்வு இல்லையா என்று யோசித்தபடி அண்ணாஜியின் விவரணையை நினைத்தான். அவளுடன் உணர்வு ஒன்றிய அவன் வேறெதையோ யோசிப்பதைக் கண்டு அவள் கோபம் கொண்டாள். இந்த அன்பைவிட மீறிய ஒரு சக்தி தன்னிடம் உண்டு என்று லூசினாவுக்குத் தெரிவிக்க வேறு வழி ஏதும் அறியாமல் கிருஷ்ணப்பன் குழப்பம் அடைந்தான்.

நான் நிஜமாகவே அண்ணாஜியைப் போல் மாறிவிட்டேன் என்று கிருஷ்ணப்பனுக்கு இக்காலங்களில் சந்தோஷமாக இருந்தது. ஆனால் லூசினா, தன் தேகத்தை மகிழ்ச்சியில் எவ்வளவு ஆடவைத் தாளோ, அதே அளவு மகிழ்ச்சியோடு இங்கிலாந்துக்குப் போனாள். ஒரு வருஷத்திற்குப் பிறகு, தான் திருமணமாகியிருப்பதாய், எழுதி, தம்மிருவரின் சம்பந்தத்தை அறிந்த அவளது கணவனான டாக்டர் எட்டி க்ரினோ எவ்வளவு பரந்தமனம் உள்ளவன் என்றும் புகழ்ந்தாள். கிருஷ்ணப்பன் இதையெல்லாம் நினைத்தபடி வெறுமையுணர்வு கொண்டு சுத்த கற்புடைய சீதா எவ்வளவு வறட்சியானவள் என்று நினைத்தான். ஒருவேளை திருமணமாகியிருந்தால் லூசினாவும் இப்படி ஆகியிருப்பாளோ என்னவோ? எப்படிச் சொல்ல முடியும்?

நர்ஸின் பக்கம் பார்த்தபடி, 'உங்க பெயர், மறந்தே போய் விட்டேன்' என்றான்.

'ஜோதி'—அவள் சிரித்தபடி கூறினாள்.

'திருமணம் ஆகிவிட்டதா? என் கேள்வியை மன்னிக்கணும்.' இப்படிப் பெண்களிடம் நேராகப் பேசும் கலையைக் கிருஷ்ணப்பன் கோபால ரெட்டியிடமிருந்து கற்றான். இப்படிக் கேட்பதன் மூலம் ஆண்-பெண் இறுக்கம் குறையும் என்று ஹாஸ்யம் செய்துகொண்டே கோபால ரெட்டி சொல்வான்.

'இல்லை, திருமணம் செய்யும் எண்ணத்தில்தான் இருக் கிறேன். என் பாய் ஃபிரண்ட் என்ஜினியரிங் தேர்வு முடித்து இரண்டு வருடங்களாய் வேலைக்காக அலைகிறான். ஐந்து வருஷங்களாய் நாங்கள் காத்திருக்கிறோம். வேலை கிடைக்காமல் திருமணம் வேண்டாம் என்கிறான் அவன்.'

ஒரு பெண் எப்படி வேறு வேறு வகைகளில் இந்தத் தேகத்திற்கு ஜீவனைத் தருகிறாள் என்று ஆச்சரியப்பட்ட கிருஷ்ணப்பன் ஜோதியின் சிகிச்சைக்காகத் தன் உடலைத் தருகிறான்.

'நான் அவனுக்கு வேலை வாங்கித் தர முயலலாமா?' விரல்களை

மெதுவாய் மடிக்கக் கற்பித்த ஜோதியின் முகம் மகிழ்ந்து ஒரு மலர்போல் விரிந்தது கண்டு கிருஷ்ணப்பனுக்கு அவள் மேல் பற்றிய ஆழமான வாத்சல்யம் தோன்றுகிறது.

'வீரண்ணன் என்ற ஒரு பெரிய காண்ட்ராக்டர் — என் நண்பர் — இருக்கிறார். அவர்தான் உங்களை என்னிடம் அனுப்பியது. அவரிடமே உங்கள் பாய்பிரண்டுக்கு வேலைக்குச் சொல்கிறேன், சரிதானா?'

ஜோதியின் கண்களில் நீர் ததும்புகிறது!

'அவன் நம்பிக்கையே இல்லாமலாகிவிட்டான், தெரியுமா, வேலை கிடைக்காமல்? மாதம் முந்நூறு ரூபாய் போதும் எங்களுக்கு. தயவு செய்து....'

கிருஷ்ணப்பன் அவளது அடுத்த பேச்சைத் தடுத்தான்.

உன் அணைப்பில் அவன் தேகம் மலரட்டும் என்று மனதில் வாழ்த்துகிறான் கிருஷ்ணப்பன். காமத்தின்போது இன்னொரு ஆணும் சுகம் பெறவேண்டும் என்று தனக்கு இப்போது தோன்று வதை அறிந்தான். இதுவரை வேறொருவரின் காமம் நிறைவேற வேண்டுமென்ற எண்ணம் ஏற்படாத பொறாமை தன்னுள் இன்னும் இருக்குமென்றே நினைத்திருந்தான்.

ஆனால் இப்போது தன் எதிரில் அழகாய் நிற்கும் இந்தப் பெண் இன்னொருவன் மூலம் சுகப்படட்டும் என்ற ஆசை தன்னிடம் தோன்றியதற்காய் சந்தோஷமடைந்தான்.

அன்று இரவு மகேஸ்வரய்யன் வீட்டிற்கு வந்தவர், உணவு வேண்டாமென்று கூறி, முகத்தை மூடிக்கொண்டு படுத்துவிட்டார். நாகேஷின் மூலம் வீல் செயரை உருட்டிக்கொண்டு அவர் அறைக்குப் போய், நாகேஷை வெளியே அனுப்பி, வாசலை அடைத்துக்கொண்டு அவரை எழுப்பினான். மகேஸ்வரய்யன் குடித்திருந்தார். அவர் கண்கள் சிவப்பாகியிருந்தன. முகத்தில் களை இல்லை. காலையிலேயே அவர் கைகள் நடுங்குவதைக் கிருஷ்ணப்பன் கவனித்திருந்தான்.

'என்ன விஷயம்? ஏன் இப்படி இருக்கீங்க?' என்றான். அவரிடம் கேட்ட கேள்வி தனக்குத்தானே கேட்டுக்கொண்ட கேள்வி என்பது

போல் கிருஷ்ணப்பன் பேசினான். கருணை, அனுதாப தோரணையில் அவரிடம் பேசுவது கிருஷ்ணப்பனுக்குச் சாத்தியமில்லை. இத்தகைய உணர்வுகளைத் தன்னிடம் ஏற்படுத்துகிறார் என்பதை மகேஸ்வரய்யன் அறிந்தால் அவர் மிகவும் வேதனைப்படுவார் என்பது கிருஷ்ணப்பனுக்குத் தெரியும். தன் எதிரில் அவர் இதனால் சின்னவராகிவிட்டார் என்பதல்ல இதற்குக் காரணம். தனக்கிருப்பது போல் மகேஸ்வரய்யனுக்குத் தான் எப்போதும் உறுதியான மனிதன் என்று காட்டிக் கொள்ளும் தேவை இருக்கவில்லை. 'மலையின் கீழ் புல்லாக வேண்டும்' என்பது கவிஞர் டி.வி. குண்டப்பாவின் ஒரு கவிதை வரி. மகேஸ்வரய்யனுக்கு இந்த வரி மிகவும் விருப்பமான தென்று கிருஷ்ணப்பனுக்குத் தெரியும். யார் கண்ணிலும் விழாமல் சின்னதாய், தெளிவான நிறமேதுமின்றி தன்னுள் பாடி மகிழும் ஒரு பறவையைப் போல் இருக்கவேண்டும் என்பது அவரது நிலைப்பாடு. யட்சகானத்தில் வரும் கோமாளி பாத்திரம் போல நடனமிட்டபடி குனிந்தபடி பல்டி அடித்துச் சிரிக்க வைத்தபடி முன் நிற்பவரைப் பார்த்துக் கண்ணைத் திறந்து மூடியபடி தன் உள் மனத்தை மட்டும் காப்பாற்றிக் கொள்ள வேண்டுமென்ற நாடகக் கலையின் தத்துவம் அவருடையது. வாரங்கல் ஸ்டேஷனில் உப்பியமுகம் கொண்ட அதிகாரி கிருஷ்ணப்பனின் விடுதலையைத் தள்ளிப்போட ஏதேதோ சாக்குகளைத் தேடிய போது அவனுக்குப் போலியாய் கை குவித்துத் தான் ஒரு மிகச் சிறிய மனிதன் என்று காட்டி அவனைத் திருப்திப் படுத்திக் கிருஷ்ணப்பனை விடுதலை செய்தார். ஸ்டேஷன் அனுபவத்தை நினைத்து மனம் வெறுப்புக்கொண்ட நாட்களில் உப்பியமுக அதிகாரியை ராட்சசனாகவும் தன்னைக் கோமாளி யாகவும் காட்டி, தன் உபாயத்தில் அவனை வென்றதை யட்சகான ஆட்டமுறையில் அபிநயித்துக் காட்டி, கிருஷ்ணப்பனைச் சிரிக்க வைத்தார் மகேஸ்வரய்யன்.

கிருஷ்ணப்பனின் சுயகௌரவத்தை அழிக்க அப்போது மகேஸ்வரய்யனின் குரூரமனம் தொடர்ந்து விரும்பியது. ஆனால் கிருஷ்ணப்பனின் வேர்கள் பலமானவையாகையால் தன்னைக் காப்பாற்றிக்கொண்டான்.

மகேஸ்வரய்யன் செய்யும் இந்தக் கோமாளி ஆட்டத்தைப் பார்த்துக் கோபால் ரெட்டி கிருஷ்ணப்பனுக்கு ஒருமுறை சொன்னான்: 'இந்த மாதிரி விதூஷகனின் குணத்தை நம்மூர் விவசாயிகளிடமும் நான் கண்டிருக்கிறேன். என் தந்தையின் கண்ணுக்குப் படாமல் இருப்பார்கள், இப்படிப்பட்டவர்கள். பட்டாலும் தாங்கள் அற்பர்கள்

என்பது போல் நடிப்பார்கள்.' கிருஷ்ணப்பன் இந்த நடைமுறையை ஒப்பாதவன். அவன் மனோதர்மத்திற்கு இது எதிரானது.

மகேஸ்வரய்யன் எப்போதும் தோற்காத மனிதர் என்று கிருஷ்ணப்பன் நினைத்தான். உடல்நலமில்லாமல் படுத்திருந்ததி லிருந்து தன் பாதை சரியானதல்ல என்று நினைத்த மகேஸ்வரய்யன் களை குன்றியிருக்கிறார் என்று அவனுக்குப்பட்டது. ஏன் இப்படி என்று மகேஸ்வரய்யனைக் கேட்டபோது அவர் முதலில் ஏதும் சொல்லவில்லை. பின் மகேஸ்வரய்யன் எழுந்து அமர்ந்து கொஞ்சம் யோசித்துச் சொன்னார்:

'வேண்டாம். உனக்குச் சொல்லக்கூடாது நான். அதனால் உனக்குத் தொந்தரவு வரும்.'

உடனே கிருஷ்ணப்பனுக்கு மகேஸ்வரய்யன் பலகீனமாகி விட்டார் என்று புரிந்தது. தன் உதவி அவருக்கு வேண்டுமென்றாலும் அவர் கேட்கவில்லை. அவர் அவமானம் அடைகிறார் என்று பட்டது. அதனால் கோபம் வந்தது கிருஷ்ணப்பனுக்கு.

'என்னை அவமானப்படுத்துகிறீர்கள்.'

மகேஸ்வரய்யன் தலையை ஆட்டி அன்புடன் அவனைப் பார்த்துச் சொன்னார். சமீபமாய் அவருக்குச் சூதாட்டம் தரும் உற்சாகம் இல்லாமல் வாழ முடியவில்லை. தேவி பூஜைக்கு எவ்வளவோ தடவை அமர்ந்து பார்த்தார். ஓடும் குதிரையே அவர் முன் காட்சி தருகிறது. தனக்கிருந்த சொத்தெல்லாம் இதனால் போயிற்று. வாழ்வு மிகவும் கஷ்டமாகத் தோன்ற ஆரம்பித் துள்ளது. முந்தாநாள், யார் யாரோ நண்பர்களிடமிருந்து பத்தாயிரம் ரூபாய் கடன்வாங்கி வந்தார். தான் எல்லாம் மீட்டெடுப்பேன் என்று நம்பி சூதாட வந்தார். ஆனால் கொண்டு வந்த பண மெல்லாம் போயிற்று.

'அவ்வளவுதானா? உமக்கு அந்தப் பத்தாயிரத்தை நான் கொடுக்கிறேன்.'

கிருஷ்ணப்பன் இவ்வளவாவது உதவி செய்யமுடிகிறதே என்று மகிழ்ச்சி அடைந்தான். மகேஸ்வரய்யன் தன்னிடம் கொட்டிய பணத்திற்கு அளவில்லை. அவன் பிரதியுபகாரமாக இன்றுவரை ஒரு காசும் கொடுத்ததில்லை.

'கொடுப்பாய் என்று எனக்குத் தெரியும். ஆனால் அந்தப் பணத்திலும் நான் நாளை சூதாடுவேன் அல்லவா?'

'ஆடுங்கள். நீங்கள் ஜெயிக்கவும் முடியும் இல்லையா?'

மகேஸ்வரய்யனின் கண்கள் நம்பிக்கைப் பரவசத்தால் ஒளி பெற்றன.

'ஆமா. ஆனால் தோற்கவும் கூடும்.'

'தோற்றுப் போயிடுங்க.' கிருஷ்ணப்பன் சிரித்தபடி சொன்னான்.

'இல்லை. தார்வாடா அருகில் ஒரு கிராமத்தில் எனக்குக் கொஞ்சம் தோட்டமிருக்குது. ஒரு குடிசை இருக்குது. அங்கு என் மீதி நாட்களைக் கழிக்கலாம் என்றும், இந்தச் சூதாட்டத்தை விட்டு விடலாம் என்றும் நினைத்திருந்தேன்.'

'நாளை தோற்றால் அப்படியே செய்யுங்க.'

மகேஸ்வரய்யன் மிகவும் சந்தோஷம் அடைந்ததைப் பார்த்துக் கிருஷ்ணப்பனுக்குத் திருப்தியாயிற்று. இருவரும் முன்பு போலவே பரஸ்பரம் பார்த்துச் சிரித்தனர். ஆனால் ஒருகணம் கழித்துச் சிந்தனை வயப்பட்டவராய் 'ஓ' என்றார்.

'இதனால் உனக்குத் தொந்தரவுதான்' என்று எதிரில் இருந்த வாசலைக் கூர்ந்து பார்த்தார்.

'இருக்கட்டும் விடுங்க' என்ற கிருஷ்ணப்பன் 'நாகேஷ்' என்று அழைத்துத் தன் வீல் செயரை அறைக்குத் தள்ளிக்கொண்டு போக வைத்து, மனைவியை அழைத்தான். வாசலை மூடச் சொல்லி, 'சீதா, பேங்கில் உன் பெயரில் பத்தாயிரம் இருக்கிறதல்லவா? அது எனக்கு நாளை காலையில் வேண்டும்.'

மனைவியை வழக்கமாய் பெயர் சொல்லி அழைப்பவன் அல்ல கிருஷ்ணப்பன்.

அவளுக்கு ஆச்சரியம்.

'எதுக்கு?' என்றாள்.

'மகேஸ்வரய்யனுக்குக் கொடுக்கணும்.'

'நீங்க சோஷலிஸ்டாக, குதிரைமீது பணம் கட்டுவதை...'

'அதெல்லாம் இப்போது வேண்டாம். கொடு.' கிருஷ்ணப்பன் கோபப்பட்டான்.

'இல்லை.... கொடுக்கப் பணமில்லை' என்றாள்.

கிருஷ்ணப்பன் அடிக்கக் கை தூக்கியதைக் கண்டு தூரத்தில் நகர்ந்தாள்.

'இருக்கிறது. கொடு.'

அவனது மனம் அவள் கையைப் பிடித்து இழுக்க நினைத்தது.

148

ஆனால் தேகநிலை இடம் கொடுக்கவில்லை. கிருஷ்ணப்பனின் கண்களில் நீர் நிரம்பி, உதடுகள் நடுங்கத் தொடங்கின.

சீதா நிதானமாய் சொன்னாள்.

'ஜெயமகால் எக்ஸ்டென்ஷனில் டிரஸ்ட் போர்டு எனக்கொரு ஸைட் கொடுத்திருக்கிறது. அதை வாங்க அந்தப் பணம்.' கிருஷ்ணப்பனின் கண்களில் நீர் சொரிந்தது. வலது கையால் துடைத்தபடி'

'எந்த 'ஸைட்'?' என்று பொங்கிவந்த அழுகையைத் தடுத்ததால் விம்மினான்.

'வீரண்ணன் அப்ளிகேஷன் போட வைத்தார். கிடைத்து விட்டது.'

சீதா மெதுவாய் சொல்லித் தலையைக் குனிந்தாள். இந்த ஜெயமகால் 'ஸைட்'கள் பற்றி அசெம்பளியில் கிருஷ்ணப்பன் கலகம் செய்ததுண்டு. ஓப்பன் மார்க்கெட்டில் நாற்பது ஐம்பதாயிரம் என்று விலை போகும் ஸைட்களை ஏழு அல்லது எட்டுக்கு விலைவைத்து பேப்பரில் விளம்பரம் வந்ததைக் கண்டு கிருஷ்ணப்பன் மந்திரிகள் தங்களுக்கு அல்லது தங்கள் நண்பர்களுடன் பங்கு வைப்பார்கள் என்று சந்தேகம் அடைந்தான். இப்போது மந்திரிசபை தன் மனைவிக்கும் ஒரு 'ஸைட்' கொடுத்துத் தன் வாயை மூடவைக்கிறது. மனைவியைப் பார்த்தான்.

'சீதா! நீ இந்த 'ஸைட்'டை வாங்கக்கூடாது.'

'ஏன் நீங்க எதுவும் எனக்கு பண்ணவேண்டாம். கைஸட் வாங்குவது என் உரிமை. அதை தடுக்காதீங்க.'

கிருஷ்ணப்பன் கண்களை மூடினான்.

'இந்த 'ஸைட்' நமக்கு வேண்டாம். நான் வேறு உனக்கு வாங்கித் தருகிறேன்.'

கிருஷ்ணப்பன் அமைதியாய்ச் சொன்னான்.

'தந்தீங்க, தந்தீங்க, நாளை உங்களுக்கு ஏதாவது ஆனால் நானும் உங்க மகளும் வாயில் மண்ணையா போட்டுக் கொள்ள?'

'போ போ. என் அருகில் நிற்காதே போ' என்று பலவீனமான தொனியில் கடூரமாய்க் கத்தினான்.

அவள் போனபின் நாகேஷை அழைத்தான். கண்களை மூடிய படியே சொன்னான். 'உடனே போய் வீரண்ணனிடம் பத்தாயிரம் வேணும் என்று சொல்லி வாங்கிக் கொண்டுவா. ஆட்டோவில் போ.

பர்ஸில் பணம் இருக்கணும். இந்தா.'

நாகேஷ் தன்னிடம் பணமிருக்கிறதென்று கூறிப் புறப்பட்டான். முக்கால் மணி நேரம் கழித்து வந்து பெரிய கவர் ஒன்றைக் கிருஷ்ணப்பனிடம் கொடுத்தான். வீரண்ணன் பணத்துடன் ஒரு சீட்டும் அனுப்பியிருந்தான்.

'இதில் பதினைந்தாயிரம் இருக்கிறது. அதிகம் வேண்டுமென்றால் நாளை காலை சொல்லி அனுப்புங்கள்—உங்கள் அன்புள்ள, வீரண்ணன்.'

தள்ளூ என்று வீல் செயரைத் தள்ளச்சொல்லி மகேஸ்வரய்யனின் அறைக்குள் சென்றான். மகேஸ்வரய்யன் தான் போகும்முன் தியானத்தில் இருந்ததுபோல் தெரிந்தது.

'பதினைந்தாயிரம் இருக்கு. நாளை வேண்டுமானால் இன்னும் தரமுடியும்' என்று மகேஸ்வரனின் பதிலுக்குக்கூட காத்திருக்காமல் நாகேஷிடம் செயரைத் தள்ளச் சொல்லித் தன் அறையில் போய்ப் படுத்தான்.

கிருஷ்ணப்பன் சீதாவுடன் சண்டை போட்டபோதெல்லாம் குழந்தைக்கு எப்படியோ அது புரிந்துவிடும். மகள், வாயைத் திறக்காமல் எதையோ கொடுத்ததைப் பேசாமல் தின்று, சீப்பால் தாய் சிக்கு எடுத்தபோது கொஞ்சமும் வலியைக் காட்டாமல் அமர்ந்ததைப் பார்த்துக் கிருஷ்ணப்பன் துக்கம் கொண்டான். துல்லியமாக இரண்டு ஜடை போட்டுக்கொண்டு யூனிபார்ம் உடுத்து ஸ்கூலுக்குப் புறப்பட்ட கௌரியை அன்புடன் 'கௌரா' என்று அழைத்தான். தன்னிடம் வருவதற்கு மகள் பயப்படுகிறாள் என்று அவனுக்குச் சந்தேகம் உண்டாயிற்று. இன்னொரு தடவை அழைத்தான். அருகில் வந்து நின்றாள். அவள் முதுகின்மீது கை வைத்துத் தடவினான். திரும்பி நிற்கவைத்துக் கொண்டு அவள் முகத்தைப் பார்த்தான். தன் கண்கள் —ஆனால் தாயின் தடித்த மூக்கு. தாய் கோபத்தால் பிடித்துப் பிசைந்ததால் வீங்கிய உதடுகள், இப்போது சரியாகியுள்ளன. மூக்கிலிருந்து நீர் வடியவில்லை. தன் உணர்வைக் காட்டாமல் நின்ற சிறு குழந்தையின் முகத்தில் வயதிற்கு மீறிய முதிர்ச்சியைக் கண்டு அவன் குழம்பிப்போனான். அக்குழந்தை தன் கால்களை நளினமாய்

அசைத்து நடனமாடியோ, பீரோவில் இருந்ததை இழுத்து வீசி தாயிடமிருந்து திட்டுவாங்கிக் கொண்டு அதைப் பொருட்படுத்தாமல் ஓடியபடியோ இருப்பதைப் பார்த்துப் பல தினங்களாயிற்று என்று பட்டது.

கௌரி ஸ்கூலுக்குப் போனபின் சுத்தமான ஸில்க் ஜிப்பா உடுத்து, நெற்றிக்கு விபூதி அணிந்து வந்த வீரண்ணன் அதொரு சாமான்ய விஷயம் என்பதுபோல், 'இன்னும் பணம் வேண்டுமா?' என்றான்.

'வேண்டாம்' என்ற கிருஷ்ணப்பன், அன்று இரவு வரும் கௌரி தேஷ்பாண்டேயை அவள் இறங்குமிடத்திலிருந்து அழைத்துவந்து அவரது 'கெஸ்ட் ஹௌஸில்' தங்க வைக்கவேண்டும் என்றும், ஜோதியின் பாய்பிரண்டுக்கும் நாகேஷின் அக்காவுக்கும் வேலைக்கு ஏற்பாடு செய்ய வேண்டுமென்றும் கேட்டுக்கொண்டான். அதென்ன பெரிய விஷயம் என்பது போல் 'ஆகட்டும்' என்றான் வீரண்ணன். பஞ்சலிங்கையன் வந்திருந்தாரென்றும், கௌடரிடம் அப்படிப்பட்ட வேலைகளைச் செய்விக்கக்கூடாதென்று சொல்லித்தானே சீட்டுக்கு ஏற்பாடு செய்கிறேனென்று சொன்னதாகவும் தெரிவித்து, 'நீங்கள் சீக்கிரம் குணமடைய வேண்டும்' என்று சொன்னான்.

சொன்ன பேச்சு சாதாரணமானதென்றாலும் சொன்ன முறை அர்த்தமுள்ளதாக இருந்தது. கிருஷ்ணப்பன் சொன்னான்:

'உங்க மனசில் ஏதோ இருக்கிறது. சொல்லுங்கள்.'

'உங்களை நீங்க குழப்பிக்கொள்ளக் கூடாதென்று, உங்களிடம் சொல்ல வில்லை. நீங்கள் பெரிய பொறுப்பில் வரப்போகிற ஒரு காலம் மிக அருகில் வரப்போகிறது.'

'நானும் அதைக் கேள்விப்பட்டேன். ஆனால் கட்சி மாறுபவர் களுடன் நாம் சேர மாட்டோம் அல்லவா?'

'சேரவேண்டாம். நீங்களே மந்திரிசபை ஏற்படுத்தி, புதிய குத்துகைதாரர் பற்றிய ஒரு மசோதா கொண்டுவர ஆசை உள்ள தல்லவா? அதைக்கொண்டு வாருங்கள். அதை ஆதரிப்பவர்கள் உங்களிடம் வருவார்கள். போதிய பலம் கிடைக்காவிட்டால் ராஜினாமா கொடுத்தால் போயிற்று—ஏதேதோ உங்களுக்குப் புத்திமதி சொல்வது போல் நான் பேசிக்கொண்டிருக்கிறேன். மன்னிக்க வேணும்.'

'வீரண்ணா! ஒரு விஷயம். அது... ஏன் சீதாவிடம் ஸைட்டுக்கு அப்ளை பண்ண வைத்தீங்க?'

'நல்ல தமாஷாயிருக்கு நீங்க சொல்வது, அவர் என்ன இந்த நாட்டுப் பிரஜை இல்லையா?'

வீரண்ணன் சிரித்தான். கிருஷ்ணப்பனின் முகம் சீரியஸானதைக் கண்டு அவனும் சீரியஸாகச் சொன்னான்:

'கௌடரே, நீங்க எவ்வளவோ பெரியவராக இருந்தாலும் பெண்களுக்கு அது தெரிவது இப்படி ஏதாவது கிடைக்கும் போதுதான். அவர்களைக் குறைசொல்லி என்ன பிரயோஜனம், சொல்லுங்க? அவர்களுக்காக அவர்கள் விரும்புகிறார்களா? பெண்கள் மீதுதான் வீட்டுப் பொறுப்பும். உங்களுக்கு வானத்தில் பறந்துகொண்டிருக்கும் வேலை... இது நியாயமா?'

'என்னதான் சொல்லுங்க... இதுகூட 'கரப்ஷன்'தான்.'

'ஆண்டவா, உங்க பேச்சு நல்லாயிருக்கு. உங்க மனைவி கஷ்டப் பட்டுச் சம்பாதித்த பணத்திலிருந்து 'ஸைட்' வாங்கினால் அது 'கரப்ஷன்.' ஆனால், ஸ்பீட் பணம், அது இது என்று என் போன்றோர் பிஸினஸ் செய்கிறோமே, அதுக்கு என்ன பெயர்? அவங்கவங்களுக்கு அவரவர் செய்வதுதான் சரி, இல்லையா?'

'இல்லை; நீர் செய்வது தப்பு என்று நான் சொல்வேன்.'

'தப்பானால் இருக்கட்டும். விடுங்க. அதைச் சரிப்படுத்துவது எப்படி? நான் ஒருவன் சரியானாலா? அல்லது நாடு சரியானாலா? இப்போ, பி.டபிள்யூ.டி. இருக்கு — அது சரியாகாமல் நான் சரியாக முடியுமா? சொல்லுங்க, நீங்களே. யார் இதையெல்லாம் பூமுசாய் சரிப்படுத்துவது...? உங்களைப் போல உள்ளவங்க. அதுக்காகத் தான் நான் சொல்வது... நீங்கள் தலைவராக வரவேண்டும், மந்திரி சபை உங்களிடம் வரவேண்டுமென்று. தியேட்டர் பக்கம் வேல இருக்கு. வரட்டுமா நான்?'

வீரண்ணன் புறப்பட்டுப் போனான். தன்னைப் புகழும் போதும், கைகட்டி விநயத்தோடு நின்றபோதும் வீரண்ணன் தன்னை முற்றிலும் சார்ந்தே பேசுகிறான்; தன் நிராகரிப்பையும் அவன் மீதான அனுதாபமின்மையையும் புறக்கணித்துக் கோபத்திற்குக்கூட இடம் கொடுத்து அதன்மூலம் உற்சாகம் ஏற்படுத்தி இறுதியில் வெற்றி பெறும் தந்திரம் அவனது. அவனுக்காக மட்டும் இவற்றைச் செய்கிறான் என்று சொல்வது கிருஷ்ணப்பனுக்குச் சரியாய் படவில்லை. இப்போதிருக்கும் முதலமைச்சரிடமிருந்தே நீர்ப்பாசனத் திட்டம் ஒன்றிற்கு காண்ட்ராக்ட் வாங்கியிருக்கிறான் அல்லவா? வீரண்ணன் இல்லாமலிருந்தால் இன்னொருவன் வாங்கியிருக்க

வேண்டிய காண்ட்ராக்ட் அது.

கிருஷ்ணப்பன் வீரண்ணனின் திட்டங்களின் ஆழ அகலம் தெரியாமல் குழப்பமாக வீல் செயரில் அமர்ந்திருந்தபோது ஜோதி வந்தாள். அவள் மெதுவாகச் சுற்றிலும் நடந்து படுக்கைக்குப் புதிய துணி விரித்து, தான் கொண்டுவந்த ரோஜாப்பூக்களை ஜாடியில் அழகாக வைத்துக் கிருஷ்ணப்பனை மிகவும் கவனமாக எழுப்பிப் படுக்கவைத்தாள். தேகத்தை மஸாஜ் செய்தபடி மகிழ்ச்சியுடன் தான் இரவு பார்த்த சினிமாக் கதையைச் சொல்ல ஆரம்பித்தாள். சினிமா நாயகனின் விரகதாபக் கதையைச் சொல்லும் முறையிலேயே தன் மனத்தையும் அவனுக்குத் தெரிவித்தாள். வேலை கிடைக்கும்வரை தானும் தன் நாயகனுக்கு மலராத ஒரு பூவாக இருப்பதை அவள் தெரிவிப்பதை அறிந்து அவன் ஆச்சரியப்பட்டான். பாய் ஃபிரண்டுக்கு விரைவில் வேலை கிடைக்கப் போகிறதென்று அவள் மகிழ்ச்சியாக இருந்தாள். ஒருவேளை இன்று ராத்திரி அவனுக்கு அவள் மலரலாம். அவளின் உற்சாகம் அவளின் மென்மையான கைகள், தன் சடமான புஜம், தோள், பின் தோள், இடுப்பு, தொடை, கால், விரல்கள் என இறங்கி வந்ததிலிருந்து தெரிந்தது. தன் சுற்று முற்றுமுள்ள எல்லா ஆரோக்கியங்களையும் நான் சுவீகரிக்கிறேன் என்று கிருஷ்ணப்பனுக்குத் தோன்றியது.

ஜாடியில் அழகாய் அமர்ந்திருந்த பிற பூக்களைவிட சற்று உயரமாய் அழகாய் நின்ற ரோஜாப்பூவொன்று அவனைக் கவர்ந்தது. நீர் பட்டிருந்ததால் ஒளிவிடும் கருஞ்சிவப்பு. பார்வையை உள்ளே இழுப்பது போன்று ஓரத்தில் ஒடிந்தபடி, திருகிக்கொண்டபடி சிறியதாய் இறுகி, மையத்தை மட்டும் மூடிக்கொண்ட இந்த ரோஜா இதழ்கள் மெத்தென்று காம்பில் கெட்டியாகவும் உள்ளன. அவை பிறரை ஆகர்ஷித்து இரகசியம் காக்கும்; இந்த வர்ணத்திற்கும் அழகுக்கும் பொருத்தமில்லாத கட்டியான இலை, கூர்மையான முட்களைக்கொண்ட தண்டு — இப்படிக் கூர்ந்து ரோஜாவைப் பார்த்த படி ஜோதியின் இனிமையான அரட்டைக்குச் செவி சாய்த்தான்.

சிறியதாகப் பற்றி எரியும் ஜ்வாலைபோல் தென்பட்டது ரோஜா. எதையோ வெளிப்படுத்திக் கொண்டும் எதையோ ஒளித்தபடியும் இருப்பதால் அதைப் பார்ப்பது கஷ்டமாக இருந்தது. ஜோதியின் முகத்தைப் பார்த்தான். ஆயாசப்படாமல் அவள் தன்னை அமுக்கித் துடைத்தபடி தடவி, தன் பேச்சுக்குத் தானே நகைத்தபடி இருப்பது போல் காணப்பட்டாள். 'அனாய சேன மரணம்' என்று, தான்

அவ்வப்போது பயன்படுத்திய சம்ஸ்கிருதத் தொடர் நினைவுக்கு வந்தது. இல்லை — இப்போது ஜடமாக இருந்த தேகத்தை எழுப்ப வேண்டுமென்று தோன்றுகிறது. மரம் ஏறவேண்டும், கிணற்றில் இறங்கி சேறு தோண்டி எடுக்க வேண்டும், நீந்த வேண்டும், வயலில் பயிரை நடவேண்டும், பூப் போன்ற சிறிய கோழிக்குஞ்சுகளை உள்ளங்கைமீது எடுத்து வைத்துக்கொள்ள வேண்டும் — இப்படி ஏதேதோ சபலங்கள் தோன்றுகின்றன. வீரண்ணன் சொன்னதைத் தான் காதில் போட்டுக்கொள்ளாமல் இருந்தது வெறும் நாடகம் அல்லவா? அதிகாரத்திற்காக இந்த ஜடமான தேகம் மீண்டும் உயிர் பெற்று வருகிறதோ என்று தோன்றுகிறது. தாய் அவள் மடியில் பலாச் சுளையில் செய்த தின்பண்டத்தை மூடி வைத்துக்கொண்டு வந்து தந்தது நினைவுக்கு வருகிறது. நாகேஷ் பேசாமல் எதையோ மறைத்துத் தன் எதிரில் நடமாடியதைக் கண்டான். 'அதென்ன நாகேஷ்?' என்றான். ஜோதி, 'மாலையில் வருகிறேன்' என்று கூறிப் புறப்பட்டாள். நாகேஷ் ஏதும் பேசவில்லை. தன் கண்களிலிருந்து எதையோ மறைக்கும் அவன் செயலால் குழப்பமுற்று மீண்டும் அவனை அழைத்தான். நாகேஷ் வேகம் வேகமாய் கிருஷ்ணப்பனுக்கு அவன் பாக்கெட்டில் மடித்து வைத்திருந்த பத்துபைசா விலையுள்ள 'அனல்' என்ற பத்திரிகையைக் கொடுத்தபடி 'தேவடியாப்பசங்க. ஏதோ எழுதியிருக்கிறார்கள். மனசில் போட்டுக்காதீங்க' என்றான்.

கிருஷ்ணப்பன் படித்தான். இத்தகைய குற்றச்சாட்டுகளை யாரும் இதுவரை அவன் மீது சாட்டியதில்லை. 'கிருஷ்ணப்ப கௌடர் முதலமைச்சர் பதவிக்கு முயற்சி' என்ற தலைப்பில் குற்றச்சாட்டுகளின் பட்டியல். மனைவி பெயரில் ஜெயமகால் எக்ஸ்டென்ஷனில் ஸைட் வாங்கியது. வீரண்ணன் என்ற காண்ட்ராக்டருக்கு இப்போதைய அரசு பல கோடி ரூபாய் லாபமுள்ள நீர்ப்பாசன வேலையை டெண்டர் திருத்திக் கொடுத்தாலும் கௌடர் ஏன் இதுபற்றிப் பேசவில்லை? இறந்துபோன ஜமீன்தார் கோபால ரெட்டி, பணமூட்டை வீரண்ணன் போன்றவர்கள் மாத்திரம் ஏன் கௌடருக்கு நண்பர்கள்? தன் பெயரில் ஃபியட் வாங்கி அதை வீரண்ணனின் மகனின் தேவடியாள் தேடி ஓடும் வேலைகளுக்குக் கொடுத் திருப்பது உண்மையா? கௌடரின் மனைவி, பாங்க் ஒன்றில் குமாஸ்தாவாக இருந்தவள், மானேஜர் ஸ்தானத்திற்குப் பதவி உயர்வு பெறுவது வெறும் பொய்ச் செய்தியா? ஆளும் கட்சி உடையும் போது இப்போதைய முதலமைச்சரின் ஆட்கள் புரட்சிக்காரன் என்று பெயர் வாங்கிய கௌடரைத் தலைவனாகத் தேர்ந்தெடுத்துத் தம்

அரசை நிலைநிறுத்தும் நாடகத்தின் பின்னணியில் வீரண்ணன் எம்எல்ஏக்களை எவ்வெவ்வளவு பணம் கொடுத்து வாங்குகிறான்? முதலமைச்சருக்கு விரோதமான இடதுசாரிக் கட்சிகளோடு சேர வேண்டுமென்ற கௌடரின் கட்சிக்காரர்கள் சிலரை அதிகம் பணம் கொடுத்து வீரண்ணன் வாங்குவது உண்மையா? சிந்தனையாளன் என்று புகழ்பெற்ற கௌடர் இரகசியமாக மகேஸ்வரய்யன் என்ற தேவி வழிபாடு செய்பவன் மூலம் வசியப் பூஜைகள் செய்து முதலமைச்சர் பதவியை அடைய முயற்சிப்பது உண்மையா? மனைவியை அடிப்பது, திக்கில்லாப் பெண்களைப் போகிப்பது, குடிப்பது, கோபாவேசமாய்ப் பேசி ஜனங்களைக் கவர்ந்துகொண்டு அதனால் ஊழல் சமூக அமைப்பைக் காக்க முயல்வது—இவை யெல்லாம் புரட்சிக்காரனின் குணங்களா? ஒருகாலத்தில் உண்மை யாகக் குத்தகைக்காரர்களுக்காக உழைத்த, விவசாயக் குடும்பத்தில் பிறந்த ஒருவன் இப்போது மோசடிக் காரர்களின் கைப்பொம்மை யானது எப்படி? கட்டுரை கடைசியாக வேதனையுடன் முடிந்திருந்தது. கடைசி வாக்கியம்—கௌடரின் உடல்நலமின்மை மூலம் இவரும் மக்கள் விரோதிகளின் பக்கமே என்பது வெட்டவெளிச்சமாகி விட்டது என்று பெரிய எழுத்துகளில் முடிந்திருந்தது.

கிருஷ்ணப்பனின் முகம் கட்டுரையைப் படித்தபடியே ஒளி குன்றியதைக் கண்டு நாகேஷ் கிருஷ்ணப்பனுக்கு உற்சாகமூட்ட ஆரம்பித்தான்.

'நாகராஜ்தான் இப்படி எழுத வைத்துள்ளான், கௌடரே.'

'நாகராஜ் என்னை எதிர்க்கிறான், உண்மை. ஆனால் பெயர் போடாமல் எழுதும் நபர் அல்ல'—கிருஷ்ணப்பன் கம்பீர தோரணையில் சொன்னான்.

'அவனே தான் எழுதியது. வெள்ளையாக இருப்பதெல்லாம் பால் என்று நீர் நினைக்கிறீர்.'

'நாகராஜை வரச்சொல். போகும் முன் லெட்டர் பாடும் பேனாவும் கொடு.'

நாகராஜ், தனது பழைய நாட்களை நினைவூட்டும்படி இருந்தான். அவனது தீவிரமான நிலைப்பாட்டுக்கும் தனக்கும் வேறுபாடு என்னவென்றால்— தான் அரசியலுக்கு இஷ்டமில்லாமல் வந்தவன், வாழ்வில் அர்த்தம் ஈட்ட வேறுவழியில்லாமல். ஆனால் நாகராஜுக்கு அரசியல் தவிர வேறு ஏதும் கண்ணிலேயே படாது. புரட்சியில்லாமல் நாம் வாழ்வதற்கு அர்த்தமில்லை என்று

நினைக்கிறான். ஒரு சார்மினார் புகைத்தபடி எல்லோரும் தன்மீது கோபம் கொள்ளும்படி செய்கிறான். தான் அதே பேச்சை அதே தோரணையுடனும் தீவிரத்துடனும் பேசும்போது சகித்துக் கொள்கிறவர்கள் நாகராஜ் வாய் திறந்ததும் அவன் மேல் பாய்கிறார்கள். அவன் ஒரு பணக்காரக் கிரிமினல் வக்கீல் ஒருவரின் மகன். டெல்லி ஸ்கூல் ஆஃப் எக்கனாமிக்ஸில் படித்தபோது மார்க்சியவாதியாகி, கம்யூனிஸ்ட் கட்சியின் ரஷ்ய சார்புக்கு எதிராய்ப் பேசி, வேறு வழி காணாமல் சோஷலிஸ்ட் கட்சிக்கு வந்தவன். சோஷலிஸ்ட்கள் என்றாலும், அவனுக்கு அலர்ஜிதான். தான் தற்சமயம் மட்டும் அவர்களோடு இருப்பதாய் ஒளிவுமறைவின்றிச் சொன்னான். தும்கூர் என்ற இடத்தில் சட்டசபையிலிருந்து அதிகம் வாக்குகள் பெற்றுத் தேர்ந்தெடுக்கப்பட்டவன் என்று மற்றவர்கள் சகித்துக் கொள்கிறார்கள். கிருஷ்ணப்பன் தலைமையை அவன் கேள்வி கேட்பான் என்று கிருஷ்ணப்பனிடம் பிறர் சொல்கிறார்கள். தனக்கு யாரும் சமமல்ல என்று கிருஷ்ணப்பன் நடந்துகொள்ளும் போக்கை நாகராஜ் சகிப்பதில்லை. கட்சிக் கூட்டத்தில் அவன் கிருஷ்ணப்பனை ஃப்யூடல் நிலப்பிரபுத்துவ குணமுள்ளவன் என்று கண்டித்தான். ஆட்சியில் இருப்பவர்களுடன் எந்த ஒப்பந்தத்திற்கும் தயாரில்லாத அவனுக்குக் கிருஷ்ணப்பன் சிலவேளை இப்படிச் சொல்வதுண்டு. 'கூரையேறி கோழி பிடிக்கத் தெரியாதவன் வானத்திலேறி வைகுந்தம் போனானாம்' என்று சொல்வது போலுள்ளது உம் வாதத்தின் போக்கு.' நாகராஜ் கடுமையாகக் கிருஷ்ணப்ப கௌடரை விமர்சிக்கிறான். 'மாவோ சொல்வது நிஜம். பகைவனைவிட ரிவிஷனிஸ்டு மிகவும் அபாயகரமானவன்.' இந்த நாகராஜ் மெது மெதுவாய் சமரச வழியைப் பின்பற்றித் தப்புகளைச் செய்யப் போகிறான் என்று கிருஷ்ணப்பன் மனத்தினுள் ஓர் எண்ணம் வைத்திருந்ததுண்டு. ஆனால் நாகராஜ் சுகமான வாழ்க்கை, வசதிகள், தாட்சண்யங்கள் இவற்றிலிருந்து முழுவதும் தப்பி, அவற்றிற்கு அடிமையாகாமல் வாழ்ந்தான்; ஒரு பிசாசு போல யாரும் அண்ட முடியாமல் வாழ்ந்தான். தன் தத்துவங்களின்படி, தன் ஜீவிதத்தில் ஒரு குறிக்கோளை முன்வைத்து, சிவக்கப் போகும் உலையில் வைத்த இரும்புத் துண்டு போன்று வாழ்ந்த அவனைக் கண்டு கிருஷ்ணப்பனுக்குப் பொறாமை ஏற்பட்டதுண்டு. இன்று அவனது முதிர்ச்சியின்மையைக் கண்டு மனத்தில் சங்கடம் ஏற்படுகிறது.

கிருஷ்ணப்பன் தான் எழுதியதை ஒரு தடவை படித்துவிட்டு அதன்மீது அட்டையை வைத்துவிட்டு நாகராஜுக்காகக் காத்திருந்தான். இஸ்திரி போடாத ஜிப்பா அணிந்து பாண்ட் போட்டிருந்த நாகராஜ் குலைந்த தலையைக் குனிந்து சிவந்த கண்களால் கூர்ந்து பார்த்தபடி உள்ளே வந்தான். நாகராஜ் நாற்காலியை இழுத்துப்போட்டு அமர்ந்தான்.

நாகேஷுக்கு, வாசலைச் சாத்திவிட்டுப்போ என்று கண்ணால் சொன்னான் கிருஷ்ணப்பன்.

'உம்முடைய ஆரோக்கியம் எப்படி இருக்கு?' என்றுகூட நாகராஜ் கேட்வில்லை. நிஜமாகவே இவன் தீட்டியது போல் போலியான ஓர் ஓவியமோ நான்? கிருஷ்ணப்பன் தன்னைப்பற்றி வந்த கட்டுரையை நாகராஜிடம் நீட்டினான்.

'பார்த்தேன்' என்றான் நாகராஜ்.

'நீங்கள்தான் இதை எழுத வைத்தது என்று சொல்கிறார்கள்.'

'நீங்க அதை நம்பாவிட்டால் போதும்.'

நாகராஜ் வெகுசாதாரணமாக அவன் முகத்தைப் பார்த்துச் சொன்னான். முன்பு நடந்த ஒரு சம்பவம் ஞாபகத்திற்கு வந்தது. அன்று ராத்திரி நடந்த மீட்டிங்கிலும் கடைசிவரை சும்மா இருந்து, 'பார்லிமெண்ட்ரி அரசியலின் கதி இதுதான், எந்தக் குழுவில் சேர்ந்து நாம் அரசு அமைத்தாலும் ஏதும் செய்யமுடியாது, இந்த ஸ்டேட் ஆளும் வர்க்கத்தின் சாதனம், வேறுமுறையில் அதைப் பயன் படுத்துவது பார்லிமெண்ட் அரசியலில் முடியாது' என்று சொன்னான். அதனால் கோபம்கொண்ட மற்றவர்கள், 'அப்படியென்றால் நீங்க என்ன செய்வதற்காய் இங்கே இருக்கிறீர்களாம்?' என்று பாய்ந்தார்கள்.

'நானா? நம் கட்சி அரசு அமைக்கும்போது நான் அதிலிருந்து வெளியில் இருப்பேன். ஒருவேளை அசெம்பிளி உறுப்பினர் பதவிக்கும் ராஜினாமா கொடுப்பேன். இதுபற்றி என் தீர்மானம் தெளிவாகவில்லை' என்றான்.

'பார்லிமெண்டரி அரசியல் பற்றி இதுதான் உம் கருத்தாக இருந்தால் இப்படிக் காத்துக்கொண்டிருப்பது நியாயத்தின் அடிப்படையில் சரியல்ல. உம்மையே நீர் மோசம் பண்ணுகிறீர்' என்று கிருஷ்ணப்பன் அப்போது சொன்னதுண்டு.

'நீங்கள் சொல்வதில் உண்மை உண்டு; என் வர்க்க பிரமை யிலிருந்து இன்னும் நான் விடுபடவில்லை' என்று நாகராஜ் தெளிவாகப்

பேசியபோது மற்றவர்கள் சிரித்தனர். ஆனால் கிருஷ்ணப்பனின் அந்தரங்கத்தை அந்தப் பேச்சு தொட்டது என்பது இப்போது மீண்டும் நினைவுக்கு வந்தது.

இப்போதும் அதை நினைத்து எதையும் காட்டிக்கொள்ளாமல் சொன்னான்.

'நாகராஜ், இந்தக் கட்டுரையைப் படித்தபின் உங்களைக் கேட்கணும்னு தோன்றியது. என்னைப் பற்றி உங்களுக்கும் இப்படிப்படுகிறதா? எனக்கே குழப்பமாக இருப்பதால் கேட்கிறேன்.'

'நபர்கள் பற்றிய பிரச்சினை இங்கு முக்கியம் அல்ல. இந்த அமைப்பில் யார், எவ்வளவு நல்லவர் என்பது வெறும் 'ரிலேட்டிவ்', அவ்வளவுதான். உங்களை இந்த அமைப்புத் தன் வலையில் இழுத்துக்கொள்கிறது என்று எனக்கும் படுகிறது. உங்களுக்கொரு இமேஜ் இருக்கு. அந்த இமேஜ் இந்த அமைப்புக்கு வேண்டியதாக இருக்கிறது, தன்னைக் காப்பாற்றிக் கொள்வதற்கு.'

'அப்படியென்றால் நான் என்ன செய்யணும், உம் கருத்துப்படி? உம் சிந்தனைகளை நான் ஏற்கவில்லை. ஆனால் உண்மையிலேயே உங்கள் அறிவுரை எனக்கு வேண்டும்.'

'நம் கட்சியின் அரசியல் பாதை இதுவரை சரியாய் இருந்திருந்தால் உம்மை அணுக வேண்டுமென்றே வீரண்ணன் போன்றவர்களுக்குத் தோன்றியிருக்காது, இல்லையா?'

கிருஷ்ணப்பனுக்கு உடனே கோபம் வந்தது.

'நாகராஜ், வீரண்ணன் எனக்கு உதவி செய்திருப்பது உண்மை. ஆனால் கைநீட்டவில்லை. நீங்கள் பணக்கார வீட்டில் பிறந்தவர். என்னைப்போல் பிறந்திருந்தால் என்னளவு நேர்மையானவராக இருந்திருப்பீரோ என்னவோ?'

நாகராஜ் கோபப்படவில்லை.

'நீங்கள் தனிமனிதவாதியாகப் பேசுகிறீர்கள். உங்களுக்குத் தத்துவரீதியான தெளிவு இல்லை. நான் இந்தக் கேள்வியை எடுக்கவே இல்லை. நான் நேர்மையானவன் என்றால் இங்கே இருந்திருப்பேனா சொல்லுங்கள்?'

'நாட்டின் பிரதமர் சர்வாதிகாரி ஆவதற்கு முயல்கிறார். பிரதமரின் ஆட்கள் இங்கேயும் அதிகாரத்திற்கு வந்தால் மக்களுக்கு இப்போது இருக்கும் சிவில் உரிமைகள்கூட நாசமாகும். இப்போதைய மாநில முதலமைச்சர் 'ரியாக்‌ஷனரி'தான். ஆனால் அவர் பின்பலத்தோடு

நாம் 'மினிமம் டைம் பௌண்ட்' செயல்பாடுகளை முன்வைத்து அரசு அமைத்தால் கொஞ்ச நஞ்சமாவது சாதிக்கலாம் என்பதில் உண்மையில்லையா?'

'இல்லை. தேசத்தின் நிலைமை இன்னும் மோசமானால் தான் பார்லிமெண்டரி ஸிஸ்டம் பற்றிய மக்களின் நம்பிக்கை நாசமாகும். ஒட்டுப்போட்டு சரிசெய்யும் வேலையில் எனக்கு ஒப்புதல் இல்லை.'

கிருஷ்ணப்பன் ஒரு நிமிடம் சும்மா இருந்து பின்பு சொன்னான். 'உங்கள் கருத்தை நான் ஏற்கமாட்டேன். இருக்கும் வீட்டிற்கு நெருப்பு வைத்துச் சூடு காயும் முதிர்ச்சியற்ற பார்வை உங்களது. ஆனால் தனிமனிதனாக எனக்குச் சில பிரச்சினைகள் உள்ளன. அவை என் நேர்மையோடு சம்பந்தப்பட்டவை. அதற்காகத்தான் உங்களுக்குச் சொல்லி அனுப்பினேன். நான் யார் வலையிலோ விழுகிறேன் என்று உங்களுக்குப் பட்டால் எடுங்க, இந்தக் காகிதத்தை. அதில் அசெம்பிளி உறுப்பினர் பதவிக்கு ராஜினாமா எழுதியிருக்கிறேன். இதை எடுத்துக்கொண்டுபோய் ஒருமணி நேரம் நீங்க கூலா சிந்தித்து உங்களுக்கும் அப்படிப்பட்டால் இந்தக் காகிதத்தை ஸ்பீக்கருக்குப் போஸ்ட் பண்ணுங்க' என்று காகிதத்தைக் கொடுத்தான். நாகராஜ் எழுந்து நின்று எந்த உணர்வும் காட்டாமல் சொன்னான்.

'நீங்கள் தனிமனிதவாதியாக இருப்பதால் நேர்மையாக இருக்க வேணுமென்று விபரீதமாய்க் கவலைப்பட்டுக் கொள்கிறீர்கள். இது ஒருவிதமான 'ஸிக்லி இன்டல்ஜன்ஸ்'. நேர்மை பற்றிய பிரச்சினை வந்தால் நீங்கள் என்னைவிடப் பெரியவர். ஜனங்களுக்கு நீங்களே என்னைவிட அருகில். அதனால்தான் உங்க தனிமனித ஆலோசனை எனக்கு முக்கியம். ஆகையால் நீங்க சுத்தமாக இருக்கிறீர்களோ இல்லையோ என்பதைச் சோதிக்க ராஜினாமா கொடுப்பது என் பார்வையில் 'இர்ரெலவண்ட்'. பூர்ஷ்வா சமூகத்தில் சுத்தமாக இருக்க எங்கே முடியும்? பார்லிமெண்டரி நடைமுறை சரியோ இல்லையோ என்கிற விவாதத்தில் நமக்கு இப்போது தெளிவு வேண்டும்.'

நாகராஜ் கிருஷ்ணப்பன் கொடுத்த காகிதத்தைத் திருப்பிக் கொடுத்துவிட்டுக் கனமான மனத்துடன் மேற்கொண்டு பேசினான்.

'உங்கள் அனுபவம் அதனாலேயே முக்கியம். நான் இன்னும் இளம்பிள்ளை. இவ்விஷயத்தில் நீங்கள் ஒரு தீர்மானத்திற்கு வந்ததும் எனக்குச் சொல்லி அனுப்புங்கள். தற்காலிகமாக ஃபாஸிஸ்டுகளைத் தடுக்க, பார்லிமெண்டரி வழி தேவை என்று

உண்மையிலேயே நீங்கள் நினைக்கிறீர்களா? ஏனென்றால் என் நிலைப்பாடுகூட 'அட்வெென்சரிஸ்ட் இன்டல்ஜன்ஸ்' ஆகயிருக் கலாம். அதனால் ஜனங்களோடு இருந்த உங்களின் வழிகாட்டுதல் எனக்கு வேண்டும்.'

நாகராஜ் பேசும்போது குழப்பத்தில் இருப்பதுபோல் தெரிந்தது. அப்படியே கொஞ்சநேரம் நின்று, போகிறேன் என்றும் சொல்லாமல் புறப்பட்டுப் போனான்.

நாகராஜின் பேச்சு கிருஷ்ணப்பனைத் தீவிரமாகப் பாதித்தது. சாவுக்கும் வாழ்வுக்கும் நடுவிலிருக்கும் நான் இப்போது தீர்மானம் செய்யவேண்டும். நான் மாநில முக்கிய மந்திரி ஆவது ஃபாஸிஸ்டு களின் பலத்தைக் குறைக்கத் தேவையானதா? அப்படிப்பட்ட ஆசை என்னிடம் இப்போது உருவானதற்கு என்ன காரணம்? சாகப்போகிற தனக்கு அதிகாரத்தின் மூலம் வாழ்வை மீண்டும் பெறும் ஆசையா? அல்லது வாரங்கல் ஸ்டேஷனில் பார்த்த அதிகாரத்தின் குரூரமான வடிவத்தை நாசம் பண்ணும் ஆசையா? வீரண்ணனின் வர்க்கத்தின் உடன் பாட்டோடு ஃபாஸிஸ்டுகளை முறியடிப்பது சாத்தியமா? இப்படி நான் கேள்விகள் கேட்கும்போது என் தனிப்பட்ட சுகத்திற்காகச் சிந்தனை மூலம் நியாயம் கற்பிக்கிறேனா?

நாகராஜ், நீ ஒரு மூடன்; பெரிய மூடன். உனக்கு வாழ்வின் ஆழமான விஷயம் தெரியவில்லை. இன்று இரவு ஜோதியும் அவளது நண்பனும் தங்கள் தேகங்களின் ரகசிய சுகத்தை அனுபவிக்கட்டும் என்றே நான் வீரண்ணனின் வர்க்கக் குணத்தை அலட்சியத்தோடு பார்த்தேனோ? - என்றெல்லாம் கிரீச்சிட வேண்டுமென்று பட்டது. உண்ணுவது, நித்திரை புரிவது, சம்போகத்தில் உடல்களை உரசுவது, தேவையோ இல்லையோ ஏதோ ஒரு சாக்கில் வேண்டாத விஷயத்தில் போய் கால்வைப்பது, நிமிடத்தில் மறையும் இந்த வாழ்வின் சக்தி குறையும் போது குதிரை வால் பிடித்து அலைந்து உற்சாகம் பெறுவது— இவற்றை விட்டு வேறென்ன இருக்கு மூடா?— ஜோதி தடவிவிட்ட காலைத் தூக்கப் பிரயத்தனப்பட்டபடி கிருஷ்ணப்பன் மூச்சுப் பிடித்தான்.

இப்போது ஐந்தரை மணி. ஆறு மணிக்கு விமானத்திலிருந்து கௌரி இறங்குவாள். நாகேஷ் அவள் வெள்ளை சேலை உடுத்தியிருக்கும் படத்தைப் பார்த்திருக்கிறான். அடையாளம் தெரிந்துகொள்வான். அவள் தன் தீவிர உணர்வுகளை வெளிப் படுத்திக் கொள்ளாமல், 'கிருஷ்ணப்ப கௌடர் எப்படி யிருக்கிறார்?' என்று சாதாரண வார்த்தைகளால் விசாரிப்பாள். நாகேஷுக்குத் தெரியும் — வீரண்ணன் காரில் தாமதமாகாமல் அவளை இங்கே அழைத்துக்கொண்டு வரவேண்டுமென்றும், அதன்பின் கெஸ்ட் ஹௌஸுக்கு அழைத்துக் கொண்டு போகவேண்டுமென்றும், வழியில் தன்னைப் பற்றி எல்லாம் நாகேஷே சொல்வான். ஸ்ட்ரோக் பாதித்தது, முதலமைச்ச ராகக்கூடிய வாய்ப்பு வந்துள்ளது, ஆனால் அதற்காக ஆசைப் படுவதில்லை என்பது. ஒரு நிலைபாட்டுக்காக முதலமைச்சர் பதவியை ஏற்றுக்கொள்ளலாம் என்பது. அங்கிருந்து இங்குவர அரைமணி நேரமாவது வேண்டும். விமானம் லேட் ஆனால்? அல்லது அவளே துணி மாற்ற முதலில் கெஸ்ட் ஹௌஸுகுப் போக வேண்டுமென்று விரும்பினால்?

வெளியில் கார் நின்ற சப்தம் கேட்டது.

அப்படியானால் விமானம் ஏதோ சீக்கிரம் வந்து விட்டதோ? உள்ளே யாரோ வருகிறார்கள். பெண் சுவடு அல்ல.

'வணக்கம்.'

கிருஷ்ணப்பனுக்குத் தன் எதிரில் நிற்பவர்களைப் பார்த்து ஏமாற்றமாக இருந்தது.

வீரண்ணனுடன் நரசிம்மபட்டனும் ராமே கௌடரும் வந்திருந் தார்கள். குழந்தைக்கென்று அடுப்பில் வைத்திருந்த பாலை குப்பையில் கொட்டிய நரசிம்மபட்டன், அவனோடு சேர்ந்து தன் முதல் தேர்தலில் தன்னைத் தோற்கடிக்க நிலப்பிரபுக்களின் சார்பில் நின்ற ராமே கௌடா.

மூவரும் சேர்ந்து 'லொடலொட' என்று பேசினார்கள். 'நீங்கள் பெரிய தலைவர். நாட்டுக்காக ஆண்டவன் உங்கள் ஆரோக்கி யத்தைக் காப்பாற்றணும்' இத்யாதி. நிலக்குத்தகை மசோதா பற்றிய தன் அறிவு குறைவானது என்றும், 'பலாச பிரத்வி' என்கிற தத்துவம் இப்போது செல்லுபடியாகாதென்றும், கிருஷ்ணப்ப கௌடரின் போராட்டத்தால் தானும்கூட மடத்தின் உதவியால் ஒருசிறிய தோட்ட முதலாளியாவது

சாத்தியமானது என்றும், மடத்தலை வருக்கும் தனக்கும் இப்போது அவ்வளவு சுமுகமான உறவு இல்லை என்றும் நரசிம்மபட்டன் சொன்னான். குழந்தைகள் தன்னைப் போல பூஜை புனஸ்காரங்களில் வாழ்வைக் கழிப்பது முடியுமா? அவர்களைப் படிக்கவைக்க வேண்டுமே!—பட்டன் சிமோகாவில் வீடு வைத்திருந்தான். அவனுக்குச் சர்க்கரை நோய் வேறு. தினமும் 'இன்ஜக்ஷன்' போடவேண்டும். மடத்தின் பொறுப்பைத் தன் அக்காள் புருஷனிடம் கொடுத்துவிட்டு. அவன் நகரத்திற்கு வந்திருந்தான். அவன் தன் சாகுபடிக்கு வைத்திருந்த பத்தேபத்து ஏக்கர் தோட்டத்தைவிட்டுக் கொடுக்க மடத்தலைவர் கேட்பதா? தன் மகனுக்கு ஆசிரமத்தைக் கொடுத்திருக்கலாம். இலட்சணமான பையன்—போகட்டும், வேண்டாம் — பட்டனின் அக்கா மகனுக்குக் கொடுக்கட்டும். ஆனால் சேவை புரிந்ததற்குத் தோட்டம்கூட வேண்டாமா? கிருஷ்ணப்பன் போராடியதன் பலனாக, இந்த மசோதா வந்திருக்காவிட்டால் கண்டிப்பாக நரசிம்ம பட்டனுக்குத் தோட்டம் வந்திருக்காது. ராமே கௌடருக்கும் அப்படித்தான் — மடத்தின் தோட்டம் இந்த மசோதாவால் சொந்தம் ஆயிற்று. யார் யாரோ அவர் செவியில் ஓதினார்கள். இந்தக் கிருஷ்ணப்பன் ஜெயித்தால் உங்களுக்கெல்லாம் கையில் சிரட்டை கொடுத்து, ஆண்டியாக்கிவிடுவான் என்று. என்ன நடந்தது என்பது இப்போது எல்லோருக்கும் தெரிந்திருக்கிறது தானே.

'என்ன விஷயமாக வந்தீங்க?'

கிருஷ்ணப்பனுக்கு ஆயாசமாக இருந்தது. வீரண்ணன் விவரித்தான்—கிருஷ்ணப்பனின் தொகுதியில் விவசாயிகள் எல்லோரும் சேர்ந்து அவனுக்குப் பரிசளிக்கப் போகிறார்களாம். ஏழுதினமும் இரவுகளில் யக்ஷகானம் நடக்கும். பகலில் சொற்பொழிவுகள்—விவசாயிகளின் பிரச்சினை பற்றி. முதல்நாள் கிருஷ்ணப்ப கௌடருக்கு ஒரு லட்சம் ரூபாய் கொடுக்கிறார்கள். ஒவ்வொரு விவசாயியிடமிருந்தும் ஒன்றோ இரண்டோ ரூபாய் பெற்றுச் சேர்த்த பணம் இது. முதல்நாள் கூட்டத்திற்கு முக்கிய மந்திரியே தலைமைப் பேச்சாளர். கிருஷ்ணப்பன் மீது ஜனங்கள் வைத்திருக்கிற மரியாதை எப்படிப்பட்டதென்றால் முதலமைச்சரின் எதிரி சந்திரையனும் இந்தக் கூட்டத்திற்கு வரும் ஆசையைத் தெரிவித்திருக்கிறாராம். மொத்தத்தில் இது தேசத்தின் ஏழை விவசாயிகளுக்கு ஒரு பெரிய விழாவாகப் போகிறது. டெல்லியிலிருந்து கிருஷ்ணப்பகௌடர் கட்சியின் தலைவர்களும் வருவதற்கு

ஒப்புக்கொண்டிருக்கிறார்கள். கௌடருக்கு இதை ஒரு சர்ப்ரைஸாகச் செய்யவேண்டுமென்று இவ்வளவு நாளும் அவருடைய அபிமானிகள் திரைமறைவில் இவற்றை எல்லாம் தயார் செய்துள்ளனர். வீரண்ணனின் நயமான பேச்சுக்கு, வைர மோதிரம் அணிந்த பட்டனும், புதியதாகப் பல் கட்டியிருந்த ராமே கௌடனும் தலையாட்டியபடி தம் உணர்வுகளையும் ஒப்புதல்களையும் தெரிவித்தார்கள். பேச்சின் இடையில் கிருஷ்ணப்பன்,

'வீரண்ணா! கௌரி தேஷ்பாண்டே வரும் விமானம் வந்ததா இல்லையா, கொஞ்சம் கேட்கிறீர்களா?' என்றான். வீரண்ணன் எழுந்து நின்றான், வெளியில் கார் சப்தம் கேட்டதும்.'

'அவர்களாகத்தான் இருக்கவேண்டும். கெஸ்ட் ஹௌஸுக்கு அனுப்பிவிடுங்கள்' என்று அமர்ந்தான் வீரண்ணன்.

'இப்போது நான் அவர்களுடன் பேசவேண்டும். அப்புறம் பார்ப்போம்' என்று கிருஷ்ணப்பன் வலதுகை எடுத்து வணக்கம் சொன்னான். பட்டனும் ராமே கௌடரும் வீரண்ணனும் எழுந்து கைகூப்பிப் புறப்பட்டார்கள்.

கிருஷ்ணப்பனுக்குத் தன் கண்களை நம்ப முடியவில்லை. கௌரி எதிரில் நிற்கிறாள்— நீல ஜீன்ஸின்மேல் மென்மையான லக்னோ ஜிப்பா அணிந்து, அவள் முதுகில் விழுந்த கூந்தலை ஒரு கர்சீப்பால் கட்டியிருந்தாள். அங்குமிங்கும் வெள்ளைக் கோடுகள் கூந்தலில் காணப்பட்டன. மற்றபடி பழைய கௌரிதான் இவள். அதே மாதிரியே பூசிய உடம்பு; அதே ஒளிவிடும் கண்கள். உணர்ச்சி வெளிப்படாதவாறு கௌரி சிரித்தபடி சொன்னாள்:

'இப்போ நீங்கள் ஆப்பிரிக்கன் பிரின்ஸ் ஆகத் தெரியவில்லை. தாடியிருப்பதால் ஆப்பிரிக்கன் க போல் காணப்படுகிறீர்கள். அறையில் படுத்துக்கிடப்பதால் கெ ுசம் நிறம் வேறு வந்துள்ளது.'

கிருஷ்ணப்பன் ஏதும் பேசாமல் வீல்செயரில் அமர்ந்திருந்தான். அவன் கண்களில் நீர் நிறைந்தது. பழைய கர்வமும் இறுக்கமும் தன்னிடமிருந்து மறைந்திருப்பதைத் தான் உணர்ச்சிவசப்பட்டுப் பேசுவதன் மூலம் கௌரிக்குக் காட்டிவிடுவேன் என்ற நினைப்பு கிருஷ்ணப்பனைப் பாதிக்கவில்லை. அவள் அமெரிக்காவிற்குப் புறப்பட்டபோது, 'நீ எனக்கு வேண்டும், எங்கும் போக வேண்டாம்'

என்று அவன் கூறியிருக்க முடியும். சொல்லவில்லை. அப்போது தனக்கு எதுவேண்டுமென்று கூறத் தெரியாத நிலை. இன்று வலதுகையை மட்டும் கிருஷ்ணப்பன் தூக்க முடிந்தவன்— தூக்கினான். கௌரி அவனது வலது பக்கம் நின்று அவனது தலையைத்தன் வயிற்றோடு சேர்த்து, தலையில் சுருள்முடியில் விரலை ஓடவிட்டாள். அவளது வயிறு ஈரமாயிற்று. கிருஷ்ணப்பனின் வலதுகை அவளை அணைத்தது. 'டெல்லிக்கு வந்தபின் ஏன் வரவில்லை?' என்றான். 'நான் வருவது உங்களுக்குத் தேவையோ இல்லையோ என்பது தெரியவில்லை' என்று கம்பீரத் தோரணையில் சொல்லித் தன் பேச்சின் ஆழத்தைக் குறைக்க ஹாஸ்யம் செய்தாள். 'உங்க ஜம்பம் குறையட்டும் என்று காத்திருந்தேன்.'

இருவரும் சிரித்தனர். கௌரி நாற்காலி மீது அமர்ந்து அறையை முழுதும் பார்த்தாள். அங்கிருந்த ரோஜாப் பூக்களில் அவளது கண்கள் நிலைத்தது கண்டு கிருஷ்ணப்பன் அவளது வீட்டு ரோஜாத் தோட்டத்தை நினைத்துக்கொண்டான். கௌரியுடன் கிருஷ்ணப்பன் தோட்டத்தின் ரோஜாவைப் பார்த்தபடி அறையில் அமர்ந்திருந்த நாட்களை யோசித்தாள். அவன் பேசுவதற்கு இடம் கொடுக்காமல் அவள் சொன்னாள்.

'நஞ்சப்பன் இறந்துபோனார். இப்போ அம்மா டெல்லியில் என்கூடவே இருக்கிறாள்.'

'வேலை விருப்பம்தானா?'

'விருப்பம்தான். கவிஞர் ரிம்போ பற்றி நான் எழுதிய ஒரு புஸ்தகம் அச்சில் உள்ளது.'

அதே பழைய வெட்கமும் கம்பீரமும் இணைந்த தோரணையில் கௌரி சொன்னாள். கிருஷ்ணப்பனின் கண்கள் தன் முகத்தை அப்படியே பார்த்தபடியிருந்ததைக் கண்டு கௌரி சிறு பெண்போல் முகம் சிவந்தாள். அவன் கவனத்தை வேறு பக்கம் திருப்புவதற்காகச் சொன்னாள்:

'அமெரிக்காவில் நான் ஒரு சோஷியாலஜிஸ்டைத் திருமணம் செய்துகொண்டேன். திருமணம் என்றால் அவனோடு வாழ்ந்தேன். நல்லவன். மார்க்சியவாதி—காம்பெஸ்ஸில் மார்ட்டின் லூதர் கிங்

சார்பில் பங்கெடுத்தவன், நான்கூட. எனக்கும் இப்போ அரசியல் என்றால் ஈடுபாடு, தெரியுமா? எங்கள் குழு ஒன்று டெல்லியில் இருக்கிறது. நம் பிரதமர் டிக்டேட்டர் ஆகலாம் என்று பயம். நீங்க இங்கே ஏதாவது செய்து பிரதமரின் ஆட்கள் அதிகாரத்திற்கு வராதபடி பார்த்துக்கொள்ள வேண்டும். நாகேஷ் எல்லாம் சொன்னான். நிலைமை மிகவும் எக்ஸைட்டிங்கா இருக்கு... ஆமா, நான் சேர்ந்து வாழ்ந்த எட்டி என்பவனைப் பற்றி சொல்ல ஆரம்பித்து ஏதேதோ சொல்லிவிட்டேன். நான் சிகரெட் பிடிக்கலாமா?'

இவள் பழைய கௌரியே; ஆழமான உணர்ச்சிகளுக்கு ஆட்பட்டு மூடிமறைக்க ஏதேதோ பேசிவிடுவாள். தூண்டிவிடுவதற்கென்று எதிர்நிலையில் நின்றுகூடப் பேசிவிடுவாள். கௌரி பையிலிருந்து சிகரெட் எடுத்துப் பற்றவைத்து, 'நீங்கள் இப்போதும் சிகரெட் பிடிப்பீர்களா?' என்றாள். 'விட்டுவிட்டேன். இப்போது கொடுத்தால் ஒன்று குடிப்பேன்' என்றான். கௌரி சிகரெட் குடிப்பாள் என்றும் யூகித்ததில்லை. கௌரி, தான் பற்றவைத்த சிகரெட்டை, 'இஃப் யூ டோண்ட் மைண்ட்' என்று கிருஷ்ணப்பனின் உதடுகளில் செருகினாள். கொஞ்சம் மாறிப்போன கௌரியை ஏற்றுக்கொள்ள கிருஷ்ணப்பன் முயன்றபோது, 'இப்போதும் நீங்கள் ஃப்யூடல் மனோநிலை கொண்டவர்தானா? ஐ ஹோப் நாட். நான் சிகரெட் பிடிப்பதால் ஷாக் ஆயிற்றா?' என்று தலையைப் பின்னால் தள்ளி, கூந்தலைக் கையால் எடுத்து முதுகில் போட்டுவிட்டுச் சிரித்தாள். இந்தச் செயல்கூட கௌரியிடம் புதிது. இது இயல்பு அல்ல என்று தனக்குப் பட்டதற்குத் தன் சுபாவம்தான் காரணமா என்று கிருஷ்ணப்பன் யோசித்தபோது, கௌரி குறும்பாக அவனைப் பார்த்தாள். திடீரென கம்பீரமாகச் சொன்னாள்.

'அமெரிக்கன் ஆண் மீது எனக்கிருந்த மனப்பிராந்தி வேகமாக மறைந்துவிட்டது. நீங்கள் ஃப்யூடல் என்றேன். அவர்கள்கூட பெண்களைப் பொறுத்தவரையில் ஃப்யூடல் தான். எட்டி இருக்கிறானே, ஒரு மார்க்சிஸ்ட், ஆனால் அவனுக்குத் தெரியாமல் அவனுக்குள் ஃப்யூடல் அம்சம் இருக்கிறது. இப்போது நாங்க ஃபிரண்ட்ஸ்.'

கிருஷ்ணப்பனின் முகம் சுருங்கியதைக் கண்டாள்.

'உங்களை 'ஹர்ட்' பண்ணிவிட்டேனா?' என்று கேட்க நினைத்ததை நிறுத்தினாள். அமெரிக்காவில் தான் திருமணம் செய்தது கிருஷ்ணப்பனுக்கு வேதனை ஏற்படுத்தியுள்ளது என்று கண்டு

அவளுக்குச் சந்தோஷமாக இருந்தது. ஆனால் அதைக் காட்டாமல் 'உங்க மனைவியும் மகளும் எங்கே?' என்றாள்.

கிருஷ்ணப்பன் ஒரு நிமிடம் பேசாமல் இருந்தான். தலைகுனிந்து நிதானமாகச் சொன்னான்:

'நான் என்றைக்கு வேணுமென்றாலும் சாகலாம் கௌரி. எதற்குப் பொய்யாக உன்முன் நாடகம் போடணும்? மனைவி என்று ஒருத்தி இருக்கிறாள். அவளை நான் அடிக்கிறேன்...' அவன் வேதனை கௌரிக்கும் தெரிந்திருக்கும் — அவளும் ஊமையானாள்.

'நாகேஷ்!' என்று கிருஷ்ணப்பன் அழைத்தான். நாகேஷ் மகிழ்ச்சியுடன் உள்ளே வந்து நின்றான்.

'உங்க வாழ்க்கை வரலாற்றைப் பரிசளிப்பு விழாவில் வெளியிடப் போகிறார்களாம். இப்போதே அதை நான் எழுத ஆரம்பித்து விட்டேன். பீஹாரில் நடந்த ஆல் இண்டியா கிஸான் சம்மேளனத்தில் நீங்க பிரசிடெண்டாக இருந்தீர்களே அப்போது...'

கிருஷ்ணப்பன் சிரித்தவாறே அவன் பேச்சைத் தடுத்து, 'எழுதய்யா எழுது. சீதாவை வரச்சொல். கௌரியையும் அழை' என்று கௌரியின் ஆச்சரியத்தைக் கவனித்தபடி சொன்னான்.

'என் மகளுக்கு உங்க பெயர்.'

நாகேஷ் சற்று நேரத்தில் கௌரியை அழைத்துக்கொண்டு வந்துவிட்டு சொன்னான்: 'சீதாம்மாவுக்குத் தலைவலியாம். படுத்திருக்கிறாங்க, கௌடரே, நீங்க மலைநாட்டில் ஒரு கிராமத்தில் பிறந்து ஆல் இண்டியா விவசாயிகள் சங்கத் தலைவர் ஆனீர்கள் அல்லவா? உங்கள் வாழ்க்கை வரலாற்றில் அந்தப் பாயிண்டில் அழுத்தம் கொடுக்க வேண்டும் என்று படுகிறது.' நாகேஷின் உற்சாகத்தால் கிருஷ்ணப்பனுக்குச் சங்கடமாயிற்று. இதை நுட்பமாகக் கவனித்த கௌரி குழந்தையைக் கைகளால் பிடித்து முகத்தைத் தடவி, 'உங்க அதே கண்கள்' என்றாள்.

தாயின் கோபத்தால் குழந்தை பேசாததைப் பார்த்தான் கிருஷ்ணப்பன். பொதுவாக, யாரும் தன்னைத் தொடுவதை விரும்பாத குழந்தை இன்று யாரோ ஒருத்தி—அதுவும் பேண்ட் அணிந்தவள் —அணைத்துக்கொண்ட போதும் சும்மாயிருந்தது.

'ஸ்வீட் சைல்ட்' என்று கௌரி வேறோரு சிகரெட் பற்ற வைத்தாள். காட்டிக் கொள்ளாவிட்டாலும் கௌரி சோர்வடைந் திருந்ததைக் கவனித்து, 'நீங்க இப்போது கெஸ்ட் ஹௌசிற்குப் போய்

நாளை வாங்க. உங்களுக்கு ரெஸ்ட் வேண்டும்' என்றான். உள்ளிருந்து மனைவி விக்கி விக்கி அழுதுகொண்டிருக்கலாம் என்று பட்டது அவனுக்கு.

தனக்கு மட்டும் கேட்கும் அந்த அழுகை கௌரிக்கும் கேட்குமோ? நாகேஷுக்கு? ஆனால் பீகாரில் விவசாயிகள் தன்னை ஊர்வலத்தில் அழைத்துக்கொண்டு போனதைக் கற்பனையில் கண்ட நாகேஷின் உற்சாகத்தால் அவன் முகம் மலர்வது கண்டு கிருஷ்ணப்பனுக்கு எல்லாம் குழம்புவது போல் பட்டது.

'உங்களுக்கும்கூட ரெஸ்ட் வேண்டும்' என்று கௌரி எழுந்து நின்று, 'பை' என்றுகூறி நாகேஷுடன் புறப்பட்டாள்.

குழந்தையைத் தழுவிக்கொண்டே கிருஷ்ணப்பன் சும்மா அமர்ந்திருந்தான். சடமாக இருந்த இடதுகை விரலும் இடதுகாலும் அவனுக்குத் தெரியாமல் அசைய ஆரம்பித்தன. மனைவி அழுவது கூட நன்றாகக் கேட்டது. கிருஷ்ணப்பனுக்குச் சாகும் ஆசை மீண்டும் தோன்றியது.

மறுநாள் காலையில் எரியும் நெருப்புப்பந்து போல் காணப்படும் சிவப்பு ரோஜாப்பூக் கொத்து ஒன்றைக் கையில் பிடித்துக் கொண்டு வெள்ளைச் சேலை, வெள்ளை ரவிக்கை அணிந்து மங்களமாய் ஜோதி அறைக்குள் வந்தாள். நேற்றிலிருந்து அவள் பாய் ஃபிரண்ட் வேலைக்குப் போகிறான். கிருஷ்ணப்பன் பேசும் முன்னே அவள்,

'அவர் வெளியில் இருக்கிறார்—தாங்க்ஸ் சொல்லிவிட்டுப் போகலாம் என்று ஆட்டோவை நிறுத்தி வைத்திருக்கிறார்' என்று கூறி கிருஷ்ணப்பனின் ஒப்புதலைப் பார்த்து வெளியில் ஓடினாள். அழகான மீசையுள்ள விளையாட்டுவீரன் போன்ற உடல்கட்டுள்ள தன் நண்பனை உள்ளே அழைத்துவந்து, 'எட்வின்' என்றாள். கிருஷ்ணப்பன் பொறாமையுடனும் மகிழ்ச்சியுடனும் அவனுக்கு வலதுகையை நீட்டி, கங்க்ராஜுலேஷன்ஸ் என்றான். எட்வின் பலமாக அவன் கையைக் குலுக்கித் தன் நன்றியைத் தெரிவித்து விட்டு வேலைக்குப் புறப்பட்டுப்போனான். பூக்களை ஜாடியில் அலங்கரித்தபடி நின்ற ஜோதியின் இதமான நடவடிக்கைகளைப் பார்த்துக் கிருஷ்ணப்பன் மெல்லச் சிரித்தபடி, 'நேற்று வேலை கிடைத்ததை ஸெலிபரேட் பண்ணினீங்களா?' என்றான்.

'ஆம்' என்று தலையசைத்துத் தெரிவித்துப் பூ அலங்கரித்த படியிருந்த ஜோதி கிருஷ்ணப்பனின் மௌனமான சிரிப்பை ஊகித்து முகம் சிவந்தாள். பொய்க் கோபத்தில் திரும்பிக் கிருஷ்ணப்பனைப் பார்த்து, சிறிய பாதங்களால் அடிவைத்து நடந்து அவன் படுத்திருந்த இடத்திற்கு வந்து, 'டோண்ட் பி நாட்டி' என்று அவனது கன்னத்தைக் கிள்ளி தான் என்ன செய்துவிட்டேன் என்று பயந்ததுபோல் கண்களை அகல விரித்து நாக்கைக் கடித்தாள்.

'பானுக்குத் தயாரா?' என்றாள், தன் தொழிலுக்கான உணர்ச்சி கலக்காத தொனியில். ஜோதியின் சுத்தமான கைகள் அவனைச் சுத்தம் செய்யும்போது அதன் உறுதித் தன்மையால் கிருஷ்ணப்பன் ஆச்சரியப் பட்டுக் குழந்தை போல் தன்னை அவளுக்கு ஒப்படைத்தான். தான் விரும்பாத இந்தச் சுத்தம் செய்யும் செயலை ஜோதி வெகு சாதாரணம் என்பதுபோல் நிர்வகித்தாள். தன் உடலைச் சூடான நீர் டவலால் துடைத்தபின் பௌடரை முழு உடம்புக்கும் பூசி, இஸ்திரி போட்ட ஆடை அணிவித்து, தலை சீவி, நாற்காலியில் அமர வைத்து, படுக்கையை வெள்ளை ஷீட்டால் சரி செய்துவிட்டு, அவனை வெளியே தள்ளிக் கொண்டுபோவாள். இவ்வளவு அழுக்கு, மலஜலம் போன்றவற்றுடன் வேலை செய்தாலும் எப்போதும் சுத்தமானவளாய்க் காணப்படுவாள். இன்று அவள் கிருஷ்ணப்பனுக்கு அன்பளிப்பாகக் கொடுத்த சிவப்பு சண்பகப் பூவின் வாசனையுள்ள 'ஒடிகொலனை' அவனது கையிடுக்கு, கழுத்து, மார்புக்குப் போட்டாள். அதன் ஜ்வாலை போன்ற வாசனை தன்னை மிகவும் ரம்மியமாக உணரவைத்த சுகத்தில் அவன் கண்களை மூடி அமர்ந்தான்.

'இதன் வாசனையினால் உங்களுக்கு தலைநோவு வரும்' என்றாள் அவள்.

'இல்லை, எனக்குப் புரோகிதர் என்று அழைக்கும் ஆசிரியர் ஒருவர் இருக்கிறார் ஊரில். அவருடைய வீட்டின் பின்புறம் ஒரு சிவப்பு சண்பகமரம் இருந்தது. காலையில் குரங்குபோல் அதில் ஏறி, கூடை நிறையப் பூப்பறித்துப் புரோகிதரின் பூஜைக்குக் கொடுப்பேன்' என்றான். கண் மூடி அமர்ந்தபோது அவனுக்கு நினைவில் வந்த வற்றை ஜோதிக்குப் புரியாதென்று சொல்லவில்லை. ஏகாதசி நாளில் புரோகிதராகட்டும், ருக்மிணி அம்மாவாகட்டும் உணவு உண்ண மாட்டார்கள். அன்று அவரது சுருங்கிய முகத்தைக் காண கிருஷ்ணப்பனுக்கு இஷ்டம். ருக்மிணி அம்மாள் அன்று தன்னிடம் பேசக்கூடமாட்டார். ஆனால் அதற்கு மறுநாள்

சூரியோதயத்திற்கு முன்பே புரோகிதர் வீட்டிலிருந்து 'சங்கு'களின் சப்தம் கேட்டதும் கிருஷ்ணப்பன் ஓடிப்போய் அவரது வீட்டின் பின்புறம் நிற்பான். சூடான தோசையின் வாசனை வரும். சூடான கல்லில் தோசை மாவு சூய் என்று ஒலி எழுப்புவது கேட்கும். எல்லாச் சப்தமும் நின்றதும், இந்தத் தோசைகளைத் தெய்வத்திற்கு நைவேத்தியம் செய்கிறார்கள் என்று அர்த்தம். கொஞ்சம் நேரமானதும், பின்புற முற்றத்தில் இலைபோட்டு ருக்மணி அம்மாள் நகை முகத்துடன் குதித்துக் கொண்டு ஓடிவரும் கிருஷ்ணப்பனுக்காகக் காத்திருப்பார். சூடான தோசையை வைத்துத் தேங்காய்ச் சட்னியை வைப்பார். அவர்கள் வீட்டிலிருந்தே புரோகிதருக்கு ஒவ்வொரு மாதமும் கொடுக்கும் தேங்காயிலிருந்து செய்த காரமான சட்னி. கிருஷ்ணப்பன் வயிறு நிறைய தின்று இலையை வீசிவிட்டு, தின்ற இடத்தைத் சாணியால் பூசி, முற்றத்திலுள்ள பள்ளத்தில் நின்று பெரியம்மா தாரையாய் இறைக்கும் நீரில் கை கழுவிவிட்டு வீட்டுக்கு ஓடுவான். அப்போது குடுமியில் துளசி வைத்திருக்கும் புரோகிதர் மென்மையான வேஷ்டியை மூடிக்கொண்டு குளிரில் நடுங்கியபடி வெளியில் வந்து, கிழக்குத்திசை நோக்கித் திரும்பிக் கண்மூடி நின்று, பதினெட்டாம் வாய்ப்பாடு சொல் கிட்டி என்று சொல்வார். சொல்லியபடியே மெதுவாய் கிருஷ்ணப்பன் ஓடி மறைந்து விடுவான், பத்தொன்பதாம் வாய்ப்பாடு சொல்ல வேண்டி வருமே என்று.

ஜோதி வெயிலில் 'வீல் செயரை' நிறுத்தியபோது கமகமக்கும் உடம்பில் சூரியக் கிரணங்கள் பட்டு மிகவும் சுகமாக இருந்தது. இதற்கிடையில் நாகராஜ் சொன்னதும் நினைவுக்கு வந்தது. இது தனிப்பட்ட நியாய உணர்வு சம்பந்தப்பட்ட விஷயம் மட்டுமல்ல. தன் மனம் நிரந்தரமாகச் சுகம் தேடி ஓடுகிறது. தன்னைச் சுற்றிப் பின்னிக்கொண்டிருக்கும் வலைகளிலிருந்து வெளிவர முடியாதென்று படுகிறது. பரிசு வழங்கும் விழாவுக்குத் தயார் செய்கிறார்கள். ராமே கௌடா, பட்டன், வீரண்ணன் போன்றோர் சூழ்ச்சியில் நடக்கும் இந்த விழா, வரலாற்று ரீதியான ஒருதேவை என்று பார்க்க முடியுமா? சமுதாயத்தின் நலமே என் நலம் என்று கூறிக்கொண்டே என் நலனைக் கவனித்துக் கொள்கிறேன். இதற்கு நாகராஜ் என்ன சொல்கிறான் தெரியுமா? இப்படிப்பட்ட கேள்விகள் பொருத்த மில்லாத கேள்விகள் என்கிறான். அல்லது நீங்கள் பிரதிநிதித்துவப் படுத்தும் வர்க்கத்தை ஓரளவுக்கு மட்டுமே முன்னேற்றலாம்— அதிகம் ஏதும் செய்ய முடியாது என்கிறான். உன் நலனுக்காகவும் இதனைச் செய்வதில் தப்பில்லை என்கிறான். இந்தக் குத்தகைதாரர்

மசோதாவில் பட்டனும் கௌடாவும் லாபம் பெற்றுள்ளார்கள். நிலமில்லாக் கூலி விவசாயிகளின் சார்பாய் சமூக மாற்றம் செய்வது பார்லிமெண்டரி வழியில் சாத்தியமில்லை. அதற்கு நீங்கள் தயாரானால் இந்தப் பட்டனும் கௌடனும் விரோதிகள் ஆவார்கள். முதலில் குத்தகை தாரர்களின் சார்பில் நின்றபோது இவர்கள் விரோதிகளாய் இருந்தது போலவே, பெரிய நிலச்சுவான்தார்கள் நாசம் செய்தபின்பு இந்தக் காப்பிட்டலிஸ்ட் நிலச்சொந்தக்காரர்கள் உன் அரசியலால் தலைதூக்கியுள்ளார்கள். உன்னை ஆதரிக்க வந்து நிற்கிறார்கள். சக்கரம் இன்னும் சுழல வேண்டுமானால் நிஜமாக நிலத்தில் உழைப்பவனின் சார்பில் நீ நிற்க வேண்டும். இன்றைய நெருக்கடியில் நவ காலனியாதிக்கச் சக்திகள் நாட்டில் உருவாக்கும் பாஸிஸத்தை எதிர்ப்பது இந்த முதலாளித்துவ நிலப்பிரபுக்களின் வர்க்க சுகத்திற்குத் தேவையாக இருக்கலாம். அப்படியிருப்பதால் அவர் களையும் பயன்படுத்தவேண்டும்—நாகராஜுவால் இப்படி யெல்லாம் யோசிக்கவும் முடியும். கிருஷ்ணப்பனுக்குத் தலை சுழல்கிறது. ஜோதி தன் திருமணம் பற்றிப் பேசினாள். திருமணத்திற்கு என்னென்ன துணி வாங்கவேண்டும், தாலி எப்படிச் செய்ய வேண்டும் என்றெல்லாம் சொன்னாள். கிருஷ்ணப்பன் அவள் பேச்சில் மயங்கியபடியே கால்களையும் கைகளையும் அவள் தடவ அதனால் ஏற்படும் சுகத்தில் அமர்ந்திருந்தான்.

இன்று சீதா பாங்குக்குப் போனபின் கௌரி தேஷ்பாண்டே வந்தாள். சேலை உடுத்தி, தலைமுடியை ஒரு சாதா முடிச்சுப் போட்டு, கைக்கு இடையில் ஒரு 'பாக்' இடுக்கிக்கொண்டு வந்தாள். நாகேஷ் கொண்டு வந்த செயரில் அமர்ந்து ஜோதியைப் பார்த்து 'ஹலோ' என்று சொன்னாள். கிருஷ்ணப்பன் பேசாமல் கௌரியைக் கண் நிறையப் பார்த்துக்கொண்டு அமர்ந்தான். நேற்று ராத்திரி சில வெள்ளை முடிகள் மட்டும் தெரிந்தன. இன்று முகத்தில் வயதின் அடையாளங்கள் காணப்படுகின்றன. அதே பழைய ஒளிமிக்க கண்களின் ஓரங்களில் தோலில் நுட்பமான சுருக்கங்கள். ஒல்லியாய், திடமாய் இருக்கிறாள். ஆனால் ஜோதியோடு ஒப்பிட்டால் அவள் யுவதி. தனக்கு ஐம்பதாகி விட்டதால் கௌரிக்குச் சுமார் நாற்பதிருக் கலாம். இவளது பார்வை உயிரோட்டத்துடனும் நம்பிக்கையுடனும் சுற்று முற்றும் சென்றாலும்

தூக்கமில்லாத ராத்திரிகள், தனிமையின் பயங்கள் அவள் கண்களைக் கண்டிப்பாக வாட்டுகின்றன. தாம்பத்தி யத்தை நிராகரித்தபோது அவள் வாய்பேசக்கூடாததைப் பேசியிருக்க வேண்டும்; மனம் கடுமையாக யோசனை மேற்கொண்டிருக்க வேண்டும்; தன் வேலையில் அவள் கவனம் செலுத்தியிருக்க வேண்டும். அவ்வாறு கழித்த பகல்களாலும் இரவுகளாலும் இவளது குணத்திலிருந்து பழைய விளையாட்டுப் புத்தி மறைந்திருக்கிறது.

கௌரி சிகரெட் பற்ற வைத்துக் கிருஷ்ணப்பனின் உதட்டில் வைத்துப் பின் தான் ஒன்றைப் பற்றவைத்து ஜோதியின் மன்னிப்பைக் கேட்டு, 'அவர் சிகரெட் பற்ற வைக்க அனுமதியுண்டுதானே?' என்றாள். 'இல்லை. ஆனால் இது ஒன்றும் பரவாயில்லை' என்று ஜோதி கிருஷ்ணப்பனின் உள்ளங்காலினை இரு கைகளாலும் பிடித்துத் தடவியபடி அமர்ந்தாள். இன்னொரு பெண்ணின் பிரவேசத்தால் அவள் சங்கடப்பட்டாற் போலிருந்தது.

'பாத்'தில் அவரை அமரவைத்தால் நல்லது அல்லவா?' என்று கௌரி கேட்டாள்.

'நீர் 'தெரப்பி' நல்லதுதான். ஆனால் இங்கு 'பாத்' இல்லையே?' ஜோதி சொன்னாள்.

'வெய்ட் எ மினிட்... நான் இருக்கும் 'கெஸ்ட் ஹௌசில்' 'பாத்' இருக்கிறது. நானும் இந்த 'தெரப்பி ட்ரெயினிங்' எடுத்திருக்கிறேன் - ஃபிலடெல்பியாவில். நானும் நீங்களும் இந்த வேலையைப் பங்கிட்டுக் கொள்ளலாம் அல்லவா?' கௌரியின் கேள்விக்குப் பதில் கொடுப்பது தன் வேலை அல்ல என்பது போல் ஜோதி சும்மா யிருந்தாள். கௌரி தன் எண்ணத்தை நடைமுறைப்படுத்த வெளியே போனபோது அங்கு ஹாலில் இருந்த வீரண்ணனைக் கண்டு பேசினாள்: 'கெஸ்ட் ஹௌசில் கிருஷ்ணப்பனுக்கு ரெஸ்டும் கிடைக்கும். காலையில் ஜோதியைக் காரில் அங்கு அழைத்துக் கொண்டுவந்தால் போதும். காலையில் அவள் பார்த்துக் கொண்டால் மற்றதெல்லாம் நானே பார்த்துக் கொள்வேன்.' கிருஷ்ணப்பனின் ஆரோக்கியம் சரியாவதில் மிகவும் கரிசனம் காட்டிய வீரண்ணன் இதை ஏற்றுக்கொண்டான். சீதாவிடமிருந்து கிருஷ்ணப்பன் தூரத்தில் இருப்பதும் நல்லது என்று எல்லோரும் கருதினார்கள். அடுத்த நாள் கிருஷ்ணப்பனை அங்கே கொண்டு போவது என்று முடிவாயிற்று.

கிருஷ்ணப்பனின் தாய் சாரதம்மாவைக் கிராமத்திலிருந்து ஒரு சிறுவன் அழைத்துக்கொண்டு வந்தான். சிகரெட் பிடிக்கும்

கௌரியைப் பார்த்து அவள் திக்பிரமை அடைந்து மகனின் எதிரில் அமர்ந்தாள். எழுபது வயதான முதுமையடைந்த தனது தாயாரைப் பார்த்து கிருஷ்ணப்பன், 'என்ன, இவ்வளவு நாள் வரல்லே? தனியாக அங்கு என்ன செய்கிறாய்? இங்கேயே வந்திருக்கலாமே!' என்று கோபத் தொனியில் கேட்டான்.

கிழவி சிரித்தபடி, 'நான் எதுக்கு உனக்குச் சாப்பாடு வைக்கணும்? கை பிடித்த பெண்டாட்டி இல்லையா?' என்று குறுகுறுத்து, மாலையில் மகனுக்கு இஷ்டமான தொண்டைக்காய் குழம்பும் ரசமும் செய்வதற்குச் சமையலறைக்குப் போனாள்.

'அம்மா அம்மா' என்று கிருஷ்ணப்பன் தாயை அழைத்தான். அவள் சமையலறையில் எது இருக்கிறது, எது இல்லையென்று சோதித்துத் தான் ஊரிலிருந்து கொண்டுவந்த கோணிப்பையிலிருந்து எலுமிச்சம்பழம், நாரத்தை, வெள்ளரிக்காய், பத்ரடை என்னும் தின்பண்டம் செய்யும் இலை, தொண்டைக்காய்கள் போன்றவற்றை வெளியில் எடுத்து முறத்தில் அடுக்கினாள். 'வந்துவிட்டேன் அப்பா' என்று ஊரிலிருந்து கொண்டுவந்த மாவடு ஊறுகாயை எடுத்துக் கொண்டு அறைக்கு வந்தாள்.

'புறாவின் இரத்தத்தால் பூசவேண்டும். வாசியாகிவிடும். சாயங்காலம் ஏதாவது பறவை தலைமேல் பறந்தால் இப்படியாகும் என்று புரோகிதர் சொன்னார். அவரும் அப்படியே பூசணும்னு சொன்னார். அந்தம்மா, ருக்மிணியம்மா புண்ணியவதி கண்ணை மூடிட்டாப்பா. ஒருதினம் படுக்கல்லே. உணவு முடித்து, பருத்திக் கூடையை எடுத்துக்கொண்டு மணையில் அமர்ந்து சுவாமிக்குத் திரி உருட்டிக்கொண்டிருந்தாள். அப்படியே கண்மூடிவிட்டாள். இப்போது புரோகிதர் ஒருத்தர்தான் பாவம்—சாகும்முன்பு அவர் மனைவி செய்த ஊறுகாயில் உனக்குப் பிடிக்கும் என்று ஒரு ஜாடி நிறைய அனுப்பியிருக்கிறார்.'

சாரதம்மா கண்ணீரைத் துடைத்துக்கொண்டாள். கிருஷ்ணப்ப னுக்கு ஓவென்று விம்மி அழவேண்டுமென்றிருந்தது. சமீப காலமாய் தேகம் சோர்வடைந்து உணர்வுகள் அவனை மீறிவிடுகின்றன. கஷ்டப்பட்டு அழுகையை அடக்கினான். அப்படியே தாயும் யாரும் இல்லாதபோது கண்மூடி விடுவாள் என்ற பயத்தால்,

'நீ இனி இங்கிருந்து போகவேண்டாம். இங்கேயே இருக்க வேண்டும்' என்று கூற, சாரதம்மா கோபமான தொனியில், 'என்ன இருக்கு இங்கே நானிருக்க? இந்த வீட்டின் சுற்றுமுற்றும் ஒருபிடி

மண்கூட கிடைக்காது. இரண்டு நாட்களுக்கு மேல் நான் இங்கே இருக்க முடியாதப்பா. நான் உன் வயலை கவனித்து உழுவதற்கும் ஏற்பாடு செய்துகொண்டு இருக்கக்கூடாதா? யாருக்காவது உழக் கொடுத்தால் அவன் நாளை அதை தன்னுடையது என்பான். அது ஏதோ சட்டமாம். நீயே அதைக்கொண்டு வந்தாயாம். பட்டு அனுபவிக்கத்தான் வேண்டும்.'

'ஒருபிடி மண்ணும் இங்குக் கிடைக்கல்ல' என்ற தாயின் பேச்சு கிருஷ்ணப்பனைக் குத்தியது. பழைய காந்தி பஜார் வீட்டில் இதை விட அதிகம் வசதியிருந்தது. தாய் அதை மிகவும் விரும்பினாள்.

தாயும் மகனும் ஓய்வாகக் கிராம விஷயங்களைப் பேசுவது கேட்டு கௌரிக்குச் சந்தோஷமாக இருந்தது. தாய்க்குச் சமையலறையில் பாத்திரம் கழுவாமலிருப்பது நினைவுக்கு வந்தது. கௌரி தானே எழுந்துபோய் சமையலறையைச் சுத்தம் செய்து சரிசெய்தாள்.

'அது என்ன பெண்ணோ? பீடி பிடிக்கிறாள்' என்றாள் சாரதம்மாள். 'நீ புகையிலை போட மாட்டாயா?' என்று கிருஷ்ணப்பன் சிரித்தான். 'சரி, நல்லவளாகவே தெரிகிறாள் இல்லையா?' என்று மீண்டும் ஊர் விஷயத்திற்குத் திரும்பினாள். எந்தப் பெண் வயதுக்கு வந்தாள்? காளை மாட்டிற்கு எந்த நோய் வந்தது? இந்தமுறை தொற்று நோய் எப்படிப் பரவிற்று? யாருக்குக் குழந்தை பிறந்தது? எந்தத் திருமணத்தில் உறவினர்களுடன் சண்டை வந்தது? இத்யாதி. பேச்சின் நடுவில் பெருமூச் செறிந்து சொன்னாள்:

'பாவம் புரோகிதர்! ஒவ்வொரு நாள் சமையல்கூட செய்ய மாட்டாரப்பா! நானே போய் அவர் பசுமாடுகளிலிருந்து பால் கறந்து கொடுப்பேன். அதைக் காய்ச்சிக் குடிப்பார். அவ்வளவுதான்.'

'மாமா வீட்டில் எப்படியிருக்கிறார்கள்?'

'ஐயோ அது ஒரு பெரிய கதை!' என்று தாய் ஒரு நீண்ட புராணத்தைச் சொல்ல அமர்ந்தாள்.

சாயங்காலம் சீதா வேலை முடித்து வந்தபோது மகள் பாட்டியின் தொடையில் அமர்ந்திருப்பதைப் பார்த்துச் சந்தோஷப்பட்டாள். ஆனால் அறையில் அமர்ந்திருந்த கௌரியைக் கண்டு, எரிச்சலுடன் சமையலறைக்குப் போய்விட்டாள். கிருஷ்ணப்பனுக்குக் கௌரி சொன்னாள்: 'பாவம், அவள் மேல் குற்றமில்லை. எல்லாரும் சேர்ந்து அவளுக்கு 'இன்ஸெக்யுர்' ஆகப் படுமாறு செய்துள்ளீர்கள்.' கிருஷ்ணப்பன் ஒத்துக் கொண்டான். தன் சங்கடத்தை இப்படி வியாக்கியானம் செய்து குறைத்துக்கொண்டதற்குக் கௌரிக்கு

நன்றியுணர்வு காட்டினான். கௌரி தானே எழுந்து சீதாவுடன் பேசச் சமையலறைக்கு போனாள்.

'சலாம், கவுடருக்குச் சலாம்! எப்படியிருக்கு நம் தலைவர் ஆரோக்கியம்?' அவனது கட்சியின் உறுப்பினரான அப்துல் ரஹ்மான் தொப்பியை எடுத்துவிட்டு நாடகியமாகக் குனிந்து நாற்காலியை இழுத்துப் போட்டு அமர்ந்தான். பழைய காலத்து மைசூரின் பணக்காரக் குடும்பத்தைச் சேர்ந்த சாதாரண மனிதன். நீண்ட கோட் தரித்து மகிழ்ச்சியாகவும் விநயமாகவும் தங்கு தடையில்லாமல் பேசும் ரஹ்மான் கிருஷ்ணப்பனுக்குப் பிரியமானவன். சொத்தெல்லாம் அன்றாட வசதிகளுக்காகக் கரைத்துவிட்டு, இப்போது ரஹ்மான் பீடி கட்டும் வேலைக்காரார் சங்கத்தின் தலைவன். வீட்டுக்கு வந்தவர்களுக்கு வெறும் டீ வரவழைப்பதில் தன் பழைய உபசாரத்தை இப்போதும் கடைப்பிடிப்பவன். பார்க்கச் சிவப்பு நிறமான ரஹ்மான் பாதி ஹாஸ்யத்திலும் பாதி ஜம்பத்திலும் தன் பூர்வீகர்கள் அப்பட்டமான பாரசீகர்கள் என்று பெருமைப் படுவதைக் கேட்கக் கிருஷ்ணப்பனுக்கு மிகவும் மகிழ்ச்சி.

கிருஷ்ணப்பன் மற்றும் ரஹ்மான் சிநேகம் உறுதிப்பட்டதற்கு ஒரு பின்னணி உண்டு. மூன்று வருஷங்களுக்கு முந்தி சிக்கமகளூர் என்ற இடத்தில் ஒரு கலவரம் ஏற்பட்டது. முஸ்லிம்கள், தம் மசூதி எதிரில் பிரார்த்தனை செய்யும் சந்தர்ப்பத்தில், விநாயகர் ஊர்வலம் வந்ததைக் கண்டு கூப்பாடு போட்டபடி கல்லெறிந்து எதிர்ப்புக் காட்டினார்கள். இதற்குப் பதிலாக, மற்றவர்கள் முஸ்லிம்களின் குடிசைகளுக்குத் தீயிட்டனர். மசூதியில் நாட்டு வெடிகுண்டுகளை ஒளித்து வைத்திருக்கிறார்கள் என்று புரளி பரவி கலவரம் வேறுவேறு இடங்களுக்குப் பரவியது. எவ்வளவோ ஆட்கள் இதனால் இறந்தனர். ஒரு முஸ்லிம் தம்பதி தம் நான்கு குழந்தைகளுடன் வரும் கார் ஒன்றை நடுப்பாதையில் நிறுத்தி, காரின் மீது பெட்ரோல் ஊற்றி, அவர்களை அங்கேயே எரித்தார்கள். குர்ஆன் பிரதிகளை முச்சந்தியில் வைத்து எரித்தனர்.

இந்தச் சமயத்தில் எல்லா அரசியல்வாதிகளும், சாந்தி, அமைதி, ஒழுக்கம், நட்பு பற்றிப் பொய்ப் பேச்சுகளைப் பேசிக் கொண்டிருந்த போது கிருஷ்ணப்பன் சிக்கமகளூருக்கு வந்து முஸ்லிம்கள் மீது வன்முறை செய்த இந்துக்களை வெளிப்படையாகக் கண்டித்தான். அவனது இந்த அறிக்கை எல்லோரையும் திக்பிரமை அடைய

வைத்தது. கிருஷ்ணப்பனைக் கொல்லப்போவதாக எல்லா இடங்களிலிருந்தும் கடிதங்கள் வரத் தொடங்கின. முஸ்லிம்கள் ஆளும் கட்சிக்கு வாக்களிக்கும்போது, நாம் இந்த மாதிரி அறிக்கை விட்டு இந்துக்களின் ஓட்டை இழப்பது மூடத்தனமல்லவா என்று கட்சிக்காரர்கள் கிருஷ்ணப்பனைக் குறை சொன்னார்கள். பல விதங்களிலும் சமரசம் செய்துகொண்டு சாந்தமானவனாய் மாறத் தொடங்கிய கிருஷ்ணப்பன் இந்தச் சம்பவத்தால் மீண்டும் உயிர் பெற்றெழுந்தான். முதற் காலகட்டம் போல் நிஷ்டூரமான தீவிர நிலைப்பாடுகளை எடுத்தான். மக்களுக்குப் பிடிக்காதவனாய்ப் போகும் தைரியமில்லாதவன் அரசியல் தலைவனாக இருக்கத் தகுதி படைத்தவன் அல்லன் என்பதை நாட்டில் நிலைநாட்டினான்.

ஒருபக்கம் ரஹ்மான் பழமைவாதிகளான முஸ்லிம்களிடமிருந்து இந்துக்களின் கைக்கூலி, குடிக்கிறவன் என்று வசைபாடப் பெற்றான். மறுபக்கம் இந்துக்களின் சந்தேகத்துக்குள்ளானான். இவன் கிருஷ்ணப்பனைச் சகோதரனாய்ப் பாவிக்கத் தொடங்கியது இந்தச் சம்பவம் நடந்த பின்னர்தான்.

இன்று கிருஷ்ணப்பனைப் பார்க்க வந்த ரஹ்மான் தன் தொப்பியைத் தொடைமீது வைத்துவிட்டு மெதுவாக அன்றைய அரசியல் நிலைமைகளை விவரித்தான். அவனது கருத்துப்படி முக்கியமாக, தேசத்தின் முஸ்லிம்கள் பிரதமரின் பக்கம் உள்ளார்கள். இன்னும் சில நாட்களில் நாடு முழுவதும் ஆளும் கட்சி இரண்டாய் உடையப்போகிறது. அப்போது பிரதமரின் சார்பாக அதிக ஆட்கள் இருப்பார்கள். அசெம்பிளியில் இப்போதைய முதலமைச்சர் நம் கட்சி உதவியின்றி ஆளமுடியாது. நம் கட்சி பின்பலம் கொடுத்தாலும் ஐந்தே ஐந்து ஆட்கள் மட்டும் பிரதமரின் ஆட்களைவிட அதிகம் இருப்போம். அதனால் உறுப்பினர்களைத் தக்க வைக்க அதிகம் பணம் செலவாகும்.

'அப்படியானால் நாம் என்ன செய்தால் சரியாக இருக்கும் ரஹ்மான்?'

ரஹ்மான் கண்களை மூடியபடியே 'உங்களை சீப் மினிஸ்டர் ஆக்க வீரண்ணன் பணத்தை இறைக்கிறான் —நல்ல பணமில்ல— இறைக்கட்டும் விடுங்க, நீங்க கண்ணை மூடிக்கொண்டிருங்க' என்றான்.

அதன்பின் கம்பீரமாக இங்கிலீஷில் சொன்னான். 'தேசம் தான் முக்கியம். பிரதானி சர்வாதிகாரத்தின் பாதையில் போய்க்

175

கொண்டிருக்கிறார். அதனால் அந்தக் குழுவும் நம் பின்பலத்தை விரும்புகிறது. நம்முடையது சிறிய கட்சியானாலும் கௌடருக்கு ஆல்இண்டியா இமேஜ் இருப்பது அவர்களுக்குத் தெரியும். அவர்களும் சோஷலிசம் பேசுவதால் நம்மவர்களில்கூட சிலர் அங்குக் கண் வைத்துள்ளார்கள். ஆனால் இப்போதைய முதலமைச்சருக்கு நாம் உதவினால் அவன் கௌடருக்கு உதவுவான். அவன் அடுத்த தேர்தல்வரை இந்த நம் எண்ணத்தை ஏற்பான். கள்ளன்—இரகசியமாக அவன் பிரதானி கட்சியில் சேர முயற்சிக்கிறான். ஆனால் அவனது எதிரிக்கு இது விருப்பமில்லை. நம்முன் இருக்கும் கேள்வி, ஐந்து பேரை நம் பக்கம் வைத்துக் கொண்டிருப்பது எப்படி என்பதே. இந்தப் பின்னணியில் கௌடரின் பரிசளிப்பு விழா முக்கியம். முதலமைச்சர் அன்று சொற்பொழிவு நிகழ்த்துவார். அதன்பின் அசெம்பிளி கூடும். அன்று எல்லாம் முடிவாக வேண்டும். கௌடர் எந்த ரகளையும் செய்யாமல் ஓய்வு எடுக்க வேண்டும். கௌடர் தலைமையில் அரசு அமைப்பது என்றால் பிரதமரின் கட்சியைச் சேர்ந்த சில இளம் உறுப்பினர்கள் — சுமார் பத்துப்பேர் — இந்தப் பக்கம் வரும் வாய்ப்பு உள்ளது. இந்தக் கள்ளன் — முதலமைச்சர் — நம் கட்சி அரசு அமைத்தால் நமக்குப் பின்பலம் தருவதாய் கவர்னரிடம் போய்ச் சொல்லக் காத்திருக்கிறான். இப்போதே கையெழுத்து வேட்டை ஆரம்பித்தாகிவிட்டது. எல்லோரும் ஆளும் கட்சி உடையட்டும் என்று காத்திருக்கிறார்கள்.'

'மொத்தத்தில் இவையெல்லாம் சரியில்லை என்று படுகிறது, ரஹ்மான்.'

'அப்படிச் சலிப்படைந்தால் ஆகுமா, கௌடரே?'

இங்கிலீஷில் பேசிய ரஹ்மான் கன்னடத்தில் சொன்னான். தான் சொல்வது தமாஷாகத் தெரியட்டும் என்னும்போது எல்லாம் ரஹ்மான் இங்கிலீஷிலிருந்து கன்னடத்திற்குத் திரும்புவான்.

'இப்படிப்பட்ட நிலைமையில் என்ன சாதிக்கமுடியும் என்று எனக்குச் சந்தேகம்.'

'அடுத்த தேர்தல் நேரத்தில் பிரதமரின் ஆட்கள் ஆளக்கூடாது — அவ்வளவே நம் நோக்கம். அவர்கள் ஆண்டால் அடுத்த நூறு வருஷம் இங்கு அக்கட்சியே இருக்கப்போகிறது. நீங்கள் இப்போது தலைவரானால் பிரதமரின் கட்சி பலம் பெறாது. கௌடரே, நான் சொல்கிறேன். முதலில் நீங்கள் அதிகாரத்திற்கு வருவதே நில உச்சவரம்பு மட்டத்தை இன்னும் கீழே கொண்டுவருவதன் மூலம்

தான். இரண்டாவது, நிலம் இல்லாதவர்களுக்கு குறைந்தபட்ச ஊதியம் ஏற்படுத்துவதன் மூலம். அப்போது பிரதமர் பக்கம் போன பைத்தியங்களில் பலர் உங்கள் பக்கம் வருவார்கள். அது இப்போதைய நம் கள்ளனுக்கும் தெரியும். நம்மைப் பயன்படுத்திக் கொண்டுதானே சீஃப் மினிஸ்டராக இருக்கப்பார்க்கிறான். நம் வீரண்ணன் அதையெல்லாம் பார்த்துக் கொள்வார். நீங்கள் இப்போது கண்மூடிக்கொண்டு ஆரோக்கியத்தைப் பார்த்துக்கொள்ளுங்கள். மீதி எங்களிடம் விடுங்கள். இப்போது அதிகாரத்தைப் பிடிப்பது முக்கியம். நாகராஜிடம் நான் சொல்லிவிட்டேன். நீங்கள் கௌரவ மானவராக இருக்க வேண்டுமென்பதே எங்கள் ஆசை.'

'சரி ரஹ்மான். மந்திரி சபையில் முப்பதோ முப்பத்தைந்தோ பெருச்சாளிகளைச் சேர்த்துக்கொள்ள வேண்டும் அல்லவா?'

'காத்திருங்க கௌடரே, கட்சி உடையட்டும். நம் கள்ளன் பக்கத்த வர்கள் நம் காலைப் பிடித்துக்கொண்டு சொல்வதுபோல் கேட்க வைக்கப்போகிறோம் அல்லவா? அவனது எதிரி முதலமைச்சர் ஆகாவிட்டால் போதும் அவனுக்கு. இப்போ நான் புறப்படட்டுமா கௌடரே?'

ரஹ்மான் அன்புடன் கிருஷ்ணப்பனின் கையைப் பிடித்து அழுத்திவிட்டுப் புறப்பட்டான்.

மகேஸ்வரய்யனின் முகம் சாந்தமடைந்தது. ஆனால் ஏனோ நாகேஷ் கோபத்திலிருந்தான். தானே சொல்வதா, மகேஸ்வரய்யனே சொல்வதா என்று அறியாமல் அவன் குழம்பி நின்றான். மகேஸ்வரய்யன் சமையலறையிலிருந்து சீதாவை அழைத்தார். 'ஏன்?' என்று உரக்கக் கேட்டபடி வந்த சீதாவின் கையில் பத்தாயிரம் ரூபாய் டிராப்டைக் கொடுத்து 'வீடு கட்டுவதற்கு' என்றார்.

நின்றபடியிருந்த சீதா நாற்காலியில் குழப்பத்துடன் போய் அமர்ந்தாள். என்ன இது என்று புரியவில்லை.

'குதிரையிலிருந்து ஐம்பதாயிரம் கிடைத்தது. அவ்வளவு பணத்தை இந்தக் கடைசிக் காலத்தில் எப்படிச் செலவு செய்வது? நான் பெங்களூர் வரும்போது வந்து தங்க ஒரு வீடு வேண்டுமல்லவா? நாகேஷ் சொன்னான் - உங்களுக்கு ஓர் இடம் இருக்கிறதாமே' என்று

கூறிய மகேஸ்வரய்யன் கிருஷ்ணப்பன் பக்கம் திரும்பி, 'வீரண்ணன் கொடுத்த துட்டைத் திரும்ப வாங்கமாட்டார் என்று நாகேஷ் சொன்னான். இதோ அவரது ஹாஸ்டலுக்கு என்று பதினைந்தாயிரம் எழுதியிருக்கிறேன்' என்று இன்னொரு டிராப்டை மேஜைமேல் வைத்தார்.

'நாகேஷ்! ஒரு சிகரெட் பிடிக்கணும், கொடு.' நாகேஷ் அவருக்குத் தன் வில்ஸ் சிகரெட்டைக் கொடுத்தான். மகேஸ்வரய்யன் சிகரெட் பற்ற வைத்து, 'எங்கே கௌரி? வந்திருக்கிறாராமே!' என்று திரும்பிக் கௌரியைப் பார்த்து, 'வணக்கம்' என்றார். அவரது கண்கள் கௌரியைக் கண்டு துலங்கின.

நாகேஷ் அடக்க முடியாமல் சொன்னான்:

'பாரும் கௌடரே, நான் எவ்வளவு தடுத்தும் கேட்காமல் எனக்கு இரண்டாயிரத்து ஐந்நூறு ரூபாய் கொடுத்தார். உங்க நர்சுக்கும் திருமண அன்பளிப்பு என்று இரண்டாயிரத்து ஐந்நூறுக்கு டிராப்டைக் கொடுத்திருக்கிறார். பத்தாயிரம் கடன் இருந்ததாம்—செக் அனுப்பியிருக்கிறார். அவர் செலவுக்கு வெறும் பத்தாயிரம் மட்டும் வைத்துக்கொண்டிருக்கிறார்.'

சமையலறையிலிருந்து வந்த கிருஷ்ணப்பனின் தாயைக் கண்டு மகேஸ்வரய்யன் எழுந்து நின்றார்.

'சுகமா?' என்று சாரதாம்மா தரையில் அமர்ந்தாள். ருக்மணி யம்மாளின் இறப்புப் பற்றிச் சொன்னாள்.

'இனி குதிரை சகவாசம் கிடையாது. தார்வாடா பக்கம் குடிசையும் கொஞ்சம் தோட்டமும் இருக்கு. போய் அங்கே இருக்கப் போகிறேன்.'

ஜோதியின் டிராப்டைக் கிருஷ்ணப்பன் எதிரிலுள்ள மேசைமீது போட்டார். அவர் மிகவும் சோர்வாக இருந்ததாகத் தெரிந்தது. அவரது கொடைப் பண்பு பற்றிப் புகழ்வது அவருக்குப் பிடிக்காது என்பது கிருஷ்ணப்பனுக்குத் தெரியும்.

'கிருஷ்ணப்பா! அதேதோ பரிசளிப்பு விழாவாமே உனக்கு உன் ஊரில். அதற்கு முந்தின நாள் உன் ஊரில் நானிருப்பேன், போதுமா?' மகேஸ்வரய்யன் எழுந்து நின்று, 'நாகேஷ், போகலாம் வாய்யா' என்று சொல்லி, மற்றவர்கள் பேசும்முன்பே வெளியே நாகேஷுடன் புறப்பட்டார்.

சீதா 'சட்'டென்று எழுந்து ஓடிப்போய் வாசலில் நின்று

மகேஸ்வரய்யனை அழைத்தாள், கண்களைத் துடைத்தபடி. 'எனக்குப் பணம் முக்கியமல்ல. எனக்குத் தாலி பாக்கியம் கிடைத்தால் போதும். இந்த பணம் வேண்டாம். எடுத்துக் கொள்ளுங்க' என்றாள். அவளது குரலில் தொனித்த நேர்மையைக் கவனித்து மகேஸ்வரய்யன், 'உன் கணவன் ரொம்பப் பெரியவன் அம்மா, நீ அவனை வளரவிட வேண்டும். என் பணம் அவன் பணம் வேறல்ல, இருக்கட்டும்' என்றார்.

'பெரிய மனிதனின் மனைவியாக இருக்கும் கஷ்டம் உங்களுக்கு எங்கே தெரியும்? எல்லோரும் என்னை எவ்வளவு மோசமாய்ப் பார்க்கிறார்கள் என்பது எனக்குத் தெரியாதா?'

சீதா விக்கிவிக்கி அழ ஆரம்பித்ததைப் பார்த்து மகேஸ்வரய்யன் வாசலுக்கு வந்து, 'உன் கஷ்டம் எனக்குத் தெரியும். அவனுக்கும் தெரியும். புரிவதற்குக் கொஞ்சம் அவகாசம் கொடு. அவ்வளவே' என்றார்.

நாகேஷ் அழைத்து வந்த ஆட்டோ ரிக்ஷாவில் தார்வாடா செல்ல பஸ் பிடிக்கப் புறப்பட்டுப்போனார்.

சீதா வாசலில் மகேஸ்வரய்யன் போன திசையையே வெறித்துப் பார்த்தபடி நின்றபோது கௌரி ஆங்கிலத்தில் கிருஷ்ணப்பனிடம் சொன்னாள்:

'மகேஸ்வரய்யன் செய்தது நியாயமல்ல. உங்கள் மனைவியை அவருடைய பெருந்தன்மையினால் நசுக்கிவிட்டார்.'

ஒரு கணம் கிருஷ்ணப்பன் என்ன செய்வதென்று புரியாமல் சும்மா இருந்தான். அதன்பின் சொன்னான்:

'இதைத் தாங்கிக்கொள்ள முடியாமல் அவஸ்தைப் படுவாள் அவள். அல்லது அவஸ்தைப்படுவாளா என்பது எனக்கு ஐயம். பேறு பார்க்க வந்த தாய்க்கு ஒரு சேலை வாங்கிக்கொடு என்றால் அதைக்கூட செய்யாதவள். மிகவும் கஞ்சத்தனம் கொண்டவள்—பணத்திலும் மனத்திலும்.'

எவ்வளவு சுலபமாக மனைவியை இன்னொருத்தி எதிரில் நிந்திக்கிறேன் என்று கிருஷ்ணப்பனுக்கு ஆன ஆச்சரியத்தைவிட அதிகம் கௌரிக்கு ஆச்சரியமாகி அவளுக்கு கோபம் வந்ததாய்த் தெரிந்தது.

179

'நீங்கள் இப்படி அற்பமாகக் கருதும் ஒருத்தியுடன் எப்படி இருக்கிறீர்கள்? உங்கள் கர்வத்தை வளர்த்துக்கொள்ள உங்களுக்கும் கீழான ஒரு பெண்ணைத் தேடித் திருமணம் செய்தீர்கள் போல் இருக்கிறது.'

கிருஷ்ணப்பனுக்குக் கௌரியின் பேச்சு அதிர்ச்சி அளித்தது. வாய் மூடி அவன் அமர்ந்தபோது சீதா யாரையும் ஏறெடுத்துப் பார்க்காமல் நேராகச் சமையலறைக்குப் போனாள். உணவு சமைக்க கிருஷ்ணப்பனின் தாய்க்கு உதவினாள். குழந்தை எழுந்து இருப்பதைப் பார்த்து அவளைப் படுக்க வைக்க கௌரி எழுந்து நின்றாள்.

நகரிலிருந்து சுமார் பத்து மைல்களுக்கப்பால் வீரண்ணனின் தோட்டத்தில் இந்த 'கெஸ்ட் ஹௌஸ்' இருந்தது. 'கெஸ்ட் ஹௌஸ்' பின்புற கல்பாறைகளை அப்படியே வைத்துக்கொண்டு அழகான காட்சியுடன் அமைந்திருந்தது. நல்ல தோட்டமும் இருந்தது. மேலும் நடந்தால் தென்னை, ஆரஞ்சு, எலுமிச்சம், சப்போட்டா, மாதுளம், கொய்யா, நாவல், பலா, மா இத்யாதி எல்லா ஜாதி மரங்களும் இருந்தன. 'கெஸ்ட் ஹௌஸ்' எதிரில் ஒரு திராட்சைத் தோட்டம். ஓடு வேய்ந்த அதி நவீனமான அமைப்புள்ள இந்த வீட்டின் இரண்டு பக்கத்திலும் வண்ண வண்ண உறுதிவாய்ந்த சீனா மூங்கிலாலான புதர்கள் இருந்தன. பழத்தோட்டத்தின் பக்கம் நீச்சல் குளம் இருந்தது. குதிரை சவாரிப் பைத்தியங்களுக் கென்று வீரண்ணன் அழகான உடல்வாகு கொண்ட வெள்ளைக் குதிரை ஒன்றை வளர்த்திருந்தான். வீட்டெதிரில் காணப்படுவது போல சுற்றிலும் கட்டப்பட்ட வேலியுள், புல்லில் இருமான்கள் மேய்ந்த படியிருந்தன. இந்த வேலிக்கப்புறம் இருபெரிய கூண்டுகளில் ஒரு கூட்டம் மயில்கள் இருந்தன. இப்படி நகரம் மற்றும் கிராம அழகையும் சௌகரியத்தையும் ஒரே நேரத்தில் கொண்டிருந்த இந்த கெஸ்ட் ஹௌசுக்குக் கிருஷ்ணப்பன் வருவது இது முதல் தடவை அல்ல வென்றாலும் இந்தமுறை வந்தபோது கெஸ்ட் ஹௌஸின் பரிசுத்தமான காற்றைச் சுவாசித்து ஆனந்தப்பட்டான்.

கிருஷ்ணப்பனோடு அவன் தாய், நாகேஷ், கௌரி தேஷ்பாண்டே ஆகியோர் வந்திருந்தார்கள். வங்கி விடுமுறை நாட்களில் மாத்திரம்

சீதா அங்குவரச் சாத்தியப்பட்டதால் தும்கூரில் இருந்த அவளது விதவைத் தாயை அவளுடன் வசிக்கச் சொல்லும் ஏற்பாடாயிற்று. கிருஷ்ணப்பன் மனசாந்திக்கு இது தேவை என்பது எல்லோருக்கும் தெரிந்தது. ஒருநாள் விட்டு ஒரு நாளாவது ஸ்கூல் முடிந்தபின் மகளை அழைத்துக்கொண்டு வருவேன் என்று வீரண்ணன் சொன்னான்.

தனிமை விரும்பிக் கிருஷ்ணப்பன் அங்கு வந்தாலும், தினம் தன்னைப் பார்க்க வரும் மக்கள் கூட்டம் இல்லாமல் அவனுக்குச் சலிப்பாக இருந்தது. ஒருவேளை சாகும் நிலையில் இருக்கும் போதும்கூட கூட்டம் கூட்டமாய் ஜனங்கள் பார்க்க வந்து கொண்டிருந்ததால் தான் 'இன்னும் முக்கிய நபராய் வாழ்ந்து கொண்டிருக்கிறேன்' என்று முன்பு கிடைத்த சமாதானம் இங்கு இல்லாமலாயிற்று. ஆரோக்கியமும் சாமர்த்தியமும் குறைந்து கொண்டுபோகும் தன் இந்தக் கடைசி காலத்தில் வீரண்ணன் மூலம் தனக்குக் கிடைக்கும் மரியாதை, உபசாரம், சௌகரியங்கள் இன்னும் வாழும் ஆசையைத் தன்னிடம் விட்டுவைத்துள்ளன என்பதை அறிந்த கிருஷ்ணப்பன் துக்கமடைந்தான். தனக்கு வரும் இந்தச் சௌகரியங்களுக்கும் மக்கள் ஆதரவுக்கும், இந்த ஊழல் அமைப்புக்கும் ஒரு தொடர்பு உள்ளது என்று நினைத்து ஆச்சரிய மாயிற்று. 'முதலமைச்சர் பதவி எனக்கு வேண்டாம் என்று கூறிக் கொண்டே என்னை அந்தப் பதவிக்கு உயர்த்த மற்றவர்கள் பண்ணும் முயற்சியில் என் முக்கியத்துவத்தை நானே விரும்பி அனுபவித்து என் உயிர்வாழும் ஆசையைப் பலப்படுத்திக் கொள்கிறேன். நாகராஜுக்கு அவன் எழுதிக்கொடுத்த அசெம்பிளிக் கான ராஜிநாமா கடிதம் நாகராஜ் சட்டையிலேயே இருந்தது. மகேஸ்வரய்யனின் எதிர்கால ஹேஸ்யமும் சதா நினைவில் வந்துகொண்டிருந்தது. இந்த அமைப்பையே பயன்படுத்திக் கொண்டு நான் முதல் மந்திரி ஆகும் ஆசை உண்மையில் என்னிடம் உள்ளதா? அல்லது இவைகளைத் தியாகம் புரிந்து என்மீதான குற்றச்சாட்டு களுக்குரிய காரியங்களிலிருந்து விடுபட்டு மக்களுக் கான நலத்தையும் என் மனநலத்தையும் சாவதற்குமுன் மீண்டும் ஒருமுறை பெற வேண்டும் என்ற ஆசை என்னிடம் எழுகிறதா? முன்பொருமுறை பைராகி பதில் சொல்ல வேண்டுமென்று நினைத்த ஒரு கேள்வியை அவனிடம் கேட்க முடியாமல் தோற்றுப் போனது நினைவில் வருகிறது. மீண்டும் இப்போது அதே நிலைமையில் நான் இருக்கிறேன்.'

கேள்வியே இல்லை போலும். இரண்டில் எதைத் தேர்வதென்ற

தர்மசங்கடம் ஒருவகையில் நிஜமல்ல. அப்படிச் செய்யவா, இப்படிச் செய்யவா என்று கேட்கும்போது நம் ஆசை இரு திசைகளிலும் சமமான சபலத்துடன் செல்லுகின்றதா என்பதே ஐயம். நம் பிராணசக்தியை இரண்டில் ஒருதிசை கவருமென்றால் நாம் படுவதாகக் கருதும் தர்மசங்கடம் உண்மையல்ல. அது ஒரு பொய். நம்மை நாமே நன்றாகக் காட்டிக்கொள்ளும் ஆசை.

வீரண்ணன் கொடுத்த இந்தச் சூழல் தனக்கு உண்மையிலேயே பிடிக்காததாக இருந்திருந்தால் அதற்குள் நான் அகப்பட்டிருக்க மாட்டேன் என்று பெருமூச்சுவிட்டான். ஆனாலும் வேதனையாகத் தான் இருக்கிறது. நாகராஜ் தன் ராஜினாமாவை போஸ்ட் செய்ய மாட்டான் என்ற எதிர்ப்பார்பில் நான் அதை எழுதவில்லையே. அவன் தீர்மானத்திற்கு விட்டு விட்டேனே. அது நாடகம் இல்லையே என்று கிருஷ்ணப்பனுக்கு மீண்டும் தன் சிந்தனை பற்றிய குழப்பம் ஏற்பட்டது.

ஃபோன் செய்து வீரண்ணனை அழைக்கும்படி நாகேஷுக்குச் சொல்லிவிட்டுக் கிருஷ்ணப்பன் ஒரு மாமர நிழலில் அமர்ந்தான். மூங்கில் மீது காற்று வீசும்போது எழும் மிருதுவான நாதத்தில் தன்னை மறந்தான்.

கிருஷ்ணப்பனின் தாய்க்கு மட்டும் இந்தத் தோட்டத்திற்கு வந்ததால் சந்தோஷம். சந்தோஷத்துடன் முந்தானையைத் தலையில் போட்டுக்கொண்டு அவள் நடமாடுவதைக் கண்டு, இப்படிப்பட்ட இடத்திற்கு நான் சொந்தக்காரனாக இருந்திருந்தால் என் தாய் திருப்திப்பட்டிருப்பாள் என்று கருதி கிருஷ்ணப்பனுக்குச் சிரிப்பு வந்தது. அவளே போய் பெரிய ஒரு பாத்திரத்தில் பால் கறந்துவிட்டு, பறவை பறந்தோ வேறு யார் கண்பட்டோ பால் கெட்டுவிடக் கூடாதென்று சேலையால் மூடிக்கொண்டு கிருஷ்ணப்பனின் எதிரில் நின்று 'இதென்னப்பா?' என்றாள். கிருஷ்ணப்பனும் கேள்வியாய்ப் பார்த்தான்.

'பசுவின் மடியில் இன்னும் இரண்டு மூன்று பாத்திரம் அளவாவது பால் இருக்குதப்பா. கை வலித்ததால் வேலைக்காரனைக் கூப்பிடுகிறேன்.'

நுரை நிரம்பிய பச்சைப்பாலைக் கிருஷ்ணப்பனுக்கு ஒரு கணம் காட்டி மீண்டும் மூடினாள்.

'காச்சிக் கொடுக்கிறேன், குடி. நம் வீட்டுப் பசு காவேரி இருந்த தில்ல. அதன் மடியில் வாய் வைத்து நீ குடித்தது நினைவிருக்கா? சாதுப் பசு. ஒருதடவைகூட ஒதைக்கல்ல. அதுபோன்ற பசுக்களைத் தான் நான் இப்பவும் கறக்கிறேன். அதிகமானால் ஒரு 'சேர்' அளவு கறக்கும். அதில் பாதியைப் புரோகிதருக்குக் கொடுப்பேன். கடவுளுக்கு அந்தப் பிராமணன் அபிஷேகம் பண்ணட்டுமென்று.'

குளித்துவிட்டு பாண்ட் அணிந்து ஜிப்பா போட்டு வெளியில் வந்த கௌரி கூந்தலை உலர்த்திக்கொண்டபடி தூரத்தில் அமர்ந்திருந்தது தாய்க்குத் தெரிகிறது. கௌரி சிகரெட் பற்ற வைத்தது கண்டு தாய் முகம் சுளிக்கிறாள். கிருஷ்ணப்பன் புன்னகைத்து, 'புகையிலை?' என்று ஒப்புமைப்படுத்திச் சொன்னான். 'கொண்டு வந்தது தீர்ந்து விட்டிருக்கும். நாகேஷிடம் வாங்கிவரச் சொல்லு' என்று சொன்னான்.

'பலகாரம் செய்திருக்கிறேன். சாப்பிட வாங்க,' நேற்று இரவில் சதாசிவ நகர் வீட்டில் அரைத்த மாவில் மருமகளுக்குக் கொஞ்சம் வைத்துவிட்டு மீதியை மறக்காமல் காலையில் காரில் கொண்டு வந்து வேகவைத்து, தேங்காய் சட்டினி செய்து மகனுக்கும் கௌரிக்கும் நாகேஷுக்கும் வைக்கிறாள். மகனுக்கு இஷ்டமானதென்று கொண்டு வந்த—ருக்மிணிம்மா சாகும்முன் செய்த—மாங்காய் வடு ஊறுகாயையும் ரசத்தையும் இலையில் வைத்து, 'எந்த மரத்திலிருந்து... நினைவு வருதா, சொல்லு?' என்று மகனைக் கேட்கிறாள். கிருஷ்ணப்பன் தனக்குத் தெரிந்த மரங்களையெல்லாம் நினைவில் கொண்டுவருகிறான். புலியூரின் வாய்க்காலருகில் ஒரு மரம் இருக்கிறது. புரோகிதர் வீட்டுக்கு மேல் மலையில் ஒரு மரம் இருக்கிறது. மாடு மேய்க்கும்போது மலைக்குக் கீழ் வேலி பிரிந்த இடத்தில் தனக்குப் பயத்தைத் தரும் நில இடுக்கில் இன்னொன்று உள்ளது. இந்த மூன்று மரங்களும் வடுமாங்காய்க்குப் புகழ் பெற்றவை.

மூன்றிலிருந்து மாங்காய் பறித்தாலும் சுனை வடியும். வருஷங்களானாலும் அதன் ஊறுகாய் கெடாது. அழுத்தினால் அமுங்காமல் கடித்தால் 'சடக்' என்று கடிபடும். மூன்றின் ருசியும் வேறு—ருசியிலும் வாசனையிலும் அவற்றில் உப்பு காரங்கள் போடப்பட்டுப் பதப்படுத்தும் முறையிலும்கூட வேறு வேறு. இரண்டு முறை கடித்துவிட்டு நினைவிற்குக் கொண்டுவர முயன்றான். கால் மடித்து அமர்ந்து தன்னைக் குதூகலத்துடன் துடுக்குத்தனத்துடனும்

ஊறுகாய் போலவே சுருங்கிய முகத்துடன் பார்த்த தாயிடம் சந்தேகத்துடன் கிருஷ்ணப்பன் சொன்னான்:

'நீர் பாயும் இடத்திற்குப் பக்கத்து மரமா?'

சந்தோஷத்தில் தாயின் முகம் மலர்ந்தது.

மத்தியானம் வீரண்ணன் வந்து, 'என்னை வரச் சொன்னீங் களாமே?' என்றான். நின்ற வீரண்ணனை உட்காரச் சொன்னான் கிருஷ்ணப்பன். சிகரெட்டைத் தன் உதட்டில் பொருத்தி அதனைப் பற்ற வைக்கச் சொன்னான். அவனது மனம் விநோதமான நிலையில் இருப்பதைக் கவனித்து வீரண்ணன் சமாதானமாய்க் காத்திருந்தான்.

'வீரண்ணா, உங்களை ஒரு கேள்வி கேட்கணும். தயவு செய்து தப்பாக எடுக்கக் கூடாது.'

'கேளுங்கள் கௌடரே.'

'என்னை முதலமைச்சர் ஆக்குவதற்கு உங்களுக்கு ஆகும் செலவு எவ்வளவு?'

'கௌடரே, நீங்க ஒழுக்க சீலர் என்பது எனக்குத் தெரியும். நீங்க சாணக்கியத்துவம் உள்ளவர் என்றும் தெரியும். அரசியலுக்கு வந்தபின் இதெல்லாம் இருக்கும்.'

'தெரியும் எனக்கு, ஆனால் அது அரசியல் அல்ல.'

'அதுவும் தெரியும் கௌடரே. ஆனால் தேசத்தின் நிலை ஒரு நெருக்கடியில் இருக்கிறது. சர்வாதிகாரத்தைத் தடுக்க வேறே வழி இல்லை. உங்கள் அரசியலை இந்த அபாயம் முடிந்தபின் பண்ணுங்கள்.'

'உங்கள் சுயநலம் இதில் இல்லை என்று நான் கருதலாமா?'

வீரண்ணன் புண்பட்டதுபோல் தெரிந்தது.

'கௌடரே, உம்மிடம் ஒரு குணம் உண்டு. நீர் சந்தேகப் பிறவி. பக்கத்திலிருப்பவர்களை வளரவிடாமல் இருக்கும் ஆலமரத்தைப் போல என்று ஒரு குற்றச்சாட்டு கேட்டிருக்கிறேன். ஆனால் பக்கத்திலிருக்கும் மற்றவர்களுக்கு உம் யோக்கியதை இல்லை என்பதும் எனக்குத் தெரியும்.'

'என் கேள்விக்கு நீங்கள் பதில் சொல்லவில்லை.'

'நான் ஒரு வியாபாரி கௌடரே, என் தொழிலை விட்டுவிடச் சொல்கிறீர்களா?'

'ஆனால் அந்தத் தொழிலுக்கு உதவ ஜனங்கள் என்னைத்

தேர்ந்தெடுக்கவில்லையே.'

'அய்யோ, ஆண்டவா! உம் பேச்சு புரியவில்லை எனக்கு. நானொரு மனிதன் அல்லவா? எனக்கு உம்மேல் பற்றில்லையா? உங்களை அந்த 'சீட்'டில் ஒரு வருஷமாவது பார்க்க வேண்டுமென்று எனக்கு ஆசை. எனக்கேதும் செய்யவேண்டாம் நீங்கள். ஆணையிட்டுச் சொல்கிறேன். எதற்கும் உம்மிடம் நான் வரமாட்டேன். இப்போதிருக்கும் 'கள்ளன்' எனக்கு வேண்டியதைத் தரவில்லையா?'

தன் பேச்சினால் வீரண்ணன் மிகவும் நொந்து புறப்பட்டுப் போவான் என்று நினைத்தது பொய்யாயிற்று. சுமுகமான தோரணையை விடாமல் வீரண்ணன் பேசினான். கிருஷ்ணப்பன் முதிர்ந்த ஓர் அரசியல்வாதியாகையால் வீரண்ணன் எவ்வளவு உறுதியான மனிதன் என்று அறியும் நோக்கத்துடன் சொன்னான்.

'நான் 'சீஃப்' ஆக இருக்கும் காலம் வரை உங்களுக்குக் காண்ட்ராக்ட் கிடைக்காது.'

'வேண்டாம்.' வீரண்ணன் சரளமாகச் சொன்னான். 'நீங்க செய்ய மாட்டீங்க என்பது எனக்குத் தெரியாதா? நானும் வேண்டிய அளவு பணம் சம்பாதித்துவிட்டேன் கௌடரே, இப்போ உங்களைப் போன்ற பெரிய மனிதரை அந்த ஸ்தானத்தில் அமர வைப்பதில் எனக்கொரு மகிழ்ச்சி உண்டு. நீங்க இதைப் புரியாமல் சின்னத் தனமாக நடந்தால் வேதனை அடைவேன்.'

'பாருங்கள். என் ஆரோக்கியம் சரியில்லை. இந்த நிலைமையை நான் மற்றவர்கள் அநுதாபத்தைப் பெறப் பயன்படுத்துகிறேனோ என்ற சந்தேகம் அடிக்கடி வருகிறது.'

'பாருங்கள் கௌடரே, நான் சொல்வது இவ்வளவு தான். நீங்கள் நம் கள்ளனோடு சேர்ந்து அதிகாரத்தை நிர்வகிக்க வேண்டிவரும். அதனால் உங்கள் மனத்தில் இருப்பதையெல்லாம் இப்போது செய்யமுடியாது. ஆனால் ஒன்றிரண்டு செய்யமுடியும். நீங்க முதிர்ந்த அரசியல்வாதி. அமர்ந்துபேசி முடிந்ததைச் செய்து, அடுத்த தேர்தலில் அதிகம் பலம் பெறுங்கள்.'

'என் மூலம் அந்தப் பக்கத்திலிருந்து பத்துப் பேர் இந்தப் பக்கம் வருவார்கள். அதனால்தானா?'

'அப்படியில்லாதிருந்தால் நம் கள்ளனே உங்கள் பெயரைக் குறிப்பிடுவானா? இப்போதும் அவன் பிரதமரின் ஆட்களுடன் சேருவதற்கு உள்ளுக்குள்ளே முயற்சி செய்கிறான்.'

கிருஷ்ணப்பன் சிகரெட்டை அணைத்தான். வீரண்ணன் எழுந்து நின்று சொன்னான்:

'இப்போது நம்பிக்கை வந்ததல்லவா? இனி நான் போகிறேன். ஏதாவது வேணுமென்றால் சொல்லி அனுப்புங்கள்.'

இந்த உரையாடலின் பிறகு அதனைப் பற்றி யாரிடமும் பேச வில்லை, கிருஷ்ணப்பன். பொதுவாக உற்சாகத்தோடு இருந்தான். மறுநாள் காலை ஜோதி வந்து கௌளரியின் உதவியுடன் வெந்நீர் நிறைந்த தொட்டியில் அமர வைத்தாள். கௌளரி இருந்ததைப் பார்த்து உள்ளாடையையும் பனியனையும் நீக்காமல் தொட்டியில் இறங்கினான். நீரில் இடது கை, இடது காலை அதிகம் சிரமம் இல்லாமல் அசைக்க முடிந்ததைக் கண்டு கிருஷ்ணப்பனுக்கு மகிழ்ச்சியாயிற்று. 'நீர் தெரப்பி' அநுபவமுள்ள கௌளரி, ஜோதியை அனுப்பிவிட்டாள். பின்னர் கிருஷ்ணப்பன் காலைக் கடன்களை முடிக்க உதவ மட்டும் ஜோதி வந்தாள். தன் எதிரில் உள்ளாடைகளை நீக்க விரும்பாத கிருஷ்ணப்பனைப் பார்த்துக் கௌளரி சிரித்தாள். கிருஷ்ணப்பன் நாணினான். மறுநாள் பனியனை நீக்க ஒப்புக் கொண்டான்.

கௌளரியின் கை தன் கைகால்களில் படும்போது அது வெறும் சிகிச்சைக்குரிய தொடுதலாகப் படவில்லை. அந்தத் தொடுதலை அவளும் கூட விரும்பியதைக் கண்டு கிருஷ்ணப்பனுக்கு ரோமம் சிலிர்த்தது. உடல் சூடாயிற்று. ஆரோக்கியமில்லாமல் படுத்தபின் முதல் தடவை இந்த அநுபவம் ஏற்பட்டுக் குழம்பினான்.

கிருஷ்ணப்பனை நீரிலிருந்து வெளியில் அழைத்து வீல் செயரில் அமர்த்தி, கௌளரி தோட்டத்திற்கு தள்ளிக்கொண்டு போனாள். தான் பாண்ட் அணிந்தபோது கிருஷ்ணப்பன் அதை மிகவும் விரும்பிய தாய்ப்பட்டது. அவள் பாண்ட், ஜிப்பா அணிந்து கூந்தலைக் கர்சீப் பால் கட்டியிருந்தாள். தோட்டத்தில் கிருஷ்ணப்பனை அமர்த்தி, அவனுக்கு அமர்ந்தபடியே ஓய்வெடுக்க உதவியபடி அவள் அவனுக்கு விருப்பமான நாவல்களை வாசிப்பாள். கிருஷ்ணப்பன், தான் மாடு மேய்த்த நாட்களை அவளுக்கு விரிவாகச் சொல்வான். அரச மரத்தின் கீழ் அமர்ந்தபோது எதிரில் நின்ற கொய்யாமரத்திற்கு விருந்தினர்களாக வந்த பறவைகளையெல்லாம் வருணிப்பான். காலையில் வேலை முடிந்துவிட்டால், தாயும் அங்கு வந்து அமர்ந்திருப்பாள். ஒரு தடவை கௌளரி ஏதோ வேலைக்காகப் போனபோது அவள், 'நீ ஏன் அவளைத் திருமணம் செய்யவில்லை?'

என்றாள். இந்தக் கேள்வியினால் கிருஷ்ணப்பன் குழம்பினான். தாய் விடவில்லை. குழந்தைத்தனமாகக் கேட்டாள்:

'நம் குடும்பத்தில் எவ்வளவோ ஆண்கள் இரண்டு பெண்களைத் திருமணம் செய்யவில்லையா? அதுக்கென்ன?'

'அம்மா, அப்படியெல்லாம் கௌரியிடம் பேசிவிடாதே.' கிருஷ்ணப்பன் கோபமாகச் சொன்னான்.

'நான் எதற்குப் பேசறேன்? நீ வளர்ந்து பெரியவனாகவில்லையா? சும்மா அடித்துக்கொள்வதற்குப் பதில் ஆசையிருந்தா செய்துகொள் என்றேன்.'

தாயின் நேரான பேச்சு அவனைத் தொட்டது. ஆனால் கௌரிக்குத் தன்னையன்றி வேறு வாழ்வும் இருக்கிறதென்பது தெரிந்ததால் அந்தத் திசையில் அவன் சிந்தனையைப் போக விடவில்லை.

விரல்கள் இப்போது ரப்பர் பந்தை அமுக்க முடியும். காலை மேல் நோக்கி உயர்த்துவதுகூட ஓரளவு முடிகிறது. இன்னும் ஒரு மாதத்தில் 'கிரச்சுகள்' உதவியுடன் நடப்பதும் முடியும் என்று கௌரி சொன்னாள். ஆனால் அவளுக்கு ஒரு மாதம் மட்டுமே விடுமுறை. அதன் பிறகு போய்விடுவாள் என்று கிருஷ்ணப்பனுக்கு ஏற்பட்ட பயத்தைப் பார்த்துக் கௌரி தான் புறப்படுவது பற்றிப் பேசுவது கிடையாது.

பகல் அழகாகவும் இதமாகவும் இருப்பதும், ராத்திரி நட்சத்திரங்கள் நன்றாகத் தெரிவதால் வானம் தெளிவான நீலத்தில் சோபிப் பதுமாக இருந்தது. ஒவ்வொரு முறை கௌரியும் கிருஷ்ணப்பனும் இப்படியே சீரிய விஷயங்களைப் பேசிக்கொண்டிருக்கும்போது மயில்கள் தோகைகளைக் குடைபோல் விரித்து அவர்கள் முன்னிலையில் சாமி வந்ததுபோல் நடனமாடும். தாய் வெறும் பசு, பால், பழம் பற்றிப் பேசுவாள். பலகாரம் செய்யப் பலாப்பழம் இல்லை என்று தினம் ஒருமுறையாவது வருந்தி மகனின் வாயில் நீர் ஊறச் செய்வாள். நாகேஷ் சீரியஸாக மேசை எதிரில் அமர்ந்து கிருஷ்ணப்பனின் வாழ்க்கை வரலாற்றை வர்ணமயமாக எழுதி, எழுதியதை வாசித்துக் கிருஷ்ணப்பனுக்கு வெட்கம் வரும்படிச் செய்வான்.

கிருஷ்ணப்பன் பலதடவை கௌரிக்குத் தான் சொல்ல வேண்டும் என்று நினைப்பதைச் சொல்ல ஒத்திகை செய்து கொள்வான்: 'கௌரி, நான் உன்னை விரும்பினேன். ஆனால் வாரங்கல் ஸ்டேஷனில் நரகத்தை அனுபவித்ததால் உன்னிடம் சொல்லாமல் போனேன்.'

இப்படிச் சொன்னால் தன் எண்ணத்தைச் சொன்னதுபோல ஆகாதென்று சும்மா இருப்பான். கௌரி நடுத்தர வயது கொண்டவள். கிருஷ்ணப்பனுக்கு இதழ்களை மூடிய மொட்டுப் போல தென்பட்டாள். மெது மெதுவாக இருவரும் தத்தம் பழைய நாட்களைப் பேசுவதை விட்டுவிடலாயினர். ஒருநாள் காலை மூங்கில் மரங்களுக்குக் கீழே கிருஷ்ணப்பன் பேசாமல் அமர்ந்திருந்தான். கௌரியும் ஏதோ படித்தபடி அமர்ந்தாள். தாய் சமையலறையில் பத்ரடை செய்துகொண்டிருந்தாள். கிருஷ்ணப்பன் இருந்தாற் போல் பாட ஆரம்பித்தான். கௌரி ஆச்சரியத்தில் கண்மூடி, பாடும் கிருஷ்ணப்பனைப் பார்த்தபடி அமர்ந்தாள். அங்கங்கு வெண்மை கலந்த கிராப்பு, தாடி. அவன் முகத்தின் சாந்தமான களையைப் பார்த்து அவளுக்குச் சந்தோஷமாக இருந்தது. அமர்ந்திருந்த இடத்திலேயே இருந்து வளர்ந்து நின்ற புல்லையும் சிறிய பூக்களையும் பறித்தாள். கிருஷ்ணப்பன் பாடுவதை நிறுத்தியவுடன் தானும் மெதுவாகப் பாடத் தொடங்கினாள்—அவனுக்குப் பிரியமான கபீர் கவிதைகளை.

ஒருநாள் கௌரி, கிருஷ்ணப்பனின் வீல் செயரை நீச்சல் குளம் அருகில் நிறுத்தி, தன் ஆடையைக் களைந்து ‘பிக்கினி’ மட்டும் அணிந்து கொண்டு நின்றாள். அவள் சகஜமாக இப்படி ஆடைகளைக் களைந்தபோது அவன் குழப்பமடைந்தான். அவள் உயரமாய் நின்று, கைகளைச் சாய்த்து, தன் வளமான உடலை வளைத்து, அம்புபோல் நீரில் பாய்ந்தாள். நீரில் மறைந்து மீண்டும் கறுப்பு கூந்தல், முதுகு, சிறிய இடுப்பு, பெரிய பிருஷ்டம், சிறிய பாதங்களுடன் நீரில் தோன்றிப் பின் முன்புபோல பாய்ந்து போனாள். கிருஷ்ணப்பனின் முழு தேகமும் அவளது உடலசைவைக் கற்பனையிலேயே கண்டு அப்படியே தானும் செய்தது. பால்யத்தில் மிகவும் நல்ல நீச்சல் காரனான கிருஷ்ணப்பன் அவளுக்கு நிகராக அவள் அடிக்கும், தள்ளும் கால்களாய்த் தன் கால்களைப் பாவித்து அவளது அசைவு களில் தன்னை மறந்தான். தன் பாதி தேகம் சடமாகி உள்ளது என்பதே ஒரு கணம் அவனுக்கு மறந்துபோயிற்று. கௌரி நீரிலிருந்து எழுந்து அவனிடம் வந்தாள். அவளது மிருதுவான ஒளி நிறைந்த தோலில் புரளும் நீரின் துளிகள் மின்னின. அவளது கூந்தலிலிருந்து நீர் சொட்டியது. அவளது உடலின் குளிர்ச்சியைத் தனது உடலின் குளிர்ச்சியாகக் கண்டு நடுங்கினான். அவளது உயிர் நிறைந்த தேகம் தன் சடமான தேகத்திற்குச் சமமாகுமா எனப் பயம் ஏற்பட்டது. பொறாமையால் அவன் கண்களை மூடினான். கௌரியின் ஈரமான

கைகள் தன் கன்னம், கழுத்துப் போன்றவற்றைத் தடவியதைக் கண்டான். 'உனக்கு பாத்தில் மீண்டும் அமர வேண்டும் என்று தோன்றுகிறதா?' என்றாள். அவள் ஏக வசனத்தில் பேசிய பேச்சால் அவனுக்குப் புல்லரித்தது. கௌரி வீல் செயரை பிக்கினி ஆடையுடனேயே தள்ளிக்கொண்டுபோய் அவனது அறையின் வாசலை மூடிவிட்டு, விசாலமான தொட்டியில் வெந்நீர் நிறைத்துக் கிருஷ்ணப்பனது ஆடைகளை நீக்கினாள். அவனுக்கு இவ்வளவு நாள் பழக்கமில்லாத உறுதியான குரலில் 'எல்லாவற்றையும் நீக்குவேன்' என்று அவனது உள்ளாடையை நீக்கப் போனாள். கிருஷ்ணப்பன் பயந்தவன் போல் 'வேண்டாம்' என்று கூறிப் பிறகு ஏதும் செய்ய முடியாதவனாய் சும்மா அவள் இஷ்டப்படியே அனுமதித்தான். நோய் பிடித்திருக்கும் தன் அம்மணமான தேகத்தைப் பார்த்து அவள் அருவருப்படையாமல் இருந்ததால் அவன் மனதில் நன்றியுணர்வு ஏற்பட்டது. அவள் கண்கள் எதையும் பாராமல் ஆவேசத்தில் இருந்தன போல் தோன்றின. அவளது தேகக் கவர்ச்சியில் தன் தேகம் ஒன்றியபடி நீரில் இறங்கியது. பின்பு அவளும் அதே தொட்டியில் இறங்கி, தன் ஆடைகளை நீக்கினாள். நீரில் தன் கனமற்ற தேகத்தை அவளது ஆரோக்கியமான தேகம் அணைத்தது. கிருஷ்ணப்பனின் கண்களில் நீர் நிறைந்து அவன் பார்வை மங்கியது.

மிக அதிக நேரம் கிருஷ்ணப்பனை அணைத்த கௌரி, எழுந்து மிருதுவான வெள்ளை டவல்களைத் தொட்டியின் வெளியே விரித்து, பின் கிருஷ்ணப்பனை அழைத்துச் சென்று அதன்மீது படுக்க வைத்து அவனை அணைத்துக்கொண்டு தானும் படுத்தாள். தன் உதடு, முலை, தொடைகளை அவனை நோக்கி அழுத்தினாள்.

'எனக்கு இப்போது முடியாது, கௌரி' என்றான், ஆழமான, அவனதல்ல என்கிற தொனியில், இயலாமையில்.

கௌரி ஆழமான மௌனத்தின் சாகரத்தில் இருந்தாள். முளைக்கும் விதைகளைத் தன் சூடான, நிதானமான இருளில் மூடி வைத்திருக்கும் மண்ணைப் போல் இருந்தாள். அவளது விரல்கள் கிருஷ்ணப்பனின் முழு உடலிலும் சஞ்சரித்தன. அடைத்திருக்கும் நீரூற்றுகளைத் திறப்பது போல் ஒவ்வொரு சந்துகளிலும் மூலைகளிலும் விரல்கள் ஓடிச் சென்று உணர்வுகளை எழுப்பின. அவள் கண்கள் ஆழ்ந்த தவம் ஒன்றைச் செய்வது போல் மூடிக் கிடந்தன. சூடான அனுபவத்தைத் தந்த அவளது யோனி, அவனது வயிறு, தொடை, கையிடுக்கு, புஜம், கன்னம் ஆகியவற்றை மிருதுவாக ஒற்றும்படி அவள், அவன்

உடலெங்கும் பாய்ந்து சென்றாள். அவள் உதடுகள் அவனது உடம்பையெல்லாம் இதமாகக் கடித்தபடி மேலிருந்து கீழ்நோக்கிச் சென்றன. அவனுக்குக் கண்கள் இருக்கின்றன, காதுகள் உள்ளன, கழுத்து இருக்கிறது, வயிறு இருக்கிறது, ஆண்குறி இருக்கிற தென்று, அவனைப் புரிய வைப்பதுபோல், அவனைத் தடவியபடி அவள் மூச்சு அவனது முழு உடலிலும் கிச்கிச்சு மூட்டியது. உடலெல்லாம் சூடேறி, முளைவிட்டு எழும்பியது போல் அவன் கிளர்ந்தெழுந்த போது மல்லாந்து கிடந்த அவன் மீது அவள் படுத்தாள். அவளது நிதானமான அசைவு ஆலாபனை போலிருந்தது. கிருஷ்ணப்பனின் கண்களில் நீர்முட்டி வடிந்தது. 'அம்மா' என்றான். கௌரி கனமின்றி அவன்மீது தன் உடலை வைத்துப் படுத்திருந்தாள். கிருஷ்ணப்பன் ஆழமான நித்திரை புரிந்தான். மீண்டும் எழுந்தபோது அது என்ன கனவோ என்று ஆச்சரியப்பட்டு, தான் டவல் மேல் படுத்திருப்பதையும் கௌரி தன் பக்கத்தில் அம்மணமாக சிகரெட் பிடித்தபடி அமர்ந்திருப்பதையும் கவனித்தான். அவள் முகத்தைப் பார்த்தான். இது அவள் கருணையினால் செய்த ஒரு சிகிச்சையோ என்று சந்தேகமாக இருந்தது.

தாய் அவன் அறைக்குப் பக்கத்து அறையில் படுத்திருந்தாள். சாயங்காலம் கௌரியும் அவனும் மான்களுக்குக் கையிலிருந்த புல்லைக் கொடுத்தபடி இருந்தபோது அவள் வந்து தான் கௌரி அறையில் படுப்பதாகவும் தூரத்திலுள்ள அறையில் இருக்கும் கௌரி தன் அறைக்கு மாற்றிக் கொள்ளட்டும் என்றும் கூறினாள். பதிலுக்குக் காத்திராமல் போய்விட்டாள். கிருஷ்ணப்பன் குறு நகையுடன் கௌரியைப் பார்த்தான்.

இரவில் கிருஷ்ணப்பனின் பக்கத்தில் கௌரி படுத்தாள். அவள் தேகத்தின் அரவணைப்பில் ஆழமான தூக்கம் வந்தது. மறுநாள் காலையில் வந்த ஜோதி, கிருஷ்ணப்பனிடம் காணப்பட்ட மாற்றத்தைப் புரிந்து கொண்டாற்போலிருந்தது.

எல்லோரும் எதிர்பார்த்ததுபோல் தேசமெங்கும் ஆளும் கட்சி உடைந்தது. ரஹ்மானும் நாகராஜும் கிருஷ்ணப்பனைப் பார்க்க வந்தார்கள். நாகராஜ் சிந்தனையில் ஆழ்ந்திருந்தான். நாம் பிரதமரின் சர்வாதிகாரத்திற்கு எதிராக உடனே முதலமைச்சருக்குச் சில

ஷரத்துக்களுடன் உதவி செய்வது தேவை என்றான். உடைந்து போன கட்சி அக்கட்சியின் தலைமையிலேயே மந்திரி சபையை அமைக்க வேண்டுமென்று ராஜ்யத்தின் கவர்னரைக் கேட்டது. ரஹ்மான் மிக துல்லியமாகக் கணக்குகளை ஒரு மணிநேரம் போட்டு இந்தப் பக்கம் ஐந்துபேர் அதிகமாக இருப்பதைக் காட்டினான். ஏற்கனவே முக்கிய மந்திரியிடமிருந்து சிலர் நம்முடன் சேர்ந்துள்ளார்கள் என்று பிரதமர் சார்பிலிருந்து சந்திரையா அறிக்கை கொடுத்தான். பத்திரிகைகளில் ஒரு பக்கம் அறிக்கை; இன்னொரு பக்கத்தில் மறுப்பு; எல்லாம் குழப்பம் தரத்தக்க விதமாய் அமைந்தன.

நாகராஜ் ஓர் அறிக்கையைக் கிருஷ்ணப்பனின் கையெழுத்திற்காகக் கொண்டு வந்தான். கிருஷ்ணப்பன் அதை வேண்டா வெறுப்பாய்ப் படித்தான். தம்கட்சி உடனடியாக மந்திரிசபையை ஆதரிக்கிறதென்று அதிலிருந்தது. கிருஷ்ணப்பன் அதில் கையெழுத்திட்டான். ரஹ்மான் சொன்னான்:

'முதலமைச்சரின் கட்சியிலிருந்து இன்னும் ஐந்துபேர் அந்தப் பக்கம் போகக்கூடும். அப்போது நம் பக்கம் ஆட்களை இழுக்க உங்களை 'சி. எம்.' ஆக்க வேண்டும். காத்திருப்போம்.'

'டிஸ்கஸ்டிங்.'

நாகராஜ் சொல்லிவிட்டுச் சார்மினார் பற்ற வைத்துவிட்டுச் சொன்னான்.

'இப்போதே நாடெங்கும் 'புரட்சி' வந்துவிட்டது. ராயச்சூரில் காலராவில் ஜனங்கள் சாகிறார்கள் என்று செய்தி. ஒவ்வொரு நாளும் கொள்ளைகள். பெண்கள் கற்பழிப்புச் செய்தி வருகிறது. நாம் இன்னும் மந்திரிசபை அமைக்கும் நாடகத்தைப் போட்டுக் கொண்டு அமர்ந்திருக்கிறோம்.'

ரஹ்மானுக்கு இந்த அரசியல் சர்ச்சையில் ஈடுபாடில்லை. கிருஷ்ணப்பனின் மந்திரி சபையில் போக்குவரத்து மந்திரி ஆவதை அவன் ஏற்கனவே கற்பனை செய்துகொண்டிருப்பதாகப் பட்டது.

கிருஷ்ணப்பனின் அறிக்கை வந்த மறுநாள் 'அனல்' பத்திரிகை யில் கிருஷ்ணப்பன் மீது குற்றம் சாட்டப்பட்ட வேறொரு கதை காணப்பட்டது. வீரண்ணனின் பண்ணையில் கிருஷ்ணப்பன் பெண் சுகத்தில் மூழ்கியிருப்பதையும் தேசத்தில் நெருப்புப் பிடித்துப் பற்றியெரியும்போது அவனது காமதிருப்திக்கு டெல்லியின் விலை மகள் ஒருத்தியை வீரண்ணன் கொண்டு வந்திருப்பதாகவும் அச்சாயிற்று. ஒரு காலத்தில் புரட்சிக்காரனாய் இருந்த ஒருவன்

தன் எல்லா இலட்சியங்களையும் காற்றில் வீசியுள்ளதையும் கண்டித் திருந்தது. பதிவுத்தபாலில் தனக்கு அனுப்பப்பட்ட இந்தப் பத்திரிகையைக் கௌரிக்குக் காட்டாதபடி எரித்துவிடும்படி நாகேஷுக்குக் கிருஷ்ணப்பன் சொன்னான்.

கௌரியின் அம்மண உடம்பை அணைத்துக்கொண்டு கிருஷ்ணப்பன் தனது குழப்பங்களை மறக்க முயன்றான். எவ்வளவு முயன்றாலும் தான் பழைய காலத்துக்குப் போக முடியாதென்று அறிந்தான். அப்படியே இன்றுள்ள அரசியலிலும் மூழ்க முடியாது. அன்றைக்கு அச்சாகிக் கொண்டிருந்த கட்சித்தாவல் அறிக்கை களுக்கு மறுநாள் அதன் மறுப்பைப் பார்த்துப் பார்த்து அலுப்பாக இருந்தது. வீரண்ணன் இதிலேயே தன்னை மறந்திருந்ததால் பண்ணைக்கு வரவில்லை. கிருஷ்ணப்பனின் கட்சியினர் மட்டும் மீண்டும் மீண்டும் வந்தார்கள். நாகராஜை தவிர மற்றவர்கள் அதிகமதிகம் உற்சாகப்படுத்த ஆரம்பித்தனர். இனி ஒரே ஒரு நிஜமான நண்பன் இருப்பதும் சாத்தியமில்லை என்று கிருஷ்ணப்பன் புரிந்து கொண்டான். இனி தனது தனிப்பட்ட வாழ்வு முடிந்துபோனதென்று பெருமூச்சுவிட்டுக் கௌரியின் கைகளுக்குத் தன் தேகத்தை அர்ப்பணித்துப் படுத்தான். கௌரி மட்டும் இந்நாட்களில் மிகவும் உற்சாகத்துடன் காணப்பட்டாள். அவள் மௌனமாகப் பண்ணையில் எங்கேயிருந்தாலும் கிருஷ்ணப்பனின் மனம் அவளையே நாடியது. அவளது மனத்தின் ஆழமான தளத்தில் எங்கோ அவள் தன்னைப் போற்றிப் பாதுகாப்பாள் என்கிற நம்பிக்கை அவனிடம் உறுதிப்பட ஆரம்பித்தது. தன் உயிரின் மதிப்பைக் காப்பாற்றக் கூடிய அவள் மீண்டும் டெல்லிக்குப் போகத்தான் வேண்டும். அவள் வாழ்வு தொடரத்தான் செய்யும். தனக்கு அவள் எவ்வளவு வேண்டுமோ அவ்வளவு அவளுக்கு நான் வேண்டாம். என்ன இருந்தாலும் தன் தேகம் உடைசல் விழுந்த பானைதானே என்பது போன்ற உணர்வுகள் எழுந்து கிருஷ்ணப்பனை வருத்தமடையச் செய்தன.

இந்தச் சகதி படிந்த அரசியலிலிருந்து ஓய்வு பெறுவதற்கு எழுதி வைத்திருக்கும் ராஜிநாமா கடிதத்தை அனுப்பிவிட்டுக் கிராமத் திற்குப் போய்விடுவேன் என்றான். மத்தியான வேளையில் அரச மரத்தடியில், அமர்ந்து நீர்பாயும் சத்தம் கேட்டபடியும், மாடுகளின் மணியோசை கேட்ட படியும், எதிரிலுள்ள கொய்யாமரத்தில் பறவைகள் வந்து தங்குவதை எதிர்பார்த்துக்கொண்டும், பலவண்ண இறக்கை கொண்ட விநோதப் பறவையொன்றை இப்படிக் காத்திருக்கும்போது என்றோ ஒருநாள் பார்த்ததுபோல் மீண்டும்

காணவேண்டும் என்னும் ஆசை வரும். நடந்து போனவை மீண்டும் தோன்றாதென்ற அறிவிருந்தும்கூட ஆசை விடவில்லை.

இப்படி இருந்தபோது ஒருநாள், ஹைஸ்கூல் நாட்களில் அவனது உயிர் நண்பனாக இருந்த ஹனும நாயக்கன் வந்துவிட்டான். மகள் பேசுவதைக் கேட்டபடி இருந்த கிருஷ்ணப்பன் உள்ளே வந்த ஹனும நாயக்கனிடம், 'எங்கே போனே மடையா, இவ்வளவு நாள்?' என்று பொய்க் கோபத்துடன் கேட்டான்.

ஹனும நாயக்கன் தான் ஊரிலிருந்து கொண்டுவந்த கைத்தடியை இரு கைகளாலும் பிடித்துக்கொண்டு நீட்டி முதுகை வளைத்து நாடகத் தோரணையில் சொன்னான்:

'வாங்க வேண்டும் இந்தக் கைத்தடியை. உங்க இந்தச் சீடன் தானே வெட்டிக்கொண்டு வந்த இந்தக் கைத்தடி' என்று குனிந்த தன் முதுகை நிமிர்த்தி, கம்பை ஊன்றி நின்று, 'இனி, நம் தலைவன் இப்படி நடக்கமாட்டான், பாவம்' என்று நடந்து காட்டி, 'ஆனா இப்படி நடக்க வேண்டியதாகிவிட்டது' என்று கோலூன்றிக் கொண்டு நொண்டி நொண்டி நடந்தான்.

அறையிலிருந்து பாண்ட் அணிந்த கௌரி வந்ததைக் கண்டு நாக்கைக் கடித்துக்கொண்டு அமைதியானான். கிருஷ்ணப்பன் நகைத்ததை அவள் கண்டு, இவன் இப்படி எப்போதும் சிரித்த தில்லை என்று எண்ணினாள். கிருஷ்ணப்பனின் தாய், ஹனும நாயக்கன் குரல் கேட்டு வெளியே வந்து,

'எங்கே அலைந்து கொண்டிருந்தாய், ஹனுமான்? வருவது தெரிந்திருந்தால் புளி கொண்டுவரச் சொல்லியிருப்பேன். ஊரில் எல்லாரும் எப்படியிருக்கிறார்கள்? எந்த ஆணுக்கு எந்தப் பெண்ணை முடிச்சுப் போட ஓடிக்கொண்டிருக்கிறது ஹனும நாயக்களின் பிரயாணம்?' என்றாள். சேலையிலிருந்து புகையிலை, பாக்கு, வெற்றிலை முதலியவற்றை எடுத்து, அவனுக்குக் கொடுத்து, தானும் இலைக்குச் சுண்ணாம்பு பூசியபடி அமர்ந்தாள்.

நீந்தும்போது மூழ்கிய தன்னைக் காப்பாற்றி வாழவைத்த ஹனும நாயக்கனைப் பார்த்துக் கிருஷ்ணப்பனுக்குச் சந்தோஷமுண்டாயிற்று. எப்போதாவது ஒருமுறை தன்னை வந்து பார்க்கும் இந்த ஹனும நாயக்கன் தன்னை மீண்டும் சிறுவனாக்கிவிடும் நண்பன். அவனுக்குத் தாய், தந்தை, அண்ணன், தங்கை யாருமில்லை. பள்ளிப் படிப்பை விட்டுவிட்டு, பாகவதராட்டத்தில் கோடங்கி பாத்திரத்தில் நடிக்கப் போய் அங்குமிங்கும் அலைந்துகொண்டிருந்தவன்.

அவனுக்கு நேற்றுமில்லை இன்றுமில்லை. எங்குத் தங்குகிறானோ அதுதான் அவன் ஊர். யார் வீடு என்றில்லை. நேராகப் போய், 'கௌடரே, வந்துவிட்டேன்' என்று அங்கே நிற்காமல் சமையலறைக்குப் போவான். பெண் களுடன் அரட்டை பேசி சிரிக்க வைப்பான். வளர்ந்த எந்தப் பெண்ணுக்கு எந்த ஆணை முடிச்சுப்போடலாம் என்று அரட்டையடிக்கும் பெண்களின் அந்தரங்க வட்டத்தில் இருப்பான். வீட்டினரே வந்து மணமகன் அல்லது மணமகள் தேடும் முன்பே அவர்களின் விருப்பமறிந்து ஓரிடத்திலிருந்து மற்றோர் இடம் வந்து விஷயங்களைத் தெரிவிப்பான். சமையலறையிலிருந்து குளிய லறைக்கோ, பாக்கு வேக வைக்கும் இடத்திற்கோ போவான். அங்குப் பூனை, நாய் போல் சப்தமெழுப்பியோ அல்லது மேட்டில் ஏறும் லாரி போல் ஒலி செய்தோ குழந்தைகளைச் சிரிக்க வைப்பான். ஒருமுறை இவனைப் போல் இன்னொரு நபர் கிடைத்தபோது குசு ஒன்றுக்கு ஒரு தேங்காய் என்று சவால் வைத்து, நூறு தேங்காய்களைக் குனிந்து எழுந்து குசுவிட்டுச் சம்பாதித்தான். இந்தச் சப்தம் வருவது அவனது பிருஷ்டத்திலிருந்தல்ல, வாயில் இருந்தேதான் என்று தேங்காயைப் பறிகொடுத்தவன் பின்புதான் அறிய முடிந்தது.

மாலையில் அவனுக்குக் கொஞ்சம் கள்ளோ சாராயமோ கிடைத்தால் போதும்; திருப்தியடைவான். ஊரில் யார்யார் எப்படிப் பேசுகிறார்கள் என்று உணவு முடித்து அமர்ந்திருப்பவர்களுக்கு நடித்துக் காட்டுவான். அவன் வந்துவிட்டால் பெண்களுக்கும் குழந்தை களுக்கும் கொண்டாட்டம். பிறப்பு, சாவு, திருமணம் போன்ற விசேஷங்கள் எங்கெங்கு நடந்தாலும் அங்கெல்லாம் ஹனும நாயக்கன் இருப்பான்.

'இவனே ஹனும நாயக்கன். அவன் நடிக்கும் 'பார்ட்' அதுவே. பெயரும் அதுதான்' என்று கிருஷ்ணப்பன் கௌரி தேஷ்பாண்டேக்கு அவனைப் பரிச்சயம் செய்தான். சுற்றிலும் இருந்தவர்கள் நெருங்கியவர்கள்தான் என்று அறிந்ததும் ஹனும நாயக்கன் தன் குணத்தைக் காட்டினான்.

நரசிம்ம பட்டன் 'கோட்' அணிந்து கிருஷ்ணப்பனின் பரிசளிப்புக் கென்று தொந்தியுடன் அலைவதை ஹனும நாயக்கன் நடித்துக் காட்டினான். அவனுக்குச் சாணிநீர் பூஜை நடந்தபோது அவனது முகம் எப்படி ஆகியிருக்கும் என்பதை நடித்தான். தத்ரூபமாகத் தள்ளிய பல்லுடன் அவன் பட்டனேயாகி இப்போது கிருஷ்ணப்பனைப் புகழ

ஆரம்பித்தான். கிருஷ்ணப்பன் அக்காட்சியைக் கண்டு வாய்வலிக்கச் சிரித்தான்.

ஹனும நாயக்கன் 'பார்ட்' மாற்றி, கெளரி பக்கம் திரும்பி, கிருஷ்ணப்பனின் கம்பீரமான முகத்தைக் காட்டி அவனைப் போல் முகத்தைத் தடவி யோசித்தபடி நின்றான். நாகேஷும் கெளரியும் சிரிக்க ஆரம்பித்தனர். நீந்தும்போது முழுகும் கிருஷ்ணப்பன் கை நீட்டியது போல் கைநீட்டி, 'அடே நான் மூழ்குகிறேன். நீ போய்விடு' என்று முழுகும்போது நீர் குடிக்கும் சப்தம் செய்தான். தனது குழந்தை களுடையது போன்ற கண்ணை அகல விரித்துப் பூனைகள் இடும் சண்டையை நடித்துக் காட்டினான்.

உணவு தயார் என்று சொல்ல வந்த தாய், 'என்ன அது - மீசை நரைத்தாலும் உன் விளையாட்டு நிற்கவில்லையா?' என்று திட்டி, எல்லோரையும் உணவுக்கு அமரச் சொன்னாள். கிருஷ்ணப்பனை 'வீல் செயரில்' அமர்த்தி, கெளரி தள்ளும்போது, 'ராஜ சேவை' என்று கிராமப்புறத்தான் போல் நடித்தபடியே ஹனும நாயக்கன் 'செயரை'த் தொட்டுச் சோதனை செய்தான். 'அதிகம்தான் பண்ணாதே' என்று தாய் சிரித்தபடி அவனுக்கு உணவு பரிமாறி, ஊர்ப் பக்கத்துச் செய்திகளைக் கேட்டாள். ஹனும நாயக்கன், நண்பனின் பரிசளிப்பு விழாவால் ஏழைகளெல்லாம் எவ்வளவு மகிழ்ச்சியடைந்து இருக்கிறார்கள் என்றும், தான் அங்கு நடக்கும் 'கிருஷ்ணன் அவதாரம்' என்ற நாடகத்தில் எந்தப் பாத்திரத்தை ஏற்பது - இத்யாதி பற்றி விவரித்தான். நாசூக்காகக் கெளரி, உணவை விரல் நுனியால் கலந்து வாய்க்குள் வைப்பதை ஹனும நாயக்கன் பார்த்து அதுபோல் செய்வதை முதலில் கவனித்தவன் நாகேஷ். பிறகு கெளரியும் அதைக் கண்டு சிரிக்கத்தொடங்கினாள்.

ஹனும நாயக்கனின் பிரவேசத்தால் ஏற்பட்ட சந்தோஷம் அதிக நேரம் நீடிக்கவில்லை. மறுநாள் பத்திரிகைகளில் பயங்கரமான ஒரு சாவுச் செய்தி வந்தது. அது மாநில அரசியலில் தவிர்க்கமுடியாத சில மாற்றங்களுக்கும் கிருஷ்ணப்பனின் தர்மசங்கடத்திற்கும் காரணமாயிற்று.

இந்தச் செய்தியை வாசிப்பதற்கு முன்பே கிருஷ்ணப்பன்

காலை வெயில் காய்ந்தபடி மூங்கில் மரங்களின் கீழ் அமர்ந்திருந்தான். தன் வேலைக்கு அன்று விடுமுறை போட்டிருந்த ஜோதி, ஓய்வாக அமர்ந்து கௌரியிடம் தன் திருமணம் பற்றிப் பேசிக்கொண்டிருந்தாள். ஹனும நாயக்கன், குழந்தைக்கென்று ஒரு பம்பரம் வெட்டியபடி 1942 போராட்டத்தில் நடந்த ஒரு நிகழ்ச்சியை விவரித்தான். ஹிட்லர் மீசை தலைமையாசிரியர் ஒருவர் மாணவர்கள் மறியல் செய்ய ஸ்கூல் வாசலில் படுத்திருந்த போது மகளின் கையைப் பிடித்து இழுத்தபடி அவர்களை மிதித்துக் கொண்டு போனதை நடித்துக் காட்டினான். அப்போது ஹனும நாயக்கன் அவள் பாவாடையைத் தூக்கி அங்குக் கண்டதைக் கண்களால் அபிநயித்துக் காட்டிக் கிருஷ்ணப்பனைச் சிரிக்க வைத்துக் கொண்டிருந்த போது நாகேஷ் பத்திரிகையைக் கொண்டுவந்தான்.

சந்திரைய்யாவின் அறிக்கையின்படி மிகவும் அழகியான பெண் ஒருத்தி பாங்கில் மாலையில் வேலை முடிந்து சினிமா பார்த்துவிட்டுத் திரும்பினாள். அப்போது போலீஸ் வேன் ஒன்று அவளுக்கருகில் வந்து நின்றது. இன்ஸ்பெக்டர் இறங்கி, தனியாக வந்த பெண்ணைச் சந்தேகத்தின் பேரில் கேள்விகள் கேட்டு 'வேனில்' அழைத்துக் கொண்டு போனான். ஸ்டேஷனில் அவளை லாக்கப்பில் வைத்திருந்த போது இரு இளைஞர்கள் அவளுக்கு வேண்டியவர்கள் போல் நடித்து, ஜாமீன் கடிதம் கொடுத்து விடுவித்துகொண்டு போனார்கள். பின்பு அவளை ஏமாற்றி ஒரு ஹோட்டலுக்கு அழைத்துப் போனார்கள். அவள் பயந்து வீட்டிற்கு அழைத்துப் போக வேண்டினாள். இந்த இளைஞர்கள் தாம் யார் என்று சொல்லி, தம் ஆசையைத் தெரிவித்து, பெண்ணை உடன்பட வற்புறுத்தினர். அவளது தந்தை ஓர் ஓய்வு பெற்ற டீச்சர். அவர்கள் காட்டிய ஆசைகளுக்கு ஏழையானாலும் அவள் ஒப்பாத போது இந்த இளைஞர்கள் அறையின் வாசலைப் பூட்டி அவளைப் பலாத்காரமாகக் கற்பழித்தனர். பின் அவளைக் காரில் அமர்த்தி வீட்டு முனைச்சந்தில் இறக்கி விட்டுவிட்டு மறைந்தனர். இரவு வெகுநேரம் கழித்து வீடுவந்த பெண்ணைத் தந்தை, தாய் ஆகியோர் என்னதான் கேட்ட போதும் அவள் நடந்ததைச் சொல்லவில்லை. ஆனால் காலையில் அவள் 'ஃபாலிடால்' குடித்து இறந்து போனாள். சாகும்முன் ஒரு கடிதம் எழுதிவைத்திருந்தாள். அதில் தனக்கு நடந்தையெல்லாம் விரிவாகச் சொல்லி, தன்னால் அவளுடைய தங்கைகளின் திருமணமும் நடக்காதென்று தான் உயிர்விட்டு விடுவதாய் எழுதியிருந்தாள்.

இவ்வளவும் செய்தியின் சாராம்சம். ஆனால் இந்தக் கடிதம் பல

கேள்விகளை உருவாக்கியது. சோதனையிட வந்த போலீஸார் இக்கடித்தை எடுத்து மறைத்துவிட்டார்கள் என்று பெண்ணின் தந்தை சொன்னார். போலீஸ் தரப்பினர், அப்படி ஒரு கடிதமே இருக்கவில்லை என்றும், பெண் ஸ்டேஷனில் இருந்ததும் இளைஞர்கள் இருவர் அவளை விடுவித்ததும் தங்களுக்குத் தெரியாது என்றும் சொன்னார்கள். பிரதமர் சார்பிலிருந்த அரசியல் வாதியான சந்திரையா, பெண்ணின் தந்தையிடமிருந்து தனக்குத் தெரிந்த விபரத்தின்படி இந்த இரு இளைஞர்களில் ஒருவன் முதலமைச்சர் மகன் என்றும், இன்னொருவன் வீரண்ணனின் மகன் என்றும், அப்படித்தான் தற்கொலை செய்த லலிதா எழுதிவைத்திருந்தாள் என்றும், ஆனால் அக்கடிதத்தை முதலமைச்சரின் அநுமதியின்படி மறைத்துவிட்டார்கள் என்றும் அறிக்கை கொடுத் திருந்தான். இந்த இரு இளைஞர்கள் பயன்படுத்திய ஊதா நிற 'ஃபியட் கார்' கிருஷ்ணப்ப கௌடர் பெயரில் ரெஜிஸ்டர் ஆன தென்றும் சந்திரையா கூறியிருந்தான்.

'நாகேஷ்! ரஹ்மானையும் நாகராஜையும் அழைத்துவா.'

கிருஷ்ணப்பனின் தொண்டை உலர்ந்திருந்தது. கௌரி ஆதங்கத் துடன் அவனிடம் வந்து காரணம் கேட்டதால் கிருஷ்ணப்பன் அவளுக்குப் பத்திரிகையைக் கொடுத்தான். அவள் படித்து முடித்த பின்பு கிருஷ்ணப்பன் சொன்னான்.

'இதை வாசிக்கும்வரை எனக்கு முதலமைச்சர் ஆகும் ஆசை இருந்தது. பலவீனமான என் உடம்பில் தோன்றும் வாழும் ஆசையே இதற்கு என்னைத் தூண்டியது. இப்போதோ எனக்கு எதுவும் வேண்டாம் என்று தோன்று கிறது.'

'சந்திரையா சொல்லியிருப்பது பொய்யாகக்கூட இருக்கலாம் இல்லையா?'

அவன் முக்கிய மந்திரி ஆவதில் அவ்வளவு உற்சாகம் காட்டாத கௌரி இப்போது அவனைச் சமாதானப்படுத்த இப்படிப் பேசினாள். கிருஷ்ணப்பன் எந்தச் சமாதானமும் தனக்கு இப்போது வேண்டாம் என்பதுபோல் தலையாட்டினான். எந்த உதவியும் இல்லாமல் அவன் வாரங்கல் ஸ்டேஷனில் வாசலை உதைத்து உதைத்துச் சோர்ந்து போனது நினைவுக்கு வந்தது. கௌரி கையிலிருந்த புல்லைக் கடித்தபடி நின்றாள். ஹனும நாயக்கன் திடீரென மாறிய சூழலில் குழம்பி நின்றான்— செதுக்கிக் கொண்டிருந்த பம்பரத்தை அப்படியே பிடித்துக்கொண்டு.

ரஹ்மானும் நாகராஜும் வந்தார்கள். ரஹ்மான் மட்டும் பேசினான். நாகராஜ் சிகரெட் இழுத்தபடி, நெற்றியைத் துடைத்துக்கொண்டு அமர்ந்திருந்தான். ரஹ்மான் முக்கிய மந்திரியையும் வீரண்ணனையும் போய்ப்பார்த்தான். இருவரும் தம் பிள்ளைகள் ஏதும் அறியாத வர்கள் என்றனர். ரஹ்மானுக்குச் சந்தேகம்தான். ஆனால் அவர்கள் சம்பந்தப்பட்டிருக்கிறார்களா இல்லையா என்பது இன்றைய நிலைமையில் 'அவ்வளவு முக்கியமல்ல'. எந்த அரசியலுக்கு இதைச் சந்திரையா பயன்படுத்துகிறான் என்பதுதான் முக்கியம். ஆளுநர் இந்தச் சர்க்காரை 'டிஸ்மிஸ்' செய்யத் தூண்டவும், மாநிலம் முழுவதும் கலவரம் ஏற்படுத்தவும் முயல்கிறான். பிரதமரின் கைப்பொம்மையான ஆளுநருக்கு அரசை 'டிஸ்மிஸ்' செய்து அசெம்பிளியை 'சஸ்பெண்ட்' செய்து, உறுப்பினர்கள் மறுபக்கம் கட்சி மாறும் சரியான சூழலை ஏற்படுத்த இது நல்ல வாய்ப்பு. ஏற்கனவே ஐந்து மடையர்கள் இதை ஒரு சாக்காய் வைத்துச் சந்திரையனின் பக்கம் போகும் அறிக்கை கொடுத்துள்ளதாய்ச் செய்தி. முக்கிய மந்திரியும் எப்படியாவது தானே 'சீட்'டில் அமர முயன்றான். 'கள்ளனுக்கு' அது கஷ்டம் என்று இப்போது புரிகிறது. கிருஷ்ணப்ப கௌடரை முக்கிய மந்திரியாக்க எங்கும் இளைஞர்கள் ஊர்வலம் வரும்படி ரஹ்மான் ஏற்பாடு செய்துள்ளான். வீரண்ணனும் அலைந்து கொண்டிருக்கிறான். அவன் இப்போது பெங்களூரில் இல்லை. சந்திரையாவுடன் ஆறு முஸ்லீம்கள் இருக்கிறார்கள். அவர்களில் முக்கியமான ஒருவனுக்குப் போக்குவரத்து மந்திரி ஆகும் ஆசை. அவனிடம் போய் ரஹ்மான், 'நீயே எங்கள் மந்திரி சபையில் போக்குவரத்து மந்திரி ஆகிவிடு, எனக்கு அது வேண்டாம்' என்றான். கௌடர் என்றால் அவனுக்கும் கௌரவம். அவன் பக்கமிருந்து ஐந்துபேரை அவன் அழைத்து வந்தால் நாமே மெஜாரிட்டி ஆவோம். நாளைக்குள் முக்கிய மந்திரி ராஜினாமா செய்துவிட்டால் கௌடர் பெயரை முன்மொழிய வழிவகை செய்கிறோம். இது ரஹ்மான் யோசனை.

நாகராஜ் சொன்னான்: 'காலேஜ் மாணவர்கள் ஸ்ட்ரைக் ஆரம்பித் துள்ளார்கள், இந்த முதலமைச்சரை டிஸ்மிஸ் செய்யச் சொல்லி. சட்டம் ஒழுங்கு நிலைமை இன்னும் மோசமாகியுள்ளது. போலீஸ் ஸ்டேஷன்களின் மீது சிறுவர்கள் கற்களை வீசுகிறார்கள். 'ஃபயரிங்' ஆனாலும் ஆகும்.'

கிருஷ்ணப்பன் நாகராஜைப் பார்த்துக் கேட்டான்: 'வீரண்ணன் மகனும் முக்கிய மந்திரி மகனும் போலீஸ் உதவி பெற்று இப்படிப் பட்ட காரியம் செய்தது உண்மை என்றால்...'

'அது முக்கியமல்ல கௌடரே! சம்பந்தப்பட்டிருக்கிறார்கள் என்றே வையுங்க. சந்திரையாவின் மகனும் அதைச் செய்யக் கூடியவனே. அதிகாரத்தில் இருப்பவர்களைக் காப்பாற்றத்தானே இந்தப் போலீஸ்? இதில் ஆச்சரியப்பட என்ன இருக்கு?'

கிருஷ்ணப்பனுக்குக் கோபம் வந்தது.

'நீங்க ஒரு ஸினிக் போல் பேசுறீங்க, நாகராஜ். நாம் தொட்ட தெல்லாம் அரசியலா? டிஸ்கஸ்டிங்.'

'நோ. நான் 'அப்ஜெக்டிவ் ரியலிடி' பற்றிச் சொல்கிறேன். போலீஸ் இருப்பது அமைப்பைக் கட்டிக் காக்க. ரேஸ், கலாட்டா, கள்ளச் சந்தை. இவை இந்த அமைப்பின் அங்கங்கள்.'

'அப்படியானால் நாம் எதற்கு அதிகாரத்துக்கு வர வேண்டும்.'

'எனக்கும் அதில் சந்தேகம் இருக்கிறதென்று முன்பே சொல்லி யிருக்கிறேன் அல்லவா? ஆனால் இந்த அமைப்பு முழுசா ஃபாஸிஸ்ட் அமைப்பாக மாறாமல் தடுப்பது சாத்தியமா என்ற பிரமை இருக்கிறது. அதற்காக உங்களை 'சப்போர்ட்' செய்கிறேன்.'

'இப்போதிருக்கும் போலீஸ் 'அராஜகத்தை'க் குறைக்க முடியும் என்று நீங்கள் கருதுகிறீர்களா?'

'கொஞ்ச நஞ்சம் குறைக்கலாம். ஆனால் வர்க்க குணத்தை மாற்ற உங்களுக்குச் சாத்தியமாகாது.'

கிருஷ்ணப்பனுக்குக் குழப்பமாயிற்று.

ரஹ்மான் சலிப்போடு பேப்பர் படித்தபடி அமர்ந்தான். நாகராஜ் உற்சாகமாய் இன்னொரு சிகரெட் பற்றவைத்தான்.

'வர்க்கங்கள் முழுவதும் நாசமாகும் வரை, ஸ்டேட் இருந்தே தீரும். ஸ்டேட்டுக்குப் போலீஸ் வேண்டும்.'

'ஆனால் அந்தப் பெண் கொலை ஆனாளல்லவா? அதற்காக வருத்தப்படுவதும் அப்படிப்பட்ட காரியங்களை எதிர்ப்பதும்...'

கிருஷ்ணப்பன் வாக்கியத்தை முடிக்கும்முன் உணர்ச்சி வசப் பட்டதைக் கண்டு நாகராஜ் மெதுவாகச் சொன்னான். 'எஸ்... செய்யத்தான் வேண்டும். ஆனால் பார்லிமெண்டரி அரசியலின் எதார்த்தம் என்னவென்றால்—அப்படிச் செய்தால் இப்போது

சந்திரையா கையைப் பலப்படுத்தியது போலாகும். அவ்வளவுதான் அமைப்பு, சொல்லும் வேலையையும் செய்யும், அதன் எதிராக உருவாகும் எதிர்ப்பையும் பயன்படுத்திக்கொள்ளும்.' நாகராஜ் உணர்ச்சிப் பிழம்பாகத் தொடர்ந்தான்.

'இவையெல்லாம் உண்மையென்றாலும் நீங்கள் தலித்துகளின் சார்பாக உள்ளீர்கள் அல்லவா? உடனே ஏதாவது அவர்களுக்குச் செய்யவேண்டும் என்கிறீர்கள் அல்லவா? அதனால்தான் உங்களுடன் நான் இருப்பது.'

'எனக்குத் காதல் முக்கியம். அதை இழந்துவிட்டு எந்தப் புரட்சி செய்யமுடியும்? செய்துதான் என்ன பிரயோஜனம்?'

தன் வாயிலிருந்து தானாகவே புறப்பட்ட இந்த வார்த்தைகளைக் கேட்டுக் கிருஷ்ணப்பனே ஆச்சரியமடைந்தான். சொன்ன வார்த்தைகள் சாதாரண உலக விஷயம் சார்ந்த வார்த்தைகளாய் இருந்தன என்ற ஆதங்கத்தில் அவன் தேகமும் மனமும் நடுங்கி விட்டன. அவனின் இப்போதைய உத்வேகம் நாகராஜுக்கும் புரிந்திருக்க வேண்டும். அவனும் மௌனம் சாதித்தான்.

அன்று கிருஷ்ணப்பன் தன் முழு தேகத்திற்கும் பாரிசவாயு பாதித்தது போல் அசையாமல் அமர்ந்திருந்ததைப் பார்த்துக் கௌரிக்கு கவலை உண்டாயிற்று. அவனை நாற்காலியிலிருந்து இறக்கி நிலத்தின்மீது அமர வைத்து மருத்துவர் ஆலோசனையின் பேரில் அவன் தினம் தினம் ஊர்ந்து செல்வதுபோல் ஊர்ந்து செல்ல வைத்தாள். இந்த மாதிரி செய்வதால் அவன் தேகம் உயிர் பெற்று, புத்துணர்ச்சி அடையும் என்பது அவளுக்குத் தெரியும். அவன் குழந்தை போல் தவழ்ந்தான். கிருஷ்ணப்பன் இடது கையில் ஹனும நாயக்கன் கொடுத்த கோலைப் பிடித்து ஹாலில் முழுதும் ரப்பர் பந்தை தள்ளியபடி தானே ஒரு விளையாட்டை உருவாக்கி விளையாடினான். கௌரியும் எதையோ தீவிரமாகச் சிந்திப்பதுபோல் தெரிந்தது. ஏன் என்று வலியுறுத்திக் கேட்ட போது சொன்னாள்:

'உங்கள் மனைவியிடம் பேசவேண்டும் என்று தோன்றுகிறது.'

'என்ன பேச?'

'அவளை ஏமாற்றுகிறோம் என்று உங்களுக்குத் தோன்ற வில்லையா?'

'தோன்றியதுண்டு. ஆனால் அது ஆழமான உணர்வல்ல.'

கௌரி யோசித்தபடி நின்றாள்.

'எனக்கு நீ வேண்டும். ஆனால் என் வேலை இருப்பது டெல்லியில். நான் மிகவும் குழப்பமாகியுள்ளேன்.'

'கௌரி, நீ கொடுத்தைப் பெறுவேனேயொழிய வேறெதுவும் நான் கேட்கமாட்டேன். நான் சாகக் கிடக்கும் மனிதன்.'

'சீதாவுக்கு உன் தேவை இருக்கிறதே?'

'இருக்கிறது. எனக்குச் சேவை செய்திருக்கிறாள். அவள் கோணத்திலிருந்து பேசுவதாக இருந்தால் மிக நன்றாகவே செய்திருக்கிறாள்.'

'ஆனால் நீங்கள் இருவரும் ஒருவரையொருவர் அழித்துக் கொள்கிறீர்கள் என்று படுது.'

தான் நினைத்ததையே கௌரியும் சொல்கிறாள்.

'ஆமா. ஆனால் நானே அவளை அதிகம் அழித்தொழிப்பது பண்ணுகிறேன் என்றுபடுகிறது.'

கௌரியிடம் இப்படிப் பேசுவது தனக்கு எப்படிச் சாத்தியமாயிற்று என்று கிருஷ்ணப்பனுக்கு ஆச்சரியமாயிருந்தது. மனமிளகியவனாய் அவள் முகம் பார்த்தான். சொந்தங்களைப் பற்றி அவள் யோசிப்பதாய்த் தெரியவில்லை. நிஷ்டூரமாக உண்மை அறிய விரும்புபவள் போல் கேட்டாள்.

'அப்படியென்றால் என்ன செய்வது சரி?'

'பார் கௌரி, இப்போது நான் குழந்தைபோல் ஊர் வதற்குக் கற்றுக்கொண்டிருக்கிறேன். இனி இந்தக் கோலைப் பிடித்துக் கொண்டு நொண்டி நொண்டி நடப்பதற்குக் கற்பேன். மீண்டும் எல்லாம் முதலிலிருந்து ஆரம்பமாக வேண்டும். மகேஸ்வரய்யன் என்னை எழுப்பிக்கொண்டு அழைத்துப்போனார் அல்லவா? அந்த மரத்தின் அடியில் மீண்டும் போய் அமர்வேன்.'

கௌரி வேதனையுடன் சிரித்தாள். 'நீ சுதந்திரமானவன் என்று நினைக்கிறாயா? இன்றைய அரசியலுக்கு நீ ஒரு கருவி. அவ்வளவே.' கௌரி அவனது இடது காலை அமுக்கியபடி கூறினாள். ஆனால் சீதாவைப் போய்ப் பார்த்துப் பேசுவதைப் பற்றியே

யோசித்தபடி கௌரி இருக்கிறாள் என்று கிருஷ்ணப்பன் நினைத்தான். பின்பு கூறினான்:

'துன்பம் கொடுக்காமல் எதையும் நாம் பெறமுடியாது, கௌரி.'

'உண்மைதான்.'

கௌரி வேதனையுடன் சொன்னாள்: 'விடுமுறை முடிந்ததும் நான் போகவா? நீ நான் வரவேண்டு மென்று சொல்லும்போது வந்து விட்டுப் போவேன்.' அவனது தேவை என்னவென்று புரியாதவள் போல் பேசினாள். தான் என்ன செய்யவேண்டுமென்று தெளிவாகச் சொல் என்று கௌரி இந்த வார்த்தைகளில் கேட்கிறாள் என்று கிருஷ்ணப்பன் நினைத்தான்.

'நாம் முழுதாய் எஞ்ச மாட்டோம் என்றே படுகிறது கௌரி.'

கிருஷ்ணப்பன் மிகவும் கஷ்டப்பட்டுத் தன் இன்றைய நிலைமையைச் சொல்ல முயன்றான். தன் நெஞ்சைத் தொட்டுப் பேசினான்: 'இங்கும் எனக்கு நேர்மை சாத்தியமாகவில்லை.' அதுபோல் வெளியில் கைகாட்டிவிட்டு 'அங்கும் சாத்தியமாக வில்லை' என்றான். இப்படிச் சொன்ன பின்பு நீளமாகப் பெருமூச்சு விட்டு..., 'இந்தக் கம்பை ஊன்றிக்கொண்டு எழுந்து நிற்பது சாத்தியமா என்று முயல்வது மட்டுமே இப்போதைக்கு நான் செய்ய முடிந்தது.'

தான் பேசியதெல்லாம் வாஸ்தவமாக்குவது போல் கௌரி முழங் கால்களை மடித்து அமர்ந்து அதன்மீது முகத்தை வைத்தபடி கேட்டாள். கிருஷ்ணப்பன் கம்பைத் தொடைமீது வைத்துக் கொண்டு ஊன்றிய வலதுகை மீது தேகத்தின் பாரத்தைப் போட்ட படி சொன்னான்:

'இன்னும் இரண்டு ஆசைகள் எனக்கு இருக்கின்றன. அரச மரத்தினடியில் அமர்ந்து காலத்தின் நிரந்தரத்துவத்தை அனுபவிக்க வேண்டும். அவ்வப்போது வரும் அந்தப் பறவையை — அன்று ஒருநாள் கண்டு அனுபவித்த ஆச்சரியத்தை — மீண்டும் அனுபவிக்க வேண்டும். மாடு மேய்த்துக் கொண்டிருந்தவன் அந்தப் பறவையைப் பிடிக்க வேண்டுமென்று ஓடிக்கொண்டிருந்தேன். அது காட்டில் மறைந்து மறைந்து மரத்திற்கு மரம் பறந்த படியிருந்தது. நான் அதைத் தொடர்ந்து சென்றபோது எங்கோ மாயமாகிவிட்டது. இப்போது தொடர வேண்டுமென்று தோன்றவில்லை... முடியவும் முடியாது. ஆனால் காத்துக்கொண்டு அமர்ந்திருக்க வேண்டுமென்று தோன்றுகிறது. இந்த ஆசையை உனக்கும் மகேஸ்வரய்யனுக்கும் மாத்திரம் சொல்ல என்னால் முடியும். இன்னோர் ஆசை இருக்கிறது.

அதுவும் இதுவும் வேறுவேறு என்று எனக்குப் படவில்லை. ஆனால் அதை உனக்கும் நிஜம் என்று படும் விதமாக எப்படிச் சொல்வது? புரியவில்லை. இந்த நாட்டில் வாழும் நாமெல்லாம் ஒருவிதமாய் கரை சேர்ந்துவிட்டோம். இந்த மக்களின் நல் வாழ்வுக்காக அரசியலில் ஈடுபட்டது போதும். நம்மைச் சதா பின்தொடரும் சிறுமையிலிருந்து விடுதலை சாத்தியமில்லை என்று எனக்கு இப்போது புரிந்துவிட்டது. அண்ணாஜியிடம் இவ்விஷயத்தைப் பற்றி மிகவும் தெளிவாக நான் பேசியுள்ளேன். நம் அன்றாட வாழ்க்கை அர்த்தமுள்ளதாக இருக்க வேண்டும். இன்னும் வாழ்க்கையில் கரையேறாத மக்கள் இருக்கிறார்கள் அல்லவா... அவர்களுக்குக் கோபம் வரும்படி செய்ய முடியுமானால் அந்தக் கோபம் சமூகத்தின் அவலங்களை எரித்துவிடும். இந்த ஆசை மட்டும் இன்னும் அப்படியே இருக்கிறது.

இந்த வார்த்தைகள் தன்னிடமிருந்து இயல்பாக வெளிப்படுவது கண்டு அவனுக்கு ஆச்சரியம் ஏற்பட்டது. தனது இந்த நம்பிக்கை, இவைகள் எல்லாம் சாத்தியமா என்ற ஆதங்கம் இரண்டையும் கௌரியிடம் பார்த்து கிருஷ்ணப்பனுக்கு இன்னும் அதிகம் பேசத் தேவையில்லை என்று பட்டது.

தன் சட்டைப் பாக்கெட்டில் வைத்திருந்த ராஜிநாமா கடிதத்தை அவளிடம் எடுத்துக் கொடுத்து, 'இதைப் போஸ்ட் செய்துவிட்டு வா. அப்படியே ரஹ்மானுக்கு 'ஃபோன்' பண்ணி, கட்சியின் சட்டசபை உறுப்பினர்களின் கூட்டத்தை உடனடி கூட்டச் சொல்' என்றான்.

நாகேஷை அழைத்து, அர்ஜண்டாகப் பேசவேண்டிய திருக்கிறது என்று சொல்லிப் பாங்கிலிருந்து சீதாவை உடனே அழைத்துக் கொண்டு வரச்சொன்னான்.

கம்பால் பந்தை முன்னே தள்ளியபடி நகர்ந்துகொண்டிருந்தான்.

●

பின்னிணைப்புகள்

பிரேமியோ பிரஜாபதி

பின்னிணைப்பு -1

யு. ஆர். அனந்தமூர்த்தியுடன் நேர்காணல்

கோமல் சுவாமிநாதன்

வழக்கமான முன்னுரையாக உங்களிடம் முதலில் கேட்கப்படும் கேள்வி உங்கள் இளமைக் காலம் பற்றித்தான்...

மெலிகே என்ற சின்ன, கர்நாடக மலை நாட்டுப்பகுதி யின் ஒரு கிராமத்தில் பிறந்தவன் நான். என் தாத்தா கேரளத்தில் வாழ்ந்தவர். ஒரு புரோகிதர். அங்கிருந்து இங்கு குடியேறியவர். என் தந்தை சுயமாகவே கல்வி கற்றவர். அவருக்கு வானநூல், சோதிடம் எல்லாம் தெரியும். இந்தியா முழுவதும் சுற்றியவர். மிக வைதீகமான பிராமணக் குடும்பத்தில் பிறந்தவராக இருந்தாலும், திறந்த மனமுடையவராகவும் நவீன கருத்துகளை ஏற்றுக்கொள்ளக் கூடியவராகவும் இருந்தார். சாதியைவிட்டு நான் செய்துகொண்ட கலப்புத் திருமணத்தையும் (என் மனைவி கிறிஸ்தவ மதத்தைச் சேர்ந்தவர்) பின்னால் மனசார ஏற்றுக்கொண்டவர். குழந்தைப் பருவத்திலிருந்து வாலிபப் பருவத்திற்கு மாறுகிற காலகட்டத்தில் அவருடைய கூட்டும் எனக்குப் பெரும் அஸ்திவாரமாக இருந்தது. நான் படித்தது அருகில் உள்ள தீர்த்த ஹள்ளி. அது ஒரு சிறு நகரம். ஒருநாள் அந்த நகரில் பொழுதைக் கழித்தால் பல நூற்றாண்டுகளைக் கடந்த உணர்வை அடையலாம். பழமையும் புதுமையும் நிறைந்த ஊர். 'பகவத்கீதை என்கிற அவ்வளவு நீளமான விரிவுரை நெருக்கடியான போர்க்களத்தில் எப்படி நிகழ்ந்திருக்க முடியும்? அது பொய்யாகத் தான் இருக்கவேண்டும்' என்று கேட்கும் ஆசிரியர் பள்ளியில் உண்டு. சீனிவாச ஜோயி என்ற நண்பர்—அந்தக் காலத்திலேயே டைனமோ வைத்து பிபிசி கேட்டு ஆங்கில மொழியில் பாண்டித்யம் பெற்றவர். பெர்னாட்ஷா நாடகங்களைப் பற்றியும், இங்கர்சாலைப் பற்றியும் சொல்வார். அதே நேரம் அங்கு பழமைக் கொள்கைகளும் இருந்தன. என் தந்தை அப்போது ஒரு மடத்தில் பணியாற்றிக் கொண்டிருந்தார். ஒரு ஆரிய சமாஜத்துக்காரர் மடத்திற்கு வந்து அங்குள்ள சமஸ்கிருத பண்டிதர்களிடம் சவால்விடுவார்.

எல்லா கிரகங்களும் சூரியனைச் சுற்றிவருகின்றன என்று அவர் கூறுவதை சமஸ்கிருதப் பண்டிதர்கள் மறுப்பார்கள். உடனே எனக்கு கலிலியோவின் காலத்தில் வாழ்வதாக உணர்வு வரும். அந்தக் கால கட்டத்தில்தான் நிலப் பிரபுத்துவம் தோற்றுப் போய் சோஷலிசக் கருத்துகள் விதையூன்றுவதையும் என்னால் உணர முடிந்தது.

உங்கள் அரசியல் வாழ்க்கை எப்படி ஆரம்பமாகிறது?

ஆரம்பத்தில் நாங்கள் எல்லாம் காந்தியத்தினால் ஈர்க்கப் பட்டோம். பின்னர் லோகியாவின் சோஷலிசக் கருத்துகள் எங்களைக் கவர்ந்தன. தீர்த்தஹள்ளியிலிருந்து ஷிமோகாவிற்கு வந்தபோது அங்கே ராயிஸ்டுகள் (எம்.என். ராயைப் பின்பற்றுபவர்கள்), கம்யூனிஸ்டுகள் எல்லாருடனும் பழக்கம் ஏற்பட்டது. அவர்களின் விவாதங்களைக் காது கொடுத்துக் கேட்பேன். ஷிமோகாவில் இலக்கியத்திற்கும் அரசியலுக்கும் ஒரு இணைப்பு உண்டு. அரசியல் என்பது அன்றாடக் கட்சி அரசியல் அல்ல. தத்துவம் சார்ந்த அரசியல். 'இந்தியா இப்படி எல்லாம் இருக்கவேண்டும்' என்று கனவு காண்கிற அரசியல். அவர்களுடன் சேர்ந்து நானும் 'கனவுகள்' கண்டேன். பின்னர் நான் இங்கிலாந்து சென்று படித்தேன்.

இப்போது உங்களை நீங்கள் 'லோகியாயிஸ்ட்' என்று கூறிக் கொள்வீர்களா?

இப்போது என்னால் அப்படிக் கூறமுடியாது. பல விஷயங்களில் நான் கருத்து மாறுபட்டிருக்கிறேன். ஆனால் அடிப் படையில் நான் ஒரு ஜனநாயக சோஷலிசவாதி என்று கூறிக்கொள்வேன். ஆனால் லோகியா ஒரு மகத்தான சிந்தனையாளர். சுயமான, உண்மையான சிந்தனையாளர் என்று இந்தியாவில் காந்தியடிகளைத்தான் கூற முடியும். நேருகூட அல்ல. காந்தியின் அடுத்தக் கட்ட விரிவாக்கச் சிந்தனையாளர் என்று நான் லோகியாவைக் கூறுவேன். ஆனால் அவர் தோல்வியடைந்தவர். அதைப் பற்றி நான் கவலைப் படவில்லை.

ஆனால் நாத்திகரான லோகியா எப்படி பல ஆண்டுகளுக்கு முன்பே இராமாயண மாநாடுகளை நடத்தினார்? மதத்தைப் பற்றிய அவர் கருத்து என்ன?

மதத்திற்கு நான்கு செயற்பாடுகள் இருக்கின்றன என அவர் நினைத்தார். ஒன்று, ஒரு தேசத்திற்கு அந்நியர்களால் படை யெடுப்பு,

பயம் ஏற்படும்போது, எதிரிகளைத் தாக்க மக்களைத் திரட்ட மதம் அவசியமாகிறது. ரஷ்யாவை ஹிட்லர் தாக்கியவுடன் ஸ்டாலின் ரஷ்ய வைதிகத் திருச்சபையைப் பயன்படுத்தினார். இரண்டு, பணக்காரர்களின் சொத்துகளைப் பாதுகாக்க மதம் பயன்படுத்தப்படுகிறது. மூன்று, சமூக ஒழுக்கக் கோட்பாடுகளையும் மதிப்புகளையும் பரவலாக்க மதம் பயன்படுகிறது. நான்கு, யோக முறைகள் மற்றும் மனமுனைப்புப் பயிற்சிகளால் வாழ்க்கை பற்றியும், மரணத்தைப் பற்றியும் உள்ளார்ந்து சிந்திக்க மதம் வழிவகுக்கிறது. மதத்தை முற்றிலுமாக நிராகரிக்காமல் விமர்சனபூர்வமாக ஏற்றுக் கொள்வதில் தவறில்லை என்பது அவர் கருத்து. சங்கரர் கூறியதை ராமானுஜர் ஏற்கவில்லை. ராமானுஜர் கூறியதை ஆனந்த தீர்த்தர் ஏற்கவில்லை. வேதத்தின் சில விளக்கங்களை வீரசைவர்கள் ஏற்றுக்கொள்ளவில்லை. இந்து மதத்தை மறுத்துத் தோன்றியதே பௌத்தமும், ஜைனமும். ஆனால் இன்றைக்கு உள்ள கேடு என்ன வென்றால், அந்த விமர்சனப் பார்வையும் விவாதங்களும் மறைந்து போய், மதம் 'வழிபாட்டுப் பொருள்' ஆகிவிட்டது என்பதுதான்.

இப்போது ஓங்கியுள்ள இந்துத்துவக் குரல் பற்றி உங்கள் எண்ணம் என்ன?

மதத்தின் உயர்ந்த வடிவமே ஆன்மிகம். ஆன்மிகம் தன்வயப்பட்டது. ரமணரும் ராமகிருஷ்ணரும் மதவாதிகள் அல்ல. ஆன்மிக முனிவர்கள். இந்துத்துவம் என்பதற்கும் இந்து ஆன்மிகத்திற்கும் சம்பந்தமேயில்லை. ஆழமாக மதத்தில் ஈடுபட்டவன் மதவாதியாக இருக்கமாட்டான். அத்வானி போன்றவர்களின் எண்ணமெல்லாம் இந்தியாவை இஸ்ரேல் ஆக்குவதுதான். இஸ்ரேல் நமக்கு முன்னு தாரணம் அல்ல.

உங்களுடைய இலக்கிய வாழ்க்கை எப்போது தொடங்குகிறது?

தொடக்கம் என்பதே இல்லை. எப்போதும் அந்த வாழ்க்கை வாழ்ந்து கொண்டிருந்தேன் என்றுதான் சொல்லவேண்டும். முதலில் கவிதைகள் தான் எழுத ஆரம்பித்தேன். பின்னர் சிறுகதைகள் எழுதினேன். நான் ஹானர்ஸ் படிக்கும் போதே ஒரு சிறுகதைத் தொகுதி வெளியிட்டேன். அந்தத் தொகுப்பே நவ்யா இயக்கத்தின் குரலாக இருந்தது என்று பாராட்டப்பட்டது. பின்னர் தோன்றிய நவீன இயக்கத்திலும் (Modernist) பங்கு கொண்டேன்.

உங்களுடைய புகழ்பெற்ற நாவலான 'சம்ஸ்காரா' எப்படி உருவானது?

உண்மையைச் சொன்னால், அந்த நாவல் ஆரம்பிக்கப்பட்டது ஆங்கிலத்தில்தான். எங்கள் அக்ரஹாரத்தில் 'தரங்கிணி' என்ற கையெழுத்துப்பத்திரிகை நடத்தினோம். அதில் கன்னடம், சம்ஸ்கிருதம், ஆங்கிலம் என்று மூன்று மொழிகளில் விஷயங்கள் வரும். பெர்க்மானுடைய Seventh Seal அப்போதுதான் பார்த்தேன். அதில் சொல்லப்பட்டிருந்த விஷயங்கள் என்னைக் கவர்ந்தன. அதன் அடிப்படையில் நம் நாட்டைப் பற்றி நினைக்கும்போது இது பல நூற்றாண்டுகளின், பண்பாடுகளின், தத்துவங்களின் கலவை என்பது புலனாயிற்று. எங்கள் கிராமத்தில் இருந்த இறுக்கமான வைதிகத்தனம் எனக்குப் பல கேள்விகள் எழுப்பின. கிராமத்தில் அப்போது ப்ளேக் நோய் பரவி இருந்தது. அதற்கு ஊசிபோட வந்த மருத்துவர்கள் ஹரிஜனச் சேரிக்குள் போகமாட்டார்கள். அதனால் அங்கு பலர் இறக்கும்படியாக ஆயிற்று. இந்த நிகழ்ச்சிக்குக் கிராமத்துப் பெரியவர்கள், 'மகாத்மா காந்தி அவர்களை ஆலயத் திற்குள் போகச் சொன்னதால்தான் அவர்களுக்கு இந்தக் கொடுமை ஏற்பட்டது' என்று விளக்கம் கூறிக்கொண்டிருந்தனர். இரண்டாவதாக ஒரு சம்பவம். மிக அழகான ஒரு ஹரிஜனப் பெண் அந்தச் சேரியில் இருந்தாள். அவளுக்கும் அக்ரஹாரத்தில் இருந்த ஒருவருக்கும் நெருங்கிய தொடர்பு இருந்தது. கிராமத்திலும் அதைப் பற்றிய வம்பு பேசுவார்கள். வம்புப் பேச்சுகளை நீங்கள் காதுகொடுத்து கேட்கவில்லையென்றால் நீங்கள் சிறந்த நாவலாசிரியர் ஆக முடியாது. அவளுக்கு ஏற்பட்ட 'தொடுதல்' என்ற செயல் அவளுக்கு ஓர் உணர்வைத் தட்டி எழுப்பி இருக்கவேண்டும். ஹரிஜனச் சேரியில் பலர் பிளேக் நோயால் இறந்துகொண்டிருந்த போது, அவள் ஊரைவிட்டு வெளியே போய்விட்டாள். அவளுடைய பாலியல் உணர்வு அவளுக்குச் சாத்திரங்களால் மறுக்கப்பட்ட விடுதலையைக் கொடுத்தாக நான் நினைத்தேன். இதை அடிப்படையாக வைத்து 'தரங்கிணி'யில் எழுதிய கதைதான் பின்னர் 'சம்ஸ்காரா' நாவலாக விரிவடைந்தது.

பொதுவாக, கர்நாடகத்தில் பிராமணரல்லாதார் இயக்கத்தின் தோற்றமும் பாதிப்பும் எப்படி இருந்திருக்கிறது?

தென்னிந்தியாவில் பிராமணரல்லாதார் இயக்கம் தோன்றிய போதே அது கர்நாடகத்திலும் தோன்றியது. ஆனால் அது வேலைவாய்ப்புக்கான இயக்கமாகவே இருந்தது. இங்கு கர்நாடக

பிராணமர்கள்தான் இட ஒதுக்கீட்டிற்காக முதலில் போராடினார்கள். எல்லா வேலை வாய்ப்புகளையும் தமிழ்நாட்டுப் பிராமணர்கள் பறித்துக்கொண்டு போய்விடுகிறார்கள் என்று அதற்கு எதிராகக் கர்நாடகப் பிராமணர்கள் கிளர்ச்சி செய்தனர். சமஸ்தானத்தில் திவானாக இருந்து ஆட்சி செய்ததெல்லாம் சேஷாத்ரி அய்யர் போன்ற திறமைமிக்க தமிழ்நாட்டுப் பிராமணர்கள். அதனால் அரசாங்கத்தின் முக்கிய பதவிகளிலெல்லாம் தமிழ்நாட்டுப் பிராமணர்களே இருந்தனர். கர்நாடகப் பிராமணர்களுக்குப் பதவி அளிக்கப்பட்டபோது, பிராமணரல்லாதார் இயக்கம் தோன்றி தங்களுக்கு இடஒதுக்கீடு கேட்டனர். அவர்கள் ஹரிஜனங்களுக்குப் பதவி அளிப்பதை மறுத்த போது, ஹரிஜனங்கள் இடஒதுக்கீடு கோரி கிளர்ச்சி செய்தனர். இது தொடர்ந்து வருகிற போராட்டம். இந்தப் போராட்டம் தொடர்ந்து வருவதனால்தான் எல்லோருக்குமே சமவேலை வாய்ப்புக் கிடைக்கிறது என்று நினைக்கிறேன்.

தலித் இலக்கியம் தலித்துக்களால்தான் படைக்கப்பட வேண்டும் என்ற கருத்து கர்நாடக தலித் இலக்கியத்தில் மேலோங்கி இருக்கிறதா?

நான் மிகக் கடமையுணர்வுடன் தலித்துக்கள் பற்றி எழுதலாம். ஆனால் சில விஷயங்களை வெறும் கற்பனையால் மட்டுமே நெருங்க முடியாது. வாழ்ந்து பார்க்கும்போது ஏற்படும் அனுபவங் களைக் கற்பனையால் தொடமுடியுமா? ஆனால் கொள்கை அளவில் பார்க்கப்போனால் கற்பனை என்பது ஒரு பரகாய பிரவேசம்தான் (பிறர் உடலில் நுழைந்து கொள்ளுதல்). அந்த அடிப்படையில் தலித் எழுத்துகளை தலித்துகளே எழுத வேண்டும் என்று கூறுவது சரியாக இருக்காது. அப்படிப் பார்க்கும்போது மிகச்சிறந்த தலித் இலக்கியம் சிவராம் காரந்திடமிருந்து தான் வந்திருக்கிறது. 'சோமனதுடி' என்ற நாவல்.

சிவராம் காரந்த் எழுதும்போது அது தலித் இலக்கியம் என்று எழுதப்பட்டதா?

அப்போது அந்த வார்த்தை இல்லை. இன்றைக்கு அது தலித் இலக்கியமாகத்தான் பார்க்கப்படுகிறது. நான் பள்ளிப் பையனாக இருந்தபோது 'சோமனதுடி'யைப் படித்தபோதுதான் தலித்திற்கு அப்படி ஒரு வாழ்க்கை இருக்கிறது என்று எனக்குத் தெரியவந்தது. இன்றைய தலித் எழுத்துகளுக்கெல்லாம் பின்னணி அந்த நாவல்தான் என்று சொல்லவேண்டும்.

நீங்கள் உங்களை ஒரு மாடர்னிஸ்ட் (நவீனத்துவவாதி) என்று கூறுகிறீர்கள். இன்றைய இலக்கியத்தில் நவீனத்துவம் எது என்று குறிப்பிடுவீர்களா?

விடுதலை இயக்கக் காலத்தில் சில படைப்பாளர்கள் அன்றைக்கு நிலவிய இருண்மையை அபார சொல்லாட்சியுடன் படைக்க முற்பட்டனர். அப்போது அது கன்னடத்தில் நவீனத்துவம் என்று பெயர் பெற்றது. விடுதலைக்குப் பின்னர் தேசிய அபிலாஷைகளில் இருந்த அளவுக்கு அதிகமான ஈடுபாட்டாலும் எதிர்பார்ப்புகளாலும் நடைமுறை இருண்மை (disillusionment) வலுப்பட்டது. சொல் அலங்காரத்தின் ஆளுமையில் சந்தேகம் கொண்ட கோபால கிருஷ்ண அடிகா, ஏ. கே. ராமானுஜன் போன்றவர்கள் அலங்காரத்தைக் கைவிட்டு உண்மையை எழுதத் துணிந்தனர். இதன் மூலம் புதிய நடைக்கு வழிகோலப்பட்டது. உள்ளடக்கத்திலும் மாறுதல் ஏற்பட்டது. இந்தியத் தலைமையிலும் இந்திய இலக்கியங்களிலும் சொல் அலங்காரங்களிலும் மக்கள் அளவுகடந்த மரியாதை கொண்டிருந்த போது, 'இவைகளெல்லாம் போற்றுதற்குரிய பெரிய விஷயமல்ல' என்ற யதார்த்தத்தை நவீனத்துவம் முன்வைத்தது. 'புத்தரும் வயிற்றுப் போக்கினால் காலமானார். பெரும் யோகிகளும் தங்கள் முதுகைச் சொறிந்துகொள்ளத்தான் வேண்டும்' என்பன போன்ற சின்னச்சின்ன உண்மைகள் அந்த இயக்கத்தின் பெரும் சக்தியாக இருந்தன. 'புனிதத் தன்மையை விலக்குதல்' என்பதுதான் அதன் அடிச்சரமாக இருந்தது. இதைத்தான் 'நவ்யா' இயக்கம் என்று கர்நாடகத்தில் அழைக்கிறோம்.

பண்டாயா என்பது என்ன?

பண்டாயா என்பது முற்போக்கு எண்ணங்களை மீட்டுருவாக்கம் செய்யவந்த இயக்கம். கன்னடத்தில் பன்னிரெண்டாம் நூற்றாண்டில் தோன்றிய வசனக்கார இலக்கியம் கீழ்ச்சாதி என்று கருதப்பட்ட வர்களாலேயே படைக்கப்பட்டது. வசனக்கார இலக்கியம் என்பது உரைநடை இலக்கியமல்ல. ஒரு கவிதை வடிவம். வீரசைவ சித்தர்கள் படைத்தது. தமிழில் தேவாரம் போல. பின்னர் பிரிட்டிஷ் ஆட்சி வந்தவுடன் இலக்கியம் உயர்ஜாதியினர் கையில் போயிற்று. குவேம்பு (கே.வி. புட்டப்பா) என்ற மிகச் சிறந்த எழுத்தாளர் பிராமணரல்லாதார் வட்டத்திலிருந்து தோன்றிய வுடன் பெரும் எழுச்சியே ஏற்பட்டது. புதுப்புது அனுபவங்களைப் பற்றிய புதிய நடையில், புதிய மொழியில் எழுதத் துவங்கினர்.

இந்த எழுச்சியில் முகிழ்ந்த காலமே பண்டாயா இயக்கத்தின் காலம்.

இப்படித் தோன்றிய படைப்புகளின் இலக்கிய மதிப்புகளும் தரமும் எப்படி இருந்தன?

அதிர்ஷ்டவசமாகக் கர்நாடகத்தில் எந்த இலக்கிய இயக்கமும் இலக்கிய மதிப்புகளையும் தரத்தையும் இழந்துவிடவில்லை. பண்டாயா படைப்புகளும் இலக்கியத் தரத்தை இழந்துவெறும் பிரச்சாரமாகப் போய்விடவில்லை. தலித் எழுத்தாளர் தேவனூர் மகாதேவ தனது கோபங்களைப் பரிவு உணர்வுகளாக மாற்றிக் கொண்டார். அந்தப் பரிவு உணர்வுகளே அவர் எழுத்தில் சிறந்த இலக்கியமாகப் பரிணமித்தது. பல பரிசோதனை முயற்சிகளும் நடத்தப்பட்டன. இன்னொன்று, இவை எப்போதும் அரசியல் ஆக்கப்படவில்லை. அதாவது அரசியல் கட்சிகளின் பின்னாலோ, தலைவர்களின் பின்னாலோ செல்லவில்லை.

கர்நாடகப் பல்கலைக்கழகங்கள் கன்னட இலக்கியத்தின் வளர்ச்சிக்குச் செய்த பங்களிப்பினைக் கூறுங்கள். இதனைக் கூறும்போது தமிழ்நாட்டில் இல்லாத ஒன்று கர்நாடகத்திற்குக் கிடைத்திருப்பதாக நான் கருதுகிறேன்.

கன்னட இலக்கிய மறுமலர்ச்சி ஒரு ஆங்கிலப் பேராசிரியரிடமிருந்து தான் வந்தது என்று நான் கூறுவேன். பி.எம்.ஸ்ரீ. என்றழைக்கப்பட்ட ஸ்ரீகண்டையா ஆங்கில ரொமான்டிக் கவிதைகளை கன்னடத்தில் 'இங்கிலீஷ் கீதகளு' என்ற பெயரில் வெளியிட்டார். அது மிக முக்கியமானதொரு மைல்கல்லாக இருந்தது. அவருடைய கவிதை நயம், லயம் எல்லாமே புதுப்புது எழுத்தாளர்களை ஊக்குவித்தது. அதை ஒட்டி பல ஆங்கிலப் பேராசிரியர்கள் கன்னடத்தில் எழுத ஆரம்பித்தனர். அதோடு பண்டைய கன்னட பண்டிட்களுக்கும், புதிய கன்னட ஆசிரியர்களுக்கும் ஒரு சண்டை இருந்தது. இந்த இருவரையும் எதிர்த்துக் கல்லூரி ஆசிரியர்கள் புதிய கன்னட மொழிக்காகப் பரிந்து பேசினார்கள். இந்த மூன்றுவித போக்குகளும் நிலவ புதிய போக்குகளுக்குக் கர்நாடகப் பல்கலைக்கழகங்கள் முக்கியத் தளமாக அமைந்தன. கோவிந்த பை என்ற கவிஞர் எதுகை மோனைகளை விட்டு கவிதைகள் எழுதியவுடன், 'எதுகை மோனையையே விட்டுவிட்ட இவர்கள் வாழ்க்கையில் எதைத்தான் விடமாட்டார்கள்' என்று கோபமாகப் பேசினார்கள்.

Free Verse என்பது அங்கு பிரதானப் போக்காக இருக்கிறதா?

மூன்றுவித கவிதைகள் பிரதானப் போக்கை வகிக்கின்றன. பாடுவதற்கான கவிதைகள், படிப்பதற்கான கவிதைகள், Poetry for chanting (உச்சாடனம் செய்ய) கம்பார் போன்றவர்களின் கவிதைகள் Chanting வகையைச் சார்ந்தவை. இந்த Chanting முறையில் கவிதை ஒரு Magical Quality-ஐ அடைகிறது. பாரம்பரியக் கவிதைகள் முற்றிலும் இல்லாமல் இல்லை.

புரியாமல் பூடகமாக கவிதைகள் எழுதப்படுகின்றன. 'புரிதல்தன்மை' இல்லை. ஆனால் இவையே கவிதையின் சிறப்பு என்று கூறப்படுவது பற்றி என்ன நினைக்கிறீர்கள்?

அது சரியான கருத்து அல்ல. ஆரம்பத்தில் கவிதையைப் படிக்கும் போது புரிவதற்குச் சில தடைகள் இருக்கலாம். ஆனால் அந்தத் தடைகளைக் கடந்த பிறகு அந்தக் கவிதைகள் உங்கள் அறிவிற்குப் புலப்பட வேண்டும். குழந்தைப் பேற்றிற்கு ஒரு செவிலித் தாயின் துணை தேவை என்பது போல, புரிந்துகொள்ள சில பயிற்சிகளும், கருவிகளும் தேவைப்படுகின்றன. ஆனால் அதன் பிறகும் அது புரியவில்லை என்றால் அது பலமற்றது. பொதுவாகக் கவிஞரின் உள்ள வெளிப்பாடு உடனடியாக வாசகனின் உள்ளத்தோடு இணைந்துவிட வேண்டும் என்றே நான் கருதுகிறேன். அப்படி இல்லையென்றால் புரியாமல் எழுதுவது என்பதே ஒரு 'சமய வழிபாட்டுத் தன்மை'யாக (Cult) மாறிவிடும் அபாயம் இருக்கிறது.

தமிழ்நாட்டிலும் கர்நாடகத்திலும் ஏன், ஆந்திரத்திலும் சில நடிகர்களை ஏற்றி வணங்கும் வழிபாடும், அவர்கள் வழியாகவே உலகைப் பார்ப்பதுமான ஒரு Cult இருக்கிறதே, இதற்குச் சமூகத்தில் உள்ள ஆதாரம் என்னவென்று நினைக்கிறீர்கள்?

மக்களிடம் கற்பனையைத் தேடும் பெரும் பசி இருக்கிறது என்பதில் சந்தேகமில்லை. தன் அன்றாட வருமானத்தில் பாதியை வரிசையில் நின்று திரைப்படக் கற்பனைகளுக்குக் கொடுக்க சாதாரண இந்தியன் தயாராக இருக்கிறான். அதைப் போலவே மதத்தை நோக்கியும் பெரும்பசி இருக்கிறது. சினிமாவைப் போலவே பயனில்லாத பாபாக்களின் பின்னால் போகவும் அவன் தயாராக இருக்கிறான். கற்பனைகளுக்கான இந்தத் தேடலையும் பசியையும் நான் பெரிதும் வரவேற்கிறேன். ஆனால் அது எந்த விதத்தில் நிறைவேற்றப்படுகிறது என்பதில்தான் எனக்கு உடன்பாடில்லை. அதேபோலத்தான்

தலைவர்கள் மீது நம் மக்கள் வைத்துள்ள பேரன்பு. மக்களிடம் உள்ள இந்த அபரிமிதமான ஆற்றல் தேசத்தைக் கட்டும் பணிக்குப் பலனளிக்கவில்லை என்பதுதான் வருந்ததக்க விஷயம். இவற்றை நாம் விமர்சனம் செய்யும்போதே மக்களுக்குள்ள இந்த அபரிமிதமான 'பசி'யைக் குறைகூறவே கூடாது. உணவைவிட இந்த 'கற்பனை'யை பெரிதாக நேசிக்கும் பலகோடி இந்திய மக்களுக்கு நீங்களும் நானும் என்ன செய்துவிட்டோம் என்று யோசித்துப் பார்க்க வேண்டும். இப்படித்தான் இந்த விஷயத்தை நான் பார்க்கிறேன்.

பல்வேறு பண்பாடுகளைக்கொண்ட ஒருநாட்டில் தேசிய இலக்கியம் அல்லது தேசிய நாடகம், அல்லது தேசிய சினிமா என்பதன் பொருள் என்ன? அப்படி ஒன்று இருக்க முடியுமா?

கன்னடக் கவிஞர் பேந்த்ரேயின் கவிதைகளைப் படிக்கும்போது அவர் ஐந்தாறு மைல் சுற்றளவுள்ள பிரதேசத்தைப் பற்றியும், மக்களைப் பற்றியும்தான் பாடியிருக்கிறார் என்று தெரிகிறது. வில்லியம் ஃபாக்னரின் நாவலை எடுத்துக்கொண்டால், அமெரிக்கத் தென்பகுதி மட்டுமே அவைகளில் சொல்லப் பட்டிருக்கும். ஆனால் பேந்த்ரேயும் ஃபாக்னரும் உலகத்தைப் பற்றித்தான் எழுதினார்கள். ஒரு தமிழ் கிராமத்தைப் பற்றி எழுதும்போதே இந்தியாவைப் பற்றியும் உலகத்தைப் பற்றியும் எழுதியதாக ஆகிவிட முடியும். பதேர் பாஞ்சாலி என்ற நாவல் ஒரு சின்ன வங்காள கிராமத்தில் நடைபெறலாம். ஆனால் அது உலகில் எந்த மூலையிலும், வறுமைச் சூழ்நிலையில் வளர்ந்து கொண்டிருக்கும் சிறுவனைப் பற்றிய கதைதான். கலாச்சார ரீதியில் நமக்கு ஒரு தனித்துவம் இல்லையென்றால், நாம் உலகளாவிய படைப்பைத் தரமுடியாது என்றுதான் நான் நினைக்கிறேன்.

உங்கள் அறுபதாண்டு கால அளவில் வாழ்க்கையில் நீங்கள் கற்ற பாடம் என்ன?

'நான் நினைப்பதே சரியானது' என்று நினைக்காமலிருக்க வேண்டும் என்பதைக் கற்றுக்கொண்டேன். 'எதையும் சரியாகக் கற்றுக்கொள்ள வில்லை' என்பதையும் நான் கற்றுக் கொண்டேன். எனக்குள்ள புகழ், மரியாதை அனைத்துமே என் தகுதிக்கு மீறியது என்பதையும் நான் அறிந்துகொள்கிறேன்.

நன்றி: சுபமங்களா (செப்டம்பர், 1993)

பின்னிணைப்பு -2

போட்டி மொழிபெயர்ப்பு

தமிழவன்

இந்த நூல் நான் 1996ஆம் ஆண்டு மொழிபெயர்த்த யு. ஆர். அனந்த மூர்த்தியின் அவஸ்தை என்ற கன்னட நாவலின் புதிய பதிப்பு. இதில் சில திருத்தங்களைச் செய்துள்ளேன். மொழிபெயர்ப்பு என்பது தொடர்ந்து மேம்பாடு அடைந்துகொண்டே இருப்பது. நான் பல ஆண்டுகளாக 'ஒப்பியல் இலக்கியம்' (Comparative Literature) என்ற கல்வியை ஓரிரு பல்கலைக்கழகங்களில் மாணவர்களுக்குக் கற்பித்தவன். மொழிபெயர்ப்பு என்பது ஒப்பியல் கல்வியின் ஒரு பிரிவு. எனவே இதுபற்றி நிச்சயமான கருத்துக்கள் எனக்கு உண்டு. மொழிபெயர்ப்பில், அகராதிசார் சொல்-பொருள் மாற்றம் செய்வது எந்த அளவு முக்கியம், அதுபோல் வாக்கியத்தை மூல மொழியிலிருந்து (Source Language) இன்னொரு மொழிக்குக் (Target Language) கொண்டுவரும் போது என்னென்ன விஷயங்கள் கவனிக்கப்பட வேண்டும் என்பதெல்லாம் மாணவர்களுக்குக் கற்றுக் கொடுத்திருக்கிறேன். இதில் சகோதர மொழிகளுக்கும் குடும்ப உறவு இல்லாத மொழிகளுக்கும் மத்தியில் மொழிபெயர்ப்புச் செய்யப்படும்போது கவனிக்க வேண்டியன எவை என்றெல்லாம் இருபத்தைந்து ஆண்டுகள் விரிவுரைகள் ஆற்றியுள்ளேன்.

வாக்கியங்களை மொழிபெயர்க்கும் போது வாசகர் யார் என்பது முக்கியம். வாசகரின் இலக்கிய மனநிலைக்கேற்ப மொழிபெயர்ப்பது முக்கியம். தமிழில் சிலர், இலக்கணத் திருத்தம் என்பதை எல்லா வற்றையும்விட அதிமுக்கியத்துவமான ஒன்று என்பது போல மொழிபெயர்ப்புக்குள் தேவைக்கு அதிகமான அழுத்தத்துடன் வலியுறுத்தியதால் பிற மொழிபெயர்ப்பு நுட்பங்கள் பேசப்பட வில்லை. கவனிக்கப்படவும் இல்லை. இத்தகைய நுட்பங்கள், கவனத்துடன் அடையாளம் மூலம் வரும் இந்த மொழிபெயர்ப்பில் பின்பற்றப்பட்டுள்ளன. அதனை வாசிப்பவர்கள் உணர்ந்து கொள்ளலாம்.

போட்டி மொழிபெயர்ப்பு

இப்போது வருகின்ற இந்த மொழிபெயர்ப்பின் பின்னணியில் நடந்த சில சம்பவங்களையும் கூறவேண்டும். மதிப்புக்குரிய மறைந்த மீரா அவர்கள், என்னுடைய 'அவஸ்தை' நாவலின் முதல் மொழி பெயர்ப்பை 1996இல் அன்னம் பதிப்பகம் மூலம் வெளியிட்டார். இந்நாவலை வெளியிட அதன் ஆசிரியர் அனந்தமூர்த்தி எனக்கு அனுமதி அளித்திருந்தார். நாவல் வெளிவந்த பிறகு, காலச்சுவடு இதழ் கண்ணன் ஆசிரியத்துவத்தில் வெளிவந்தபோது, அவ்விதழ் என் மொழிபெயர்ப்பில் தவறுகள் உள்ளன என்று ஒரு கட்டுரையைப் பிரசுரித்தாய் தெரிகிறது. 2005இல் நான் வெளிநாட்டிலிருந்து வந்த பின்பு அந்தச் செய்தி என்னை எட்டியது. அதனை எழுதியவருக்கும் எனக்கும் தனிப்பட்ட உறவில் பிரச்சினை வந்த பின்பு அந்தக் கட்டுரையை அவர் எழுதினார். பின்னர் காலச்சுவடு மூலம் 2011இல் அவஸ்தையின் இன்னொரு மொழிபெயர்ப்பை இதே நபர் கொண்டுவந்தார். இந்த நபர் காலச்சுவடு இதழின் ஆசிரியர் குழுவின் உறுப்பினர் என்ற செய்தியையும் நூல் குறிப்பிட்டது.

இரண்டாவது மொழிபெயர்ப்பை 2011இல், அதாவது 15 ஆண்டுகளுக்குப் பின்பு காலச்சுவடு கொண்டு வந்தது. அதற்கான தேவை என்ன? நானும் இரண்டாவது மொழிபெயர்ப்பை அதே காலகட்டத்தில் அடையாளம் மூலம் கொண்டுவர அனந்த மூர்த்தியிடம் அனுமதி பெற்றேன். அடையாளம் மூலம் நான் 2ஆவது பதிப்பு கொண்டுவர இருந்தபோது 2ஆம் மொழிபெயர்ப்பாளர் ஒரு மின்னஞ்சலை 2010இல் அடையாளம் பதிப்பகத்துக்கு அனுப்பினார். அதில் தன் மொழிபெயர்ப்பு வரப்போவதால் தாங்கள் தமிழவனுடைய 2ஆம் பதிப்பை வெளியிடவேண்டாம் ('Kindly don't publish his translation') என்று கூறியிருந்தது. அதற்கு அடையாளம் Adaiyalam has secured permission in writing from Prof. Anandamurthy for Tamilavan's translation of Avastee in Tamil என்று அந்த 2ஆவது மொழி பெயர்ப்பாளருக்குப் பதிலளித்தது. மேலும் 'we do not undertake any work without written permission from the author. It is surprising to know that Kalachuvadu is going to publish the same title of your translation' என்றும் அடையாளம் கூறிய செய்தி எனக்கு வந்தது. அதன்பிறகும் 2011இல் காலச்சுவடு பதிப்பகம் ஏனோ 2ஆவது மொழிபெயர்ப்பை வெளியிட்டது. அதன் முன்னுரையில் மொழிபெயர்ப்பாளர் பின்வருமாறு எழுதியிருந்தார்.

நான் அவஸ்தையை மொழிபெயர்க்க மூன்று காரணங்கள். ஒன்று ஏற்கனவே வந்துள்ள இதன் மோசமான தமிழாக்கம். அதை ஆபாசம் எனச் சொல்வதே மிகப் பொருத்தம். உயிரோட்டமும் கலைத் தன்மையும் மிக்க நாவலை அவ்வளவு மோசமாக ஒருவர் மொழிபெயர்க்கமுடியுமா என எண்ணற்ற முறை ஆச்சரியப் பட்டுள்ளேன்.

2ஆம் மொழிபெயர்ப்பாளர் 'பலமுறை ஆச்சரியப்பட' காலச்சுவடு அனுமதியளித்துள்ளது.

இது எனக்குத் தெரிந்தவுடனே நான் மதிக்கும் இடதுசாரி எழுத்தாளரும் வழக்கறிஞருமான ச. செந்தில்நாதன் மூலம் நோட்டிஸ் அனுப்பக் கூறினேன். அதற்குக் காலச்சுவடும் 2ஆம் மொழி பெயர்ப்பாளரும் பதில் அளித்தனர். வழக்கறிஞரின் நோட்டிஸில் 'அவஸ்தை' என்ற சொல் Avasthe என்ற கன்னட நாவலுக்கான காப்பிரைட் பெற்ற தமிழ்ச்சொல். அதே தலைப்பை 2ஆம் மொழி பெயர்ப்பாளர் எப்படிப் பயன்படுத்தமுடியும், 15 ஆண்டுகளுக்குப் பிறகு, என்று கேட்கப்பட்டிருந்தது.

ஏனெனில் அன்னம் வெளியிட்ட 1996 மொழிபெயர்ப்பில் 'அவஸ்தெ' என்ற கன்னடச் சொல்லுக்கு மூலஆசிரியர் அனந்த மூர்த்தியே மூன்று பொருள்கள் கொடுத்திருந்தார். 1. உடம்பில் ஏற்படும் சரீர தர்மம், 2. ஸ்திதி, இருப்பு 3. காலப்போக்கில் வரும் பரிமாணம்.

இதில் எந்த மூன்று பொருளின் வழியும் தலைப்பு மொழி பெயர்ப்பு சொல்லை உருவாக்கியிருக்கலாம். ஆனால் நான் 'அவஸ்தை' என்று ஒரு சொல்லை முதன்முதலில் கன்னடச் சொல்லின் ஒலியமைதி வழி உருவாக்கி காப்பிரைட் உரிமை என்று நூலில் தெரிவித்துப் பயன்படுத்தினேன். 2ஆம் மொழிபெயர்ப்பாளர் இந்த என் தலைப்பை, என்னைக் கேட்காமலே பயன்படுத்தினார். 'அசிங்கமான மொழிபெயர்ப்பின்' தலைப்பு எப்படி அசிங்க மில்லாமல் 2ஆம் மொழிபெயர்ப்பாளருக்குச் சொந்தமானதோ! இந்தத் தவறைப் பதிப்பகமும் சேர்ந்து செய்துள்ளது.

முதல் மொழிபெயர்ப்பும் இரண்டாம் மொழிபெயர்ப்பும்

என்னுடைய மொழிபெயர்ப்பைக் குறை கூறுவதற்காக, காலச்சுவடு பதிப்பகம் மூலம் 2ஆம் மொழிபெயர்ப்பாளர் 15 ஆண்டுகளுக்குப் பின்பு கொண்டுவந்த அவருடைய மொழிபெயர்ப்பில் என்னுடைய

மொழிபெயர்ப்பிலிருந்து பல வாக்கியங்களைப் பயன்படுத்தியுள்ளார். என் தலைப்பு மட்டுமல்ல அவர்கள் திருடியது. என்னுடைய தமிழ் வாக்கியங்களும் அபகரிக்கப்பட்டு அவற்றை அவருடைய தாக்கியுள்ளார் மொழிபெயர்ப்பாளர். அவற்றின் பட்டியல் ஒன்றையும் இந்தப் பகுதியில் கொடுக்கிறேன்.

இரு மொழிபெயர்ப்புகளிலும் 'ஒரேமாதிரி'யாக இருக்கும் வரிகள்

எண்	தமிழவன் (1996இல் வந்த அன்னம் வெளியீடு)	நஞ்சுண்டன் (2011இல் வந்த காலச்சுவடு வெளியீடு)
1	சிறுவனாக இருந்தபோது கிருஷ்ணப்பனுக்கு மாடு மேய்க்கும் வேலை (பக். 12: 21-22)	சிறுவனாயிருந்தபோது கிருஷ்ணப்பனாவுக்கு மாடு மேய்க்கும் வேலை (பக். 16: 33-34)
2	மகேஸ்வரய்யன் எங்காவது வந்தாரென்று வைத்துக்கொள்ளுங்கள் (பக். 13: 30)	மஹேஸ்வரய்யா எங்காவது வந்தார் என்று வைத்துக் கொள்ளுங்கள் (பக். 18: 9-10)
3	மகேஸ்வரய்யன் துர்க்கையின் ரகசிய பக்தர் (பக். 16: 23)	மஹேஸ்வரய்யா துர்க்கை யின் ரகசிய பக்தர் (பக். 21: 22-23)
4	புரட்சிக்கான கனவு காண்கிறான் (புக். 17:14)	புரட்சிக்கான கனவு காண் கிறான் (பக். 22: 18)
5	ஏ குரப்பா கஞ்சத்தனம் பண்ணாதே (பக். 18:21)	ஏ குருவப்பா கஞ்சத்தனம் பண்ணாதே (பக். 23: 33-34)
6	பழைய படுக்கையிலும் படுக்கவில்லை (பக். 18. 19: 44-1)	பழைய படுக்கையிலும் படுக்கவில்லை (பக். 24: 20-21)
7	அந்த ஊருக்கு ரயிலில் போகவேண்டும் (பக். 19: 5-6)	அந்த ஊருக்கு ரயிலில் போக வேண்டும் (பக். 24: 26)

8	எனக்குக் காய்ச்சல் வெளியில் வெயிலில் படுக்க முடியாது. பஸ் வரும்வரை படுக்க நீங்கள் அனுமதி கொடுக்க வேண்டும் *(பக். 19:17-19)*	எனக்குக் காய்ச்சல். வெளியே வெயில்ல படுக்க முடியாது. பஸ்ஸு வர்றவரைக்கும் இங்கப் படுக்கறதுக்கு நீங்க அனுமதிக்கணும் என்றான் *(பக். 24: 39 :41)*
9	கிருஷ்ணப்பனின் மாமன் மகன் ரங்கப்பன் *(பக். 20: 3)*	கிருஷ்ணப்பாவின் மாமன் மகன் ரங்கப்பா *(பக். 25: 34)*
10	தன்விரலை வெட்டி எறியவேண்டும் என்று பெட்டியில் இருந்து பிளேட் எடுத்தான் *(பக். 21: 9-10)*	தன் விரலை வெட்டிப்போட வேண்டும் எனத் தோன்றிப் பெட்டியில் இருந்து பிளேடை எடுத்தான் *(பக். 27: 9-10)*
11	அடுத்து நடந்தது கிருஷ்ணப்பனுக்கு நினைவில்லை *(பக். 22: 40)*	அடுத்து நடந்தது கிருஷ்ணப்பாவுக்கு நினைவில்லை. *(பக். 29:7)*
12	மகேஸ்வரய்யன் எங்கிருந்து வந்தாரோ *(பக். 22: 41)*	மஹேஸ்வரய்யா எங்கிருந்து வந்தாரோ *(பக். 28: 8)*
13	ஆனால் எழ முடியவில்லை. *(பக். 23: 28)*	ஆனால் எழ முடியவில்லை *(பக். 29: 39)*
14	அவள் குளித்துக் கொண்டிருந்திருக்க வேண்டும். *(பக். 23: 29-30)*	அவள் குளித்துக் கொண்டிருந்திருக்க வேண்டும். *(பக். 30: 2)*
15	ஏ கௌரி ! உன் முத்தத்துக்கு என்ன விலை *(பக். 26: 43)*	ஏ கௌரி உன் முத்தத்துக்கு என்ன விலை *(பக். 33: 30-31)*

இரு மொழிபெயர்ப்புகளிலும் வேறு முறையில் 'ஒரேமாதிரி'யாக இருக்கும் வரிகள்

எண்	தமிழவன்	நஞ்சுண்டன்
1	கிருஷ்ணப்பனைப் பற்றி மட்டும் அவர் ஒருமுறை நல்லதைக் கண்டார். (பக். 13-14: 45-1)	கிருஷ்ணப்பாவைப் பற்றி மட்டும் அவர் ஒருமுறை நல்லதைக் கண்டதுண்டு. (பக். 18: 24-25)
2	கிருஷ்ணப்பன் வெட்கப் பட்டுப் பாட்டை நிறுத் தினான். (பக். 14: 25-26)	கிருஷ்ணப்பா வெட்கத்தோடு பாட்டை நிறுத்தினான் (பக். 19: 10-11)
3	வருஷத்திற்கு ஒருமுறை வந்து பார்த்துவிட்டுப் போனார் (பக். 15: 9)	வருடத்துக்கு ஒருமுறை வந்து பார்த்துக் கொண்டிருந்தார். (பக். 19: 37-38)
4	சமஸ்கிருதத்தில் அவருக்குத் தெரியாத ஆபாசமான கவிதை களே இல்லை. (பக். 15: 25-26)	சமஸ்கிருதத்துல அவருக்குத் தெரியாத ஆபாசப் பாட்டே இல்லை.(பக். 20: 14-15)
5	உனக்குள் ஒரு புலி இருக்கிறதப்பா என்று மகேஸ்வரய்யன் சொன்னாராம். (பக். 16: 22-23)	உனக்குள்ள ஒரு புலி இருக்கு தப்பா என்று மஹேஸ்வரய்யா சொல்லிக் கொண்டிருந்தாராம். (பக். 21:20-21)
6	ஒன்று பயங்கரச் சண்டைக் காரனும் அகங்காரியும் ஆகவேண்டும். (பக். 17: 17-18)	ஒன்று, பயங்கரச் சண்டைக் காரனாகவும் அகங்காரம் பிடித்தவனாகவும் ஆக வேண்டும். (பக். 22: 21-22)
7	ஆனால் கிருஷ்ணப்பன் இலக்கியவாதி ஆக முயன்று தோற்றவன் (பக். 17:29)	ஆனால் கிருஷ்ணப்பா எழுத்தாளனாக முயன்று தோற்றவன் (பக். 22:33-34)

8	நடுவில் ஒரு செம்பை வைத்துத் தேவியைப் பிரதிஷ்டை செய்தான். (பக். 21: 34-35)	நடுவில் பளபளப்பான செம்பு வைத்துத் தேவியைப் பிரதிஷ்டை செய்தான். (பக். 27: 32-33)
10	சூத்திரர் மந்திரம் சொல்வதா என்று சாவித்திரியம்மாள் கோபித்தாள்; பயந்தாள் (பக். 21: 37-38)	சூத்திரர்கள் மந்திரம் சொல்வதா என்று சாவித்திரம்மா ஆத்திரப்பட்டாள். பயந்தாள். (பக். 27: 35-36)
11	மந்திரங்களில் கொஞ்ச நஞ்சம் பரிச்சயமிருந்த குமஸ்தா ஒருத்தன். (பக். 22: 12)	மந்திரங்களில் கொஞ்சநஞ்ச அறிமுகமிருந்த குமஸ்தா ஒருவன். (பக். 28: 18-19)
12	ரிஜிஸ்டரில் அவன் பெயர் கிருஷ்ணப்ப கௌடா. (பக். 23:6)	பதிவேட்டில் அவன் பெயர் கிருஷ்ணப்ப கௌடா. (பக். 29: 16)
13	என்னவோ எனக்க தெல்லாம் தெரியாது. (பக். 24: 4-5)	என்னமோ எனக்கு அதெல்லாம் தெரியாது. (பக். 30: 23)
14	இல்லாவிடில் இவளைத் திருமணம் செய்வேனா? (பக். 24: 36-37)	இல்லாவிட்டால் இவளைத் திருமணம் செய்து கொண்டிருப்பேனா? (பக். 31: 13-14)
15	கௌரி தேஷ்பாண்டே இந்தக் காரில் தினமும் காலேஜுக்கு வந்து போனாள் (பக். 26: 2-3)	கௌரி தேஷ்பாண்டே இந்தக் காரிலேயே தினமும் கல்லூரிக்கு வந்து போனாள். (பக். 32: 28-29)
16	ஒருநாள் மாலை கிருஷ்ணப்பன் தனியாய் காலேஜ் பக்கம் 'வாக்கிங்' வந்தான் (பக். 26: 25-26)	ஒருநாள் மாலை கிருஷ்ணப்பா தனியாகக் கல்லூரிப் பக்கம் வாக்கிங் வந்தான். (பக். 33: 10-11)

சுமார் 25 பக்கங்களை ஒப்பிட்டபோது இவ்வளவு வாக்கியங்கள் 2ஆம் மொழிபெயர்ப்பாளர் முதல் மொழிபெயர்ப்பிலிருந்து எடுத்துக் கையாண்டிருந்தது தெளிவாயிற்று. கிருஷ்ணப்பன் என்று தமிழ்மொழி இயல்புக்கேற்ப எழுதப்பட்ட பெயரைக் கிருஷ்ணப்பா என்று மூலமொழியில் உள்ளது போல் 2ஆம் மொழிபெயர்ப்பாளர் அப்படியே கொடுத்திருக்கிறார். வேறு வித்தியாசங்கள் இல்லை. முதல் மொழிபெயர்ப்பைப் பார்த்து 2ஆம் மொழிபெயர்ப்புச் செய்யப் பட்டுள்ளது. இன்னும் பல ஒற்றுமைகள் உள்ளன. சிலவற்றை மட்டும் நான் காட்டுகிறேன். 25 பக்கங்களில் இவ்வளவு வாக்கியங்கள் கிடைத்தால் நூல் முழுவதும் எவ்வளவு வாக்கியங்கள் கிடைக்கும் என்று வாசிப்பவர்கள் ஊகம் செய்யலாம். அதாவது இரண்டாவது மொழிபெயர்ப்பு முழுவதும் முதல் மொழி பெயர்ப்பைப் பார்த்து எழுதப்பட்டதுபோல் உள்ளது.

ஒரு மொழிபெயர்ப்பு இருக்கும்போது முதல் மொழி பெயர்ப்பாளரிடம் தவறு 'கண்டுபிடிப்பதற்காக' வேண்டி ஒரு பதிப்பகம் போட்டிபோட்டுக்கொண்டு இன்னொரு மொழிபெயர்ப்பு கொண்டு வருவது தமிழ் மொழிக்கு நல்லதல்ல. இனி இத்தகைய போட்டி மொழிபெயர்ப்புகள் தொடராது என்று கூற முடியுமா? காலச்சுவடு ஒரு மோசமான முன்னுதாரணத்தைத் தமிழில் தொடங்கி யுள்ளது. அறம் பிறழ்ந்துள்ளது.

மேலும் அகராதிச் சொற்பிழைகள் 2ஆவது மொழிபெயர்ப்பில் பல உள்ளன. நான் அவற்றைப் பட்டியல் இடப்போகவில்லை. தேவை யெனில் பட்டியல் இடப்படும். கதையைக் கதைபோல் மொழி பெயர்க்காமல் உரைநடை போல் 2ஆம் மொழிபெயர்ப் பாளர் பல இடங்களில் செய்துள்ளார். 2ஆம் மொழிபெயர்ப்பாளர் தமிழைத் தாய்மொழியாகக் கொண்டவரல்லர். அவர் சேலம் பகுதியைச் சார்ந்தவர். தென்பகுதிச் சொற்கள் அவருக்குத் தெரியாது. வட்டார வேறுபாட்டை வைத்து 'அந்த வட்டாரத்தில் பேசுவது தவறு; என் வட்டாரத்தில் பேசுவதுதான் சரி' என்று வாதிடக்கூடாது. கம்பீரம் என்ற சொல் என் மொழிபெயர்ப்பில் உண்டு. 2ஆம் மொழி பெயர்ப்பாளர் முகுளம் என்று பயன்படுத்துகிறார். எல்லாப் பகுதிகளிலும் அச்சொல் புரியாது. இதுபோல் என் இந்த இரண்டாம் பதிப்பு எல்லா வகைகளிலும் மேம்படுத்தப்பட்டதாகும்.

முதலில் வந்த என் மொழிபெயர்ப்பின் வாக்கியங்களை அப்படியே அடியொற்றி வெளிவந்த அந்த நூலில் பல்வேறு தவறுகள்

உள்ளன. அதனால் இந்த நூல் மீண்டும் வரவேண்டிய தேவை உருவாகியுள்ளது.

தமிழில் மொழிபெயர்ப்பு ஒரு கல்வியியல் துறையாக வந்தால் அறமற்ற முறையில் வரும் போட்டி மொழிபெயர்ப்புச் செயல்பாடுகள் குறையும். வணிகநோக்கம் ஒன்றையே மொழிபெயர்ப்பு நெறியாகக்கொண்டு போட்டிமொழிபெயர்ப்புக் கொண்டு வருபவர்களின் உண்மை சுயரூபம் வெளிப்படும். இவ்வாறு யாருக்கும் போட்டியாக இன்றி நடந்த தவறுகளை நேர்செய்யும் நோக்கோடும் காலச்சுவடு மூலம் இப்போது கிடைக்கிற மொழிபெயர்ப்பிலுள்ள பல தவறுகள் நீக்கப்பட்டும், இந்தப் புதிய வெளிவருகிறது.

☯☬